ஊதா நிறக் கொண்டை ஊசி கதைகள்

கவிஜி

படைப்பு பதிப்பகம்
#8, மதுரை வீரன் நகர்
கூத்தப்பாக்கம்
கடலூர் - தமிழ்நாடு
607 002
94893 75575

நூல் பெயர்	:	ஊதா நிறக் கொண்டைஊசி கதைகள் (சிறுகதைகள்)
ஆசிரியர்	:	கவிஜி
பதிப்பு	:	இரண்டாம் பதிப்பு - 2021
பக்கங்கள்	:	238
வடிவமைப்பு	:	முகம்மது புலவர் மீரான்
அட்டைப்படம்	:	படைப்பு டிசைன் டீம்
வெளியீட்டகம்	:	இலக்கிய படைப்பு குழுமம்
அச்சிடல்	:	படைப்பு மீடியா நெட்வொர்க்ஸ், சென்னை
வெளியீடு	:	படைப்பு பதிப்பகம்
பதிப்பாளர்	:	ஜின்னா அஸ்மி
விலை	:	ரூ 200

Title	:	Ootha Nira Kondai Oosi Kathaigal (Short Stories)
Author	:	Kaviji
Edition	:	Second Edition - 2021
Pages	:	238
Printed by	:	Padaippu Media Networks, Chennai
Publishing Agency	:	Ilakkiya Padaippu Kuzhumam
Published by	:	Padaippu Pathippagam
Website	:	www.padaippu.com
E-mail	:	admin@padaippu.com
ISBN	:	978-81-948352-3-3
Price	:	₹ 200

பதிப்புரை

ஜின்னா அஸ்மி, பதிப்பாளர்
படைப்பு குழுமம்

கதை கேட்டு வளராத குழந்தைகளே இல்லை. அதனாலேயே எந்த வயதில் கதை கேட்டாலும் அல்லது படித்தாலும் குழந்தை மனம் வந்துவிடுகிறது நமக்கு. பால்ய வயதுகளில் நாம் கேட்ட சில சிறந்த கதைகளே பின்னாளில் அறிவாகவும் ஆற்றலாகவும் மாறுகின்றன. சிலநேரங்களில் பக்குவப்படவும் வைக்கின்றன. கதைகளில் மட்டும்தான் உடனுக்குடன் வரிகள் காட்சிகளாக விரியத் தொடங்கும். கதைகளில் வரும் காட்சி விவரிப்புகளும் கூட நாம் காணும் காட்சிகளில் ஒன்றிணைவதே அதன் தனித்துவம். இந்தத் தனித்துவம் மற்ற இலக்கிய வகைமைகளைக் காட்டிலும் கதை இலக்கிய வகைமையில் சற்று தூக்கலாகவே இருக்கும். இதன் காரணமாகவே ஆதிக் காலந்தொட்டு இக்காலம் வரை கதை அல்லது சிறுகதை இலக்கியத்திற்கு என்று ஒரு வாசகர் அல்லது ரசிகர் பட்டாளமே பின்தொடர்ந்து வருகிறது. அப்படியான தனித்துவமான சிறுகதைகளை எல்லாம் ஒன்றுதிரட்டி உருவாக்கப்பட்டிருப்பதே 'ஊதா நிறக் கொண்டை ஊசிக் கதைகள்' நூல். இதில் உள்ள ஒவ்வொரு சிறுகதையும் வாசிப்பவரை ஒரு மாய உலகத்திற்குக் கடத்திச் சென்று மையல் கொள்ள வைக்கும். இதன் நவீனத்துவமே இத்தொகுப்பின் பலம்.

வால்பாறையைப் பிறப்பிடமாகவும் கோவையை வாழ்விடமாகவும் கொண்ட படைப்பாளி கவிஜி அவர்களுக்கு இது இரண்டாம் தொகுப்பு. வால்பாறையே தனக்கு இலக்கியம் வளர முக்கியக் காரணம் எனச் சொல்லும் இவர் சமூக வலைதளங்கள் மற்றும் பிரபல பத்திரிகைகளில் தன் புதுமையும் புதிரும் நிறைந்த கதைகளாலும், கட்டுரைகளாலும், கவிதைகளாலும் நன்கு அறியப்பட்டவர். இதன் முதல் பதிப்பு வந்தபோது சிறுகதை பிரிவிலும், 'சிவப்பு மஞ்சள் பச்சை' என்ற நாவலுக்காகவும் படைப்பு குழுமத்தின் இலக்கிய விருதை இருமுறை பெற்றவர். மேலும் படைப்பின் உயரிய விருதான இலக்கியச்சுடர் விருதும் பெற்றவர் என்பது குறிப்பிடத்தக்கது.

எமது படைப்பு பதிப்பகத்தின் மூலமாகத் தனது நூலை இரண்டாம் பதிப்பாக வெளியிட முன்வந்த படைப்பாளி கவிஜி அவர்களுக்கும், அணிந்துரை வழங்கிய படைப்பாளி பா.ரவிக்குமார் அவர்களுக்கும், அட்டைப்பட வடிவமைப்பு, நூல் உள் கட்டமைப்பை வடிவமைத்த படைப்பாளி முகம்மது புலவர் மீரான் அவர்களுக்கும் மற்றும் இந்நூல் வெளிவர உதவிய அனைவருக்கும் படைப்பு குழுமம் தனது நன்றியைத் தெரிவித்துக் கொள்கிறது.

வளர்வோம்...! வளர்ப்போம்..!!

சமர்ப்பணம்

அன்புள்ள என் மாமாவுக்கு

அணிந்துரை

மழையை ரசிக்கும் அனுபவம்

கவிஜியின் சிறுகதைகளை வாசிப்பது என்பது ஓர் அனுபவம். பேரானந்தம் தரும் அனுபவம். தொடர்ந்து சிறுகதைகளை வாசிக்கும் வாசகர்களுக்கு மட்டும்தான் நான் எழுதிய வாசகத்தின் முழு அர்த்தமும் புரியும். இலக்கிய வாசிப்பு என்பதே ஓர் அனுபவம் தான். அது வேறு. ஆனால் அண்மைக் காலங்களில் சிறுகதைகள் என்ற பெயரில் ஏதேதோ எழுதப்பட்டு வருகின்றன. எழுத்தின் நுட்பம் ஓரளவு தெரிந்த எழுத்தாளர்கள் அல்லது பத்திரிக்கைகளில் "ஆளைத் தெரிந்தவர்களையுடைய" கதைகள் பிரசுரிக்கப்படுகின்றன. தமிழில் ஏராளமானோர் கவிதைகளையும் கதைகளையும் எழுதிக் குவிக்கிறார்கள். இந்தக் கூட்டத்திலிருந்து "கவிஜி" எனக்குத் தனியாகத் தெரிகிறார்.

கவிஜியின் கதைகளும் பேரானந்தம் தரும் அனுபவம் என்பேன். வேறு வார்த்தைகளில் சொல்லத் தெரியவில்லை. அல்லது சொல்லத் தோன்றவில்லை. மழையில் நனைவது போன்றது, அல்லது ஒதுங்கி நின்று நிதானமாக, வேறு எந்த அனுபவமும் இல்லாமல் மழையை ரசிப்பது போன்றது. கவிஜியின் கதைகளில் எப்படியாவது இளையராஜாவின் இசை இடம்பெறும். இளையராஜாவின் இசையை உலகில் எந்த மொழியில், எந்த வார்த்தையில் சொல்ல முடியும்? கேட்கும் செவிகளுக்கும், அனுபவிக்கும் உயிர்களுக்கும் மட்டுமே தெரியும் அதன் மேன்மை. அப்படித்தான் கவிஜியின் கதைகளும்.

இதை படிக்கும் வாசகர்களுக்கு ஒன்றைத் தெரிவிக்க கடமைப்பட்டுள்ளேன். கவிஜியை எனக்குத் தெரியாது. அவருடைய வயது, தொழில், கல்வி, பழக்க வழக்கங்கள் எதையும் தெரியாது. "கவிஜி" என்கிற வித்தியாசமான பெயரைக் கேள்விப்பட்டிருக்கிறேன். அவ்வப்போது அவர் எழுதிய கவிதையைப் படித்திருக்கிறேன்.

சிறுகதைகள் என்றால் நாம் ஆர்வமாக படிப்பது புதுமைப்பித்தன், அசோகமித்திரன், லா.ச.ராமமிர்தம், ச.தமிழ்ச்செல்வன், கி.ராஜநாராயணன், வண்ணதாசன், பிரபஞ்சன், சுஜாதா போன்ற எழுத்தாளர்களைத்தான். இவர்களை மீறி, புதிதாக எழுத

வருபவர்கள் தமிழில் எதையும் சாதித்து விட முடியாது என்கிற மூட நம்பிக்கையை இப்போதும் சுமந்து கொண்டிருக்கிறேன். ஆனால் என்னுடைய ஆழமான நம்பிக்கையை அவ்வப்போது சில புதிய எழுத்தாளர்கள் தகர்த்துக் கொண்டேயிருக்கிறார்கள்.

அந்த புதிய எழுத்தாளர்களில் ஒருவர்தான் "கவிஜி"

கவிஜியின் சிறுகதைகளில் முதலில் என்னைக் கவர்வது, அவர் கதைகளில் இருக்கும் வாசிப்புத்தன்மை, "Readability" என்கிற ஆங்கிலப் பதம் சரியானது என்று நம்புகிறேன். துப்பறியும் எழுத்தைப் போல அவ்வளவு விறுவிறுப்பாக எந்தக் கதையையும் நகர்த்தி செல்கிறார். " நான்", "ஆவணப்படம்", "மீண்டும் சில வெண்ணிற இரவுகள்", "வயலெட் நிற இரவுகள்" என்று எந்தக் கதையிலும் இந்தத் தன்மையைப் பார்க்கலாம். கண்டிப்பாக அவர் உலகத்தின் தலைசிறந்த கதைகளை படித்திருக்க வேண்டும் என்பது என் அனுமானம்.

"இரவு சாம்பல் பூத்திருந்தது", என்று தொடங்குகிறது "நான்" என்னும் கதை. மரித்தவர்களைப் பற்றிய அற்புதமான கதை இது. மரித்தவர்களின் வீட்டிற்கு சென்று, மரித்த பிறகு அவர்கள் என்னவாகிறார்கள் என்று ஒருவன் ஆராய்ச்சி செய்கிறான், அவன் என்ன செய்கிறான், எங்கெல்லாம் செல்கிறான் என்று அவனுடைய நடவடிக்கைகளை கவனித்துக் கொண்டிருக்கிறாள் ஒருத்தி. மிக அற்புதமாக எழுதப்பட்ட கதை இது. வாசகர்களின் கண்களுக்குள் காமிராவை பொருத்திவிட்டு, வார்த்தைகளினூடே நிகழ்வுகளைக் காட்சிப்படுத்துகிறார் கவிஜி. மிகத் தேர்ந்த எழுத்தாளர்களால் மட்டுமே இப்படிப்பட்ட கதையை எழுத முடியும். கதையின் முடிவு மிகச் சாதாரணமாகக் கூட அமைந்திருக்கலாம். எனக்கு அதில் அக்கறையில்லை. ஒவ்வொரு கதையையும் கவிஜி நகர்த்தி செல்கிற விதம், காட்சிப்படுத்தும் தன்மை, கச்சிதமான மொழிநடை யாவும் என்னைக் கவர்கிறது.

ஒரு கதையைப் போல, இன்னொரு கதையை கவிஜி எழுதுவதில்லை. பல விதங்களில் சோதனை முயற்சிகளை செய்து கொண்டேயிருக்கிறார். " வயலெட் நிற இரவுகள்" என்கிற கதையில் கவிஜியும் ஒரு கதைமாந்தர். பாண்டியின் கதையைக் கவிஜி எழுதுகிறாரா? அல்லது கவிஜியின் Script ஐ வேறு யாராவது எழுதுகிறார்களா என்று இனம் தெரியாதவாறு வித்தியாசமாக எழுதப்பட்ட கதை இது.

கவிஜியின் கதைகளில் யதார்த்தவகையும் உண்டு. பின் நவீனத்துவப் பாணியும் உண்டு. கதை எழுத வேண்டும் என்பதற்காக தன்னை வருத்திக் கொண்டு, செயற்கையாக எழுதும் போக்கை

அவரிடத்தில் காண்பதற்கில்லை. சுவாசிப்பதைப் போல மிக இயல்பாக எழுதிச் செல்கிறார்.

“ ஆவணப்படம்” என்னும் கதையில் இடம் பெரும் அர்ஜுன் , தன் புகழ் போதைக்காக, விலைமகளிரைப் பற்றிய கதையை இயல்பாக எடுக்கிறேன் என்கிற சாக்கில் ஆவணப்படமாக எடுக்கிறான். பொருளாதார நிர்பந்தத்தால் பாலியல் தொழிலைத் தேர்ந்தெடுத்துக் கொண்ட ஒரு பெண்ணின் கதை.

“என் பொண்ணுங்களுக்கு என்ன பத்தி எதுவும் தெரியாது. தெரியவும் கூடாது...நீங்க பபியனுக்கு தெரிஞ்சவங்கங்கறதுனாலதான் இவ்வளவையும் சொல்றேன்..... நீங்க எழுதற கதையில என் கதையை எழுதுங்க.. ஆனா... பேர் முகவரி மட்டும் போடாதீங்க....”

என்று கூறும் அஞ்சலிதேவியை அவளுக்கே தெரியாமல் ஆவணப்படம் எடுக்கிறான். அந்த ஆவணப்படத்திற்கு அவள் குடும்பம் பலியாவதைச் சொல்லும் கதை இது.

கவிஜியின் கதைகளில் சமூக சிந்தனை உள்ளதா என்று நாளை எவரேனும் கேட்டுவிடக்கூடாது என்பறக்காகத்தான் இத்தகைய கதைகளை எடுத்துக் காட்டுகிறேன்.

கதை என்பது கதைதான்.

கவிஜியின் கதைகளில் நாம் அன்றாடம் சந்திக்கும் மனிதர்கள் இடம்பெறுகிறார்கள். நம்மை போலவே பயணம் செய்கிறார்கள். நம்மை போலவே திருமணம் செய்து கொள்கிறார்கள். நம்மை போலவே பேசுகிறார்கள். நம்மை போலவே வாழ்வதாக பாவனை செய்கிறார்கள். ஆனால், நாம் பார்க்கத் தவறிய, காண மறுத்த, காண அச்சப்படும் ஏதோ ஒரு கணத்தை அவர் பதிவு செய்து விடுகிறார். “சில தேள்களும், சில செல்பிகளும் “ என்னும் கதை அப்படிப்பட்டது. வித்தியாசமான கணங்களை அல்லது ஆபத்தான கணங்களை செல்பி எடுக்கும் ஒருவனைப் பற்றிய கதை இது.

“கண நேரத்தில் வந்து போன ரயிலுக்குள் நான் வெறும் சதைகளாகக் கிடந்தேன் ...... என்னோடு சில தேள்களும் செத்துக் கிடந்தன......இந்த சேப்டருக்கு நீங்களே எண் கொடுத்துக் கொள்ளுங்கள்”

என்ற வரிகளை நீண்ட நேரம் யோசித்துக் கொண்டிருந்தேன். யதார்த்தத்தில் இப்படி யாருக்கும் நடக்காது. ஆனால் மாய யதார்த்தம் தன் போக்கில் நிகழக் கூடும். “விடிஞ்சா கல்யாணம்”

என்னும் கதையும் அப்படிப்பட்ட கதைதான். காலக் குழப்பத்தை அடிப்படையாக கொண்ட கதை. ஒரே நபரை இரு இடங்களில் நீங்கள் சந்திக்க நேர்ந்தால்? ஒரே நிகழ்வை? ஒரே இடத்தை? அல்லது உங்களை நீங்களே சந்தித்தால்?

கவிஜி இப்படி வித்தியாசமாக எழுவதற்கு காரணம் என்ன? உண்மையிலேயே இன்றைய யதார்த்த வாழ்க்கையை கவிஜி மறுதலிக்கிறார். எப்படியாவது இன்றைய வாழ்க்கையிலிருந்து தப்பிக்க வேண்டும் என்று அவருக்கு தோன்றுகிறது. வாழ்க்கையின் அலுப்பும், சலிப்பும்தான் விதவிதமாக அவரை எழுத வைக்கிறது. அந்த வகையில் " தீராநதி" என்ற கதையையும் நான் வரவேற்கிறேன். ஆதிக்கக் கருத்தியல் கொண்ட ஆணை ஒரு பெண்ணால் எப்படி பழிவாங்க முடியும் என்று யோசித்ததின் விளைவு அந்தக் கதை.

கவிஜியின் கதைகளை பக்கம் பக்கமாக எழுதிக் கொண்டு போகலாம். அடுத்த பக்கத்தில் கதை ஆரம்பிக்கும் என்பதால் இப்பக்கத்தோடு முடிக்க நினைக்கிறேன்.

வாசகர்கள் நிதானமாக இக்கதைகளை படிக்க வேண்டும். முன்னுரை என்பது வெறும் அறிமுகம்தான். கவிஜியின் சிறுகதை ஓடையில் குதித்து, நீந்திக் களிக்கும் கலையை நீங்களே அனுபவிக்க வேண்டும். தமிழ்நாட்டில் பல்வேறு வகையான வாசகர்கள் இருக்கிறார்கள். சிற்றிதழ்களைப் படிக்கும் தீவிர வாசகர்களிலிருந்து, தொடர்கதை படிக்கும் வாசகர்கள் வரை அனைத்து வாசகர்களையும் கவரக்கூடிய எழுத்து கவிஜியுடைய எழுத்து.

கவிஜியின் " மீண்டும் சில வெண்ணிற இரவுகள்" என்னும் கதை, பின்வரும் வாசகத்தோடு நிறைவடைகிறது"

" கதை சொல்ற சுவாரஷ்யத்துல ஒரு விஷயம் சொல்ல மறந்துட்டேன்...... இந்தக் கதையை உங்ககிட்ட சொல்லிட்டு இருக்கற நான்...... அந்த " வெண்ணிற இரவுகளை எழுதின அதே தாஸ்தாவெஸ்கி தான்".

வாழ்க்கையில் பல்வேறு முகங்களை பல்வேறு வகைகளில் எழுதிப் பார்த்தவன் தாஸ்தாவெஸ்கி.

தன் எழுத்துக்கள் குறித்து, அத்தகைய பெருமிதம் கவிஜிக்கு இருக்கிறது.

கவிஜி தாஸ்தாவெஸ்கியை எழுத வேண்டும் என்று பிரியப்படுகிறேன்.

தன் மனத்தைத் திறந்து வைத்திருந்தால், அல்லது, கவிஜி தொடர்ந்து கவிஜியாக இயங்கினால் அது சாத்தியப்படும் என்று அவரை மனமார வாழ்த்துக்கிறேன்.

என்றும் அன்புடன்,
பா. ரவிக்குமார்

புதுவை.
25/08/2017

என்னுரை

என்ன மாதிரியான வெடிப்பென்று தெரியாது. ஆனால் நிகழ்ந்தது. நித்திரையினூடாக... தனித்திருக்கும் வாயிலாக... தவம் கலைக்கும் நூலாக... எங்கெல்லாமோ சுற்றி அலையும் நான் என்ற தர்க்கம் தாண்டிய புள்ளி ஒன்றின் உடைதலாக அது நிகழ்ந்தது. நினைவைக் கிளறி கிளறி புனைவை கண்டடைகிறேன். கண்டடைதலின் கூடுகளில் குடியேறவும் முடியாத மலை உச்சி பிறழ்தலின் மிச்சம் எதுவென மீண்டும் மீண்டும் தேடும் ஒரு வனத்தின் சிறு பறவையென தான் நானும். மாமாவின் கதைகள் மனம் முழுக்க நிறைந்திருக்கிறது. அருகில் கண்டதோர் அடர் நிறத்தின் தாவுதலை இன்னமும் அது கவ்விக் கொண்டுதான் திரிகிறது.

எங்கிருந்தும் கிடைத்து விடும் கதைகளை அணு அணுவாய் பொறுக்கி நட்சத்திரம் செய்வது காலத்தின் கட்டாயம். காதலின் நிமித்தம்.. காமத்தின் நிமித்தம்.. கனவுகளின் நிமித்தம்.. சில விதைகளின் நிமித்தம்... சமுதாயம் எனக்கொரு கதவை எப்போதும் பூட்டியே வைத்திருக்கிறது என்று ஏனோ நம்புவதால் கிடைக்கும் இடைவெளியில் எல்லாம் எட்டி உதைத்து எள்ளி நகையாடி.. இலவம் பஞ்சுவின் இமை மூடா நகரம் தண்டி எனக்கொரு தூர தேசம் படைத்துக் கொள்வது அடுத்தடுத்த பக்கங்களின் ஆழம். அது நிரம்பி வழிந்து இன்று முகம் காட்டும் முயக்கத்தில்.. தொகுப்பாகி இருக்கிறது...

தோகை விரிக்காவிடினும் அது மயில்தான் என்பது எனக்கு பாடம். விரித்தால்தான் பாடம் என்பது வாழ்வின் தாகம். இதோ விரித்து திசையெங்கும் மினுமினுக்கிறது. படைப்புகளின் நிமித்தமே என் இருத்தல் இருப்பதாக நான் நம்புகிறேன். இருத்தலின் வியப்புகள்... இசைக்கும் விசைக்கும் திசைக்கும் என் பசிக்கும்...மீள பொருளாகி கதை வடிக்கிறது.

பால்ய இரவுகளில் மாமா கூறிய சிறு சிறு கதைகள்... பெருத்த கனவுகளோடு இங்கே என்னை சிதறுகிறது. பால்வெளியின் கனத்த குளிரும் உண்டு. பாலைவனத்தின் உறுத்தும் வெயிலும் உண்டு. சில பனிக்காலம்...சில இலையுதிர் காலம்...சில மழைக்காலம்...சில போது காலமற்ற உறைதலின் பொருட்டும் சில பக்கங்களை நீங்கள் கடக்க நேரிடும். அது யாரோ காற்றில் எழுதும் தீரா பக்கங்கள் எனவும் கொள்க.

இருபது கதைகள். இருபதிலும் நானே முகமூடி அணிந்து சுழலுகிறேன். நான் என்பது இங்கே.... நீங்களும்தான். இங்கு எல்லாமே ஒன்றை ஒன்று சார்ந்து தான் இருக்கிறது. அது தான் நீட்சின் மறுவானம் கொட்டும் தொடுவானம் என்றும் கொள்கிறேன். என் மாமா கூறிய பத்து நிமிடக் கதைகளை அடுத்த நாள் பள்ளியில் அரை மணி நேரம் இழுத்துக் கூறுவேன். என் கதையில் யுக்தி சேர்ந்த காலம் அது. காலங்களை சேமித்து வைக்கும் நிறம் கதைகளுக்கும் உண்டு என்று நம்புகிறேன்...அதன் நிறம் இன்று "ஊதா" வாகி இருப்பது என் வளைவுகளின் விருப்பம். நான் வளைந்து வளைந்து மலையேறிக் கொண்டேயிருக்கிறேன். உச்சியின் தாகம் பிளிற ஒரு கதை சொல்லியின் ஞாபகம்...திறக்க திறக்க சீசாவாகிக் கொண்டே இருக்கிறது. இருப்பதும்.. இல்லாமல் போவதும்.... பக்கத்துக்கு பக்கம் மாறுபடும். இது தூர தேச நினைவுகள் தவிப்புகள். புனைவுகளின் வெறி கொண்டு பூலோகம் நிறைக்கும் மெல்லிசை கூட கடுந்தவம் உடையும் பின் ஜாமம் உங்கள் கதவை இன்னும் இன்னும் பலமாக தட்டும் கடவுளின் தனிமையென நிரம்பும் சூட்சும யாகம்.

"ஊதா நிறக் கொண்டை ஊசிக் கதைகள்" வளைவுகள் நிறைந்தவை. வாழ்வும் நிறைந்தவை. பெருங்கனவும்.....பெருத்த வினாவும் கொண்ட புதிர்கள். தொலைவதும் மீண்டு கொள்வதும் உங்கள் முணுமுணுப்பில். அலை நிறைந்த அர்த்த ஜாமங்களை அப்படியே கொட்டுவதுதான் ஏகாந்த திறவின் சுழல் நெளியும் ஜுவாலை. குளிர் காயவும்... உடல் வேகமும் நீங்களே நானாகும் சில பக்கங்களை அச்சடித்து அரங்கேற்றுகிறோம்.

இரண்டாம் பதிப்பாக வெளியிடும் படைப்பு குழுமத்துக்கு மனமார்ந்த நன்றிகள்.

உதவிய எல்லா உள்ளங்களுக்கும் நன்றி.

ப்ரியமுடன்
கவிஜி

சில தேள்களும் சில செல்பிகளும்

intro

இந்தப் பயணத்தின் முடிவு எப்படி இருக்குமோ எனக்கு தெரியாது. இப்படித்தான் இருக்க வேண்டும் என்ற எந்த கட்டுப்பாடோ ஆசையோ இல்லை.

போகி........................ றே............................ ன்...

என் சொந்த ஊருக்கு, நான் பிறந்த மண்ணுக்கு... நீண்ட நாட்களுக்கு பின்.. இல்லையில்லை நீண்ட வருடங்களுக்கு பின்... போகிறேன். மனதுக்குள் ஏதேதோ மாற்றங்கள். நொடிக்கொரு தரம் மாறும் மனநிலைக்குள் நான் எந்த நொடி என்பதுதான் எனது பதிலாக இருக்கிறது, மாறாக கேள்வியும் கூட... கேள்விகளினூடாக நினைவுகளும் பயணிக்கத்தான் செய்கிறது. பயணங்களின் ஊடாக நினைவுகளும் நிலைக்கண்ணாடி சுமக்கத்தான் செய்கிறது.

எங்கள் ஊருக்கு ஜீன்ஸ் பேண்டை அறிமுகப் படுத்தியவன் நானே. கான்வாஸ் ஷூ. குளிர் கண்ணாடி. ஒற்றைக் காதுக் கடுக்கன் என்று 90களின் உலகத்தை ஊருக்குள் கொண்டு சென்றவன் நானே. அதன் மூலமாக எனக்கு கிடைத்த பெண் தோழிகளின் எண்ணிக்கை அதிகம். அதே போல் அதைக் கண்டு பொறாமை கொண்டு எனை வாய்ப்பு கிடைத்தால் அடித்து துவைக்க காத்துக் கொண்டிருந்த ஆண் நண்பர்களுக்கும் பஞ்சமில்லை. ஆனாலும் நானே இளவரசன் என்பது போலதான்..... பைஜாமா போட்டுக் கொண்டு ஊர் சுற்றுவதாக இருந்தாலும் சரி... தொடை ஒட்டிய ஷார்ட்ஸ் போட்டுக் கொண்டு வீதி வலம் வருவதாக இருந்தாலும் சரி. நானே... நாகரிகத்தின் குறியீடாக இருப்பது போலக் காட்டிக் கொள்வேன்.. மற்றவர்களும் காண்பார்கள்.

எல்லாரும் சாதாரண மிதி வண்டி ஓட்டியபோதே நான் பைக் மாதிரியான மிதி வண்டியை ஓட்டியவன். கொஞ்சம் ஆங்கிலமும் தெரிந்தவன் என்பதால் என்னை சுற்றி எப்போதும் படிப்பு

தொடர்பான விஷயங்கள் மொய்த்துக் கொண்டிருக்கும். ஊருக்குள் பல பேருக்கு கடிதம் எழுதிக் கொடுத்தும், படித்தும், பேர் வாங்கிய கொஞ்சம் புத்திசாலியும் கூட. ஊரில் இருக்கும் என்னை மாதிரி பசங்க எல்லாருமே பயந்து கொண்டிருந்த குடுகுடுப்புக்காரனை.... பேயை போல வேஷம் போட்டு ஊர்க்கோடி வரை விரட்டி கொண்டுபோய் விட்டு வந்த கில்லி என்று பெரியவர்கள் மெச்சுவார்கள்.

அப்புறம் ஒரு முக்கியமான விஷயம் சொல்ல மறந்து விட்டேன். நான் எங்களூருக்கு இப்போது போவது எதற்கென்றால்......?

சேப்டர் ஒன்

அது உங்களில் பல பேருக்கு மொக்கையாக கூட இருக்கலாம். என்ன செய்வது எனக்கு மொக்கையாக இருப்பது உங்களுக்கு பிடிக்கலாம். உங்களுக்கு மொக்கையாக இருப்பது அவருக்கு பிடிக்கலாம். எல்லாமே சமநிலை யதார்த்தம்தானே. அப்படி அது எனக்கு ஹாபி. இந்த ஸ்டாம்ப்ஸ் எல்லாம் சேர்த்து வைப்பது போல... இந்த பழைய கால நாணயங்களையெல்லாம் சேகரிப்பது போல. சரி அப்படி என்ன ஹாபி என்று யோசிப்பவர்கள் பின் தொடருங்கள். சொல்கிறேன்.

சொல்லுதல் எல்லாமே சொல்லி விட்டவைகளின் நீட்சி என்று நான் நம்புவதே இல்லை. நம்பியவைகளை எல்லாம் சொல்லிவிடுவதும் இல்லை. ஒரு புதிருக்குள் தலையை மட்டும் விட்டு விட்ட உடலின் வாலின் துடித்தலைப் போலதான் இங்கு வாழ்வின் இரண்டாம் பாகம் துடித்துக் கொண்டேயிருக்கிறது.

சுழற்சிகளின் தத்துவ சாரத்தோடு பேருந்தை விட்டு இறங்கிய நான்.... ஊர்க்கோடியில் இருந்த அந்த மரத்தை நோக்கித்தான் சென்றேன். என்னை தாண்டிய சிலருக்கு என்னை அடையாளம் தெரியவில்லை. நானும் கண்டு கொள்ளவில்லை. என் மனம் முழுக்க அந்த மரமே வியாபித்திருந்தது. இந்த மரத்தின் யோசனை எத்தனை இரவுகளில் கிளை அசைத்திருக்கும். மனம் அசைய அசைய மரத்தை பார்த்தும் விட்டேன். பார்க்க பார்க்க பரவசம்... என் கண் முன்னால் விதைந்து... செடியாகி.. மரமாகி இத்தனை காலத்துக்கு அப்புறமும் இங்கு இப்படி நிற்கிறதே. காலத்தின் கிளைகளை என்னவென்று வர்ணிப்பது...!

அடுப்பில் சட்டினியை வைத்துக் கொண்டு.... "குட்டி.... ஓடிப் போய் கருவாப்பல புடிங்கிட்டு வா" ன்னு அத்தை சொல்ல சொல்ல....நான் பாதி மரம் ஏறி இருப்பேன். அடுத்த கணம் பிடுங்கிய கறிவேப்பிலை சட்டினியில் மணக்க மணக்க வதக்கப்படும். இன்றும் மணக்கும் நினைவுக்குள் மரம் இன்னும் பெரியதாகி இருந்தது.... இருக்கிறது....இருக்கும்.

சுற்றும் முற்றும் பார்த்தேன். யாரும் இல்லை. பரந்து கிடந்த வெளி எங்கும் வெறும் கட்டடங்களால் சூழ்ந்த ஒரு வேறு பகுதி போல தோன்றினாலும் மக்கள் வீட்டுக்குள் முடங்கிக் கொண்டது புதியதாக இருந்தது. இரவு பகல் பாராமல் வாசல் எங்கும் மக்களின் கூட்டமும்...அப்பத்தாவின் கதையும்...வெண்ணிலவின் குளிரும்.. அடர் வெயிலின் நிறமும்.... தங்கிக் கிடந்த நாட்களை நினைக்காமல் இருக்க முடியவில்லை. தொலைக்காட்சியை முடக்கி வைத்துக் கொண்டார்கள் போல. ஜன்னல்கள் கூட அடைபட்டே கிடந்தன. மள மளவென ஏற முடியவில்லை என்றாலும் பார்த்து பார்த்து ஏறினேன். அப்பிடி இப்பிடி என்று கறிவேப்பிலை மரத்தின் உச்சிக்கே சென்று விட்டேன். ஏனோ காலத்தில் பின்னோக்கி ஏறி நடந்து வந்து என் பால்யத்தை அடைந்தது போலவே ஒரு மிரட்சி. மனதுக்குள் மட்டும் கறிவேப்பிலை இலையில் தங்கிய நேற்று பெய்த மழையின் குளிர்ச்சி.

எனக்கு புன்னகையை அடக்கவே முடியவில்லை. சிறு பிள்ளையின் இனிப்புத் தேடல் போல எனது மனம் அலைந்தது. எடுத்தேன் என் செல்போனை. முகத்துக்கு நேராக நீட்டினேன். கறிவேப்பிலை மரத்தின் உச்சியிலிருந்து கறிவேப்பிலை பழங்களினூடாக என் முகம் விழுவது போல ஒரு செல்பி எடுத்தேன். நான் முன்னமே சொல்லாமல் சொன்னது போல என் ஹாபிக்கு என் நினைவுகளின் துளியை விதைக்கும் பயணம் இது என்பது போல... வாழ்வின் சாட்சியாய்.... ஒரு பால்ய நண்பனைப் போல நான் எடுத்துக் கொண்ட இந்த செல்பி... என்னை தாலாட்டியது போல இருந்தது.

தூரத்தில் இன்னுமும் ஏதோ ஒரு வீட்டில் "எந்தன் கைக்குட்டையை யார் எடுத்தது" பாட்டு பாடிக் கொண்டிருந்தது.

மெய்மறந்த...... என் பிடி விலக... சர சரவென கீழே...........

சேப்டர் டூ

நீண்டு கிடந்த தனிமைக்குள் மீண்டும் நான் தேடிக் கொண்ட தனிமையோடு அமர்ந்திருந்தேன். இதே ரயிலடியில் எத்தனை நாள் விளையாடி இருப்பேன். எப்போதாவது வரும் அந்த ஒற்றை ரயிலைக் காண எத்தனை நேரம் காத்துக் கிடந்திருப்பேன். ரயில் மீது இனம் புரியாத அச்சம் கொண்ட ஆசை மனதுக்குள் ஓடிக் கொண்டேயிருக்கும்......இழுக்காத நிறுத்தல்களைக் கொண்ட குறியீட்டு சொப்பனமாய் நான் மீண்டும் மீண்டும் ஒரு ரயிலின் பாதையாய் இருப்பது போல இன்று அமர்ந்திருந்தேன்.

என் இடது பக்க விலா சதையில் இருந்து ரத்தம் கசிவதை துடைத்துக் கொண்டே அமர்ந்திருந்தேன். கறிவேப்பிலை மரம் செல்பியில் கிடைத்த விழுதலில் இன்னும் கொஞ்சம் கீழே நகர்ந்திருந்தால் சதையை கிழித்த கூர் வாது.... வயிற்றுக்குள்ளும் சென்றிருக்கும். கடைசி நேரத்தில் கிடைத்த இன்னொரு கிளை உயிர் காத்தது. நினைக்கவே உடல் வேர்த்தது.

எத்தனை யோசித்தாலும்... என் சிறு வயது ரயிலுக்கு வண்ணம் பூசவே முடியவில்லை. ஒரு கருப்பு வெள்ளை சினிமா படம் போலதான் ஓடி வந்து என்னைத் தாண்டி செல்லும் ரயிலை நினைக்க முடிகிறது. ரயிலின் ஞாபகங்கள் எப்போதுமே தாலாட்டும் காலங்களைக் கொண்டவை. ஆனால் இன்று வரை நான் ரயிலில் பயணம் செய்ததே இல்லை என்பதை யோசிக்கும் போது அன்று ரயிலைப் பார்க்க காத்திருந்த ஆசைக்கு கை கால் முளைத்து ஓட வைத்தது போலத்தான் நினைக்கிறேன்.

கண்களாய் நீண்டு விட்ட போதும் முழுக்க தண்டவாளத்தின் நீட்சியே ஒரு நதி போல திரும்பி பார்த்த பின்னும் வாலின் திரும்புதலாய் மீண்டும் நீண்டு கிடக்கும் இம் முனையை... இன்னும் கொஞ்சம் நீட்டித்துக் கொள்ளும் கற்பனையோடு இனம் புரியாத புள்ளிக்குள் அடைபட்டவனாக மிதந்தேன். தூரத்தில் கேட்கும் ரயிலின் ஓசையை துல்லியமாக இதயம் உள் வாங்கி எதிரொலிப்பதாக நினைத்த மாத்திரத்தில் ஒரு சதுர புள்ளியாக வரத் தொடங்கியிருந்தது ரயில்.

'அதே ரயிலா'- என்று கேட்ட மனதோடு எழுந்து நின்றேன். தண்டாவாளத்தில் நடுவில் நின்ற போது மனதுக்குள் ஏதேதோ கிளிக்கியது.

கவிஜி ஊதா நிறக் கொண்டை ஊசி கதைகள் 15

'இது என் ரயில்'- என்ற ஒரு வகை இருள் மாப்புடன் என் செல்போனை எடுத்து என் முகத்துக்கு நேராக நீட்டி செல்பி எடுக்கத் தயாராக இருந்தேன். ரயில் என் அருகே வரும் போது செல்பி எடுத்து விட்டு எட்டிக் குதிப்பதுதான் திட்டம்.

ரயில் நெருங்கிக் கொண்டிருந்தது. நன்றாகவே சத்தத்தையும் வேகத்தையும் உள் வாங்க முடிந்தது. ஏனோ கை நடுங்கத் தொடங்கியது. காதோரம் வியர்வை கொப்புளங்கள் உடைந்து வழிந்தன. கால்கள் பலம் இழப்பது போல ஒரு நிஜம் என்னை சுற்றி அலையடித்தது. ரயிலின் பெரும் ஓலம் மிக அருகில் கேட்டது. என் பெரு விரல் வேலை செய்யாமல் இருப்பது போல தோன்ற.....நொடியில் ஒரு முறை கிளிக் செய்தேன். தொடுதிரையில் விரல் படாமலே வேகமாக தன் தலையை எடுத்துக் கொண்டது போல இருந்தது. என்ன செய்வதென்றே தெரியவில்லை. எதற்கு நிற்கிறேன் என்றே மறந்து போனது. இன்னும் ரயிலின் நேரக்கத்தின் தூரம் குறைந்தது. மனதை ஒரு நிலைப் படுத்தி ஒரு சதுரத்தில் குவித்து... கண்களை கூர்மையாக்கி... கிளிக்கி விட்டேன். ஆனால் என் உடல் நடுக்கத்தில் எடுக்கப்பட்ட புகைப்படம் அசைந்து விட...... மீண்டும் மீண்டும் முயற்சிகளில் கிளிக்கிக் கொண்டேயிருக்க.............. இருக்க....................
க்க...................... ரயில் என் முதுகருகே வந்து...வந்து......ந்து............
து.... வந்து விட்டதை செல் போன் அப்படியொரு பயங்கர சத்தத்தோடு பிரதிபலித்தது....... இதோ.. இதோ.. அடுத்த நொடி...

சேப்டர் 3

எல்லா கிராமத்திலும்.. ஒரு கதை சொல்லி இருப்பார்கள்.... கிராமத்தில் வாழ்ந்தவர்களுக்கு தெரிய வாய்ப்பிருக்கும்... இந்த வீடு.. எங்கள் ஊர் கதை சொல்லியின் வீடு.. இந்த திண்ணையில்தான் கதை சொல்லியான எங்கள் எல்லாருக்கும் சொந்தமான, பொதுவான அப்பத்தா உட்கார்ந்திருக்கும்... விடிய விடிய சுவற்றைப் பார்த்து விட்டு விடிந்த பின், "இன்னுமா படம் போடறானுங்க.. நான் போறேன்"- என்று எழுந்த போதுதான்.. தான் திரையைப் பார்க்காமல் திரும்பி அமர்ந்திருந்ததை உள் வாங்கி கொள்ளும் அளவுக்கு ஏதோ ஒரு கதையின் ஓட்டத்தை மனதுக்குள் ஓட விட்டுக் கொண்டேயிருக்கும்....சுவாரஷ்யமான கதாபாத்திரம் எங்கள் அப்பத்தா.

வெள்ளிக்கிழமை இரவென்றால் அது பேய் கதைக்கான நாள். அதுவும் அடுத்த இரண்டு நாட்கள் பள்ளிகள் விடுமுறை என்பதால் பள்ளி விட்டதுமே வீட்டுக்கு சென்று துணி மாற்றிக் கொண்டு ஒவ்வொரு வீடாக சென்று என்னைப் போல உள்ள பசங்களையும், பிள்ளைகளையும் கூட்டிக் கொண்டு ஏதோ திருவிழாவுக்கு போவது போல படை திரட்டிக்கொண்டு வரும் நான் ஒரு கதாநாயகனாகவேதான் தோன்றுவேன்.. அப்படி ஒரு நினைப்பு..... அப்பத்தாவும்.. கதை சொல்லும் போதெல்லாம் அதிகமாக என்னையேதான் பார்த்து பேசும்.

அடிக்கடி உதாரணத்துக்கு.. "இப்ப இவன் இருக்கானே..." என்று என்னைத்தான் கை காட்டி பேசும்... ரயிலில் அடி பட்டு இறந்த யானை பேயின் கதையை சொன்ன நாளில்தான்.... ஊருக்குள் முதன் முதலாக ஒரு முக்கியமான நபர் வந்தார். நாங்கள் அவரை கண்டு கொள்ளாமல் யானைப் பேயின் கதைக்குள் மூழ்கிக் கிடந்தோம்.

அப்பத்தா கதை சொல்ல சொல்ல கதாபாத்திரங்கள் நம் அருகே செல்வதைப் போலவே இருக்கும்.... நம்மோடு கலந்து உரையாடுவது போல இருக்கும்... பேய்க் கதைகளின் பேய்கள் நம்மை ஊடுருவி பார்ப்பது போலவே இருக்கும்...... அப்படி ஒரு ஆளுமை. வார்த்தை பிரயோகம்... கதைகள், காடு மலைகளைத் தாண்டி ஒரு தேவதையைத் தேடி ஓட வைக்கும்... இரவெல்லாம் விரட்டிய பேயிடம் மாட்டிக் கொள்ளாமல்... கிராமம் கிராமமாக ஓடிக் கொண்டேயிருக்கும் கதை நாயகன் பேயிடம் மாட்டிக் கொண்ட கதையைக் கூட காப்பாற்றியபடியே ஓடிக் கொண்டிருப்பான்....... அவன் ஓட்டம் தடை படும் நேரத்தில் எல்லாம்.. எங்களின் வாய் பிதுங்கும்...... விட்டால் அழுகையே வந்து விடும்.... எங்களின் முக குறிப்பை புரிந்து கொண்டு கதையை சாமர்த்தியமாக நீட்டிக் கொண்டு செல்லும் அப்பத்தா.... புதிர்களின் முடிச்சாகவேதான் தெரிந்தது.....

ஒரு கதையில்கூட கெட்டவன் வெற்றி பெற்றது போல அப்பத்தா கதையை முடிக்காது.

"தர்மம்தான் ஜெயிக்கணும்.."- என்று அடிக்கடி சொல்லும்.. "தீமை அழியத்தான் வேணும்..... நல்லவனா இருக்கத்தானே இந்த பொறப்பு. அது கதையா இருந்தா என்ன... நிஜமா இருந்தா என்ன...?.. ரெண்டும் ஒன்னுதான்"- என்று அடிக்கடி அடிக் கோடிட்டு கதையை துவக்கும்... அல்லது முடிக்கும்.

அப்பத்தாவுக்கென்று யாரும் சொந்த பந்தங்கள் கிடையாது.. எனக்கு விபரம் தெரிந்த நாளில் இருந்து இந்த வீட்டில்தான், அதுவும் இந்த திண்ணையில் தான் உட்காந்திருக்கும்.. தூங்கும்.. பெரும்பாலும் பகலில் தூங்கிக் கொண்டேயிருக்கும்...இரவில் விழித்துக் கொண்டே கதை தேடிக் கொண்டிருக்கும்....கேட்டால் சொல்லும்.... ''கதைங்கறது கதையில்ல, அது நிசம்.... அதை தேடிட்டே இருக்கனும்.... விட்டா உசுரு மாதிரி ஓடிப் போய்டும்...''- என்று தொடர்ந்து பேசும்.. பேச பேச பேசிக் கொண்டே இருக்கும் சொற்களின் கூட்டாஞ்சோறுக் குவியலாய் எங்களுக்கு மட்டும் ருசி சேர்ந்து கொண்டேயிருக்கும்.

சிறுகதை... குறுங்கதை.. தொடர்கதை.. ஒப்பாரிபாட்டு.. பிறந்த நாள் பாட்டு... நாற்று நட பாட்டு... சமைந்த பெண்ணுக்கு பாட்டு...இறப்புக்கு பாட்டு என்று எப்போதும்.. கதைகளும் பாட்டுகளும்தான்..... இவை அனைத்தும் இலக்கியங்கள் என்று தெரியாமலே இங்கேயே வாழ்ந்து இங்கேயே முடிந்தும் போன அப்பத்தாவை நினைக்க நினைக்க மனதுக்குள் விட்ட கதை தொட்ட கதை விடாமலும்....தொடாமலும்..... துரத்துவதை உணர முடிந்தது.

எத்தனையோ அப்பத்தாக்கள் சொல்ல முடியாத கதைகளோடு, கதைகளாய் ஆகி விடுவதை கோடிட்டுக் கொண்டே இருந்த மனதோடு......ஊருக்குள் தனித்துக் கிடந்த வீட்டில் யாருமில்லாமல் இடிந்து பாழடைந்து கிடந்த திண்ணையின் ஓரத்தில் அமர்ந்தேன்.... மனக் கண் முன்னால் அப்பத்தா திண்ணையில் அமர்ந்திருப்பது போலவும் நாங்கள் கீழே அமர்ந்து அப்பத்தாவையே பார்த்துக் கொண்டிருப்பது போலவும் காட்சிகள் முன் பின்னாக ஓடின..அடித் தொண்டையில் அடிக்கடி சிரிக்கும் அப்பத்தாவின் குரல் கூட கேட்பது போலதான் இருந்தது அந்த நிமிடம்.

அப்பத்தாவின் ஆன்மா எனக்குள் ஏதோ ஒரு கதையை சொல்ல முயற்சிப்பதாக நினைக்கத் தூண்டியது. அங்கு சட்டென வீச ஆரம்பித்த கறிவேப்பிலை வாசம். கறிவேப்பிலை துவையல் மீதிருந்த அப்பத்தாவின் ஆசையை ஞாபகமூட்டியது.

கதைசொல்லிகளின் மனதில்தான் கதைகளின் ஆரம்பவும் முடிவும் கணக் கச்சிதமாக அமர்ந்து விடுகின்றன....... மனம் கனத்த மௌனத்துக்குள் செல்ல செல்ல.. நான் என் செல்போனை எடுத்தேன்.. ஏற்கனவே எடுத்த செல்பிகளை மீண்டும் தொடுதிரை

நகர்த்தி நகர்த்தி பார்த்தேன்....மனம் ஒரு வித அலைக்குள் தடுமாறி ஆழ்ந்த மூச்சு விட்டு தன்னை ஆசுவாசப் படுத்திக் கொண்டது போல உணர்ந்தேன்..... ... கறிவேப்பிலை மர உச்சியில் எடுத்த செல்பி.. என்னை ஒரு சிறு பிள்ளையாக காட்டியது போல இருந்தது..... அடுத்து............ நகர்த்தினேன்.....அடுத்து............ நகர்த்தினேன்.... ரயிலின் முன்னால் நொடிகளில் உயிர் தப்பிய செல்பி.... பட படக்கும் காற்றில் மிதந்து செல்லும் ஒரு போர் வீரனைப் போல காட்டியது. புன்னகைக்க தோன்றியது.

திக் திக் நொடிகளில் எடுக்கப்பட்ட புகைப்படங்கள் பின் ஒரு சமயம் பார்க்கும் போது... கிடைக்கும் திர்லிங்... கைகளின் மயிர்கால்கள் நட்டுக் கொண்டன. மைக்ரோ நொடிகளில் உயிர் தப்பிய ....செல்பியல்லவா...!

சிரித்துக் கொண்டே ... மெல்ல தலையை சாய்த்து.. அப்பத்தா அமர்ந்திருக்கும் இடத்தோடு தலையைக் காட்டி ஒரு செல்பி எடுத்தேன்.. எடுக்க எடுக்கவே உடலை வளைத்து நின்ற கால்கள்... தடுமாறி...திரும்பி..

"என் கண்கள்... என் கண்கள்... அப்பத்தா......"........................... கத்தினேன்.....

சேப்டர் 4

"நான் வந்த ரயிலில் தான் அந்த யானை அடி பட்டு செத்து போச்சு"- என்றுதான் எங்களிடம் பேசவே ஆரம்பித்தது ஷைலஜா.

எனக்கு ஷைலஜாவைப் பார்க்க பார்க்க ஒரு புது மாதிரியாக இருந்தது.

ஷைலஜா.... எப்டி இருக்கும் என்று எப்படி சொல்வது......?...!....

இந்த சினிமாக்களில் ஒரு கிராமத்தில் ஒரே ஒரு படித்த பெண்..... தாவணி பாவாடையில் வெல வெலவென ஒல்லியாக.........வளர்ந்து......ஜடையை தூக்கி முன்னால் போட்டுக் கொண்டு மாலை நேரங்களில் சிறுவர்களுக்கு பாடம் எடுப்பார்களே. அந்த மாதிரி ஒரு பெண். அந்த மாதிரி எங்கள் ஊரில் எந்த பெண்ணும் இருந்ததில்லை. எப்போதும் குளித்து

தலை முடியை காற்றில் அலைய விட்டு... உதட்டு சாயம் பூசி... பள பளக்கும் குட்டிகுரா பவ்டர் போட்டு... அதுவும் அவ்ளோ உயரத்தில் பார்க்கவே....பார்த்துக் கொண்டே இருக்க தோன்றும் அழகு.

தூரத்தில் வந்தாலும் மினுங்கும் ஒற்றை மூக்குத்தி. முகத்தை இன்னும் அழகாக்கி காட்டும். நான் நிறைய தடவை நேராகவே "அக்கா நீங்க ரெம்ப அழகு" என்று சொல்லி இருக்கிறேன். ஷைலஜா என்னை பிடித்து இழுத்து என் கன்னத்தில் ஆழமாக ஒரு முத்தம் பதித்து.... "என்ன அக்கானு எல்லாம் கூப்ட வேண்டாம்... ஷைலுனு கூப்டு. அதான்.. அழகா இருக்கும்" என்று கண்ணடித்தது.

நானும் முதலில் தயங்கி தயங்கி 'ஷை...ல் ...லு...." என்று மெல்ல முணங்கிக் கொண்டே அழைத்தேன்.... வீட்டில் யாரும் இல்லாத சமயங்களில் "ஷைலுலுலுலுலுலுலுலு................" என்று சத்தமாக கூப்பிட்டு கூப்பிட்டு பார்த்தேன்.

மெல்ல பழகியது. பல நாள் இரவுகளில் வெண்ணிலா முகம் பிரகாசிக்கும் மொட்டைமாடியில்... நான் அப்பத்தா கூறிய பேய்க் கதைகளை கூறுவேன். கண்கள் அகல விரிந்து... பின் மெல்ல சுருக்கி ... உதடு குவித்து... பின்....கதையின் போக்குக்கு தகுந்தாற் போல முகம் மற்றும் உடல் விரியும் ஒரு மோகினியைப் போல மாற்றிக் கொள்ளும் ஷைலுவின் பாவங்களை எத்தனை முறை பார்த்தாலும் அலுக்கவே செய்யாது.

"அப்பத்தா கதை சொன்ன அந்த வெள்ளிக் கிழமையில் வந்த அந்த முக்கியமான ஆள் இந்த ஷைலுதான்..." என்று குழந்தையின் கன்னத்தை பிடித்து இழுப்பது போல நான் அவ்வப் போது செய்வது ஷைலுவுக்கு ரெம்ப பிடிக்கும்.

"அது ஏன் ஷைலு.......தினமும் நம்மூர் ஆம்பளைங்க எல்லாம் தெரியாம தெரியாம இங்க வர்றாங்க. அப்ப மட்டும் நீ என்னை வீட்டுக்கு போக சொல்லிர்ற..... ஏன்?....." என்று கேட்ட போது.. என்னை சற்று நேரம் முறைத்து பார்த்து விட்டு,....... 'வா'...... என்று அருகே அழைத்து இறுகக் கட்டிக் கொண்டது. அதன் பிறகு அது பற்றி நான் கேட்பது இல்லை.

ஒரு நாள் நீண்ட நேரம் அழுது கொண்டிருக்கும் போல.... முகம் வீங்கி கண்கள் சிவந்திருந்தது.

"ஏன் ஷைலு அழுதிருக்க.... என்னாச்சு....?"- என்று கேட்டேன்.

என்னைப் பார்க்காமல் எங்கேயோ பார்த்தபடி "சீக்கிரம்... தம்பி பாப்பா பொறக்க போறான். எனக்கு பயமா இருக்கு. இன்னைக்கு என் கூடயே படுத்துக்கோ"- என்று என்னை அணைத்து என் வயிற்றில் முகம் புதைத்து தூங்கிப் போனது. நான் தூக்கம் வராமல் வெகு நேரம் விழித்துக் கிடந்தேன்.

காலையில், "ஆமா உனக்கு வயசென்னடா. உன் உயரத்தை வச்சு சொல்லவே முடியல" என்று கேட்டது...

நான் '13' என்றேன்.. மெல்ல திறந்த புன்னகையோடு.

சிரித்துக் கொண்டே கன்னம் பிடித்து கிள்ளியது ஷைலு.

அதன் பிறகு.... நான் ஊரை விட்டு போக வேண்டியதாய் இருக்க......எல்லாவற்றையும் விட்டு சென்றது போல ஷைலுவையும் விட்டு சென்றேன். காலத்தின் ஓட்டத்தில் மறதி என்பதை விட.. ஞாபகம் என்பதே அதிகம் இருந்தாலும்... தூரம் அதிகமானது போலதான் இருந்தது.

யோசித்துக் கொண்டே ஷைலுவைப் பார்க்க ஷைலுவின் வீட்டு பக்கம் போய்க் கொண்டிருக்கும் போதுதான்.. ஆங்காங்கே சிலர் நிற்பதும், குனிந்து கொண்டு போவதும் வருவதுமாக இருந்தார்கள்.

கண்களில் பட்டாம் பூச்சிகள் சிறகில்லாமல் பறப்பது போல ஒரு பிரமை. என் கண்ணுக்கருகே வலித்த கன்னப்பரப்பை கையால் தேய்த்துக் கொண்டே முன்னேறினேன். அப்பத்தாவை திண்ணையில் கட்டி வைத்திருந்த கம்பி வளையத்தின் முனையில் என் பேண்ட் மாட்டவில்லை என்றால் அப்பத்தாவின் திண்ணையை செல்பி எடுத்த போது உடல் வளைந்த நொடிகளில் தடுமாறி சரிந்து..... பின் சரி செய்து கொள்ள திமிறியதில் அப்பத்தாவின் திண்ணையில்.....மேல் சட்டத்தில் அடித்திருந்த ஆணி என் தடுமாற்ற விழுதலில் என் கண்ணுக்குள் போயிருக்கும். கால் தடுமாறியதில் காலம் மெல்ல நகர ஆணிக்குள் போக வேண்டிய கண்ணுக்கு பதில் கன்னம் உரசிப் போனது.

கவிஜி

ஊதா நிறக் கொண்டை ஊசி கதைகள் 21

நினைக்கும் போதே கண்ணுக்குள் ஊசி குத்துவது போல இருந்தது. ஒரு முறை கண்ணை தடவிக் கொண்டே..... அப்பத்தாவுக்கு நன்றி சொல்லிக் கொண்டே நடந்தேன். யாரும் என்னை கண்டு கொள்ளாமல் வேலையைப் பார்த்தபடி இருந்தார்கள். சொல்லப்போனால் யாருமே யாரையுமே கண்டு கொள்ளவில்லை. ஒரு வேளை என் முகம் மறந்திருக்கலாம்... ஷைலுவின் வீட்டு முன் ஒரு துக்க வீட்டைப் போல...... நின்றவர்களின் பாவனை இருந்தது.

ஆம்.. அது துக்க வீடுதான்.

ஷைலு இறந்து விட்டதாம். கேட்ட நொடி திக் என்று நின்று யோசித்து... அழுகை.....முடியாத மன நிலையில் நான் மெல்ல வீட்டுக்குள் சென்றேன். வயதான ஷைலுவின் முகம் இன்னும் பழைய முகமாகவே இருந்தது. கூட்டம் என்னை யாரோ ஒரு வாடிக்கையாளன் என்று கூட நினைத்திருக்கலாம். நினைப்பது தானே... நினைப்புக்கு ஏது தொடக்கம் அல்லது முடிவு. யாரும் கண்டு கொள்ளவில்லை. எனக்கு ஷைலுவைக் கட்டிக் கொள்ள வேண்டும் போல இருந்தது. கண்டிப்பாக ஆசை தீர அழுகை தீர கட்டிக் கொள்ள வேண்டும். எப்படி கட்டிக் கொள்வது...? ஆனால் கட்டிக் கொள்ள வேண்டும். ஆன்மாவுக்குள் கேட்கும் அலறல் சத்தம் ஷைலுவுக்கு கேட்டிருக்கும். நெற்றியில் ஆழமாய் ஒரு முத்தம் பதிக்க வேண்டும். எத்தனை கதைகளை சொல்ல நினைத்து வந்தேன்... சொல்லவும் முடியாமல்.. சொன்னாலும் கேட்க முடியாத இடத்தில் நான் ஷைலுவை ஆழமாய் பார்க்க ஷைலுவும் என்னை மட்டுமே பார்ப்பது போல இருந்தது.

"என்னதான் இருந்தாலும் அவ பையன் வராம...... பொணத்தை எடுக்கறது நியாயம் இல்ல. அவன் வந்த பின்னால எடுத்துக்கலாம். வந்துட்டு இருக்கானாம்"- என்ற கூட்டம் மெல்ல கலையத் துவங்கியது. ஏனோ பிணம் காக்கும் இரவில்தான் அதிகமாக பசிக்கிறது. எனக்கு ஒப்பாரி வைத்து அழ வேண்டும் போல தோன்றியது. சில பாட்டிகள் ஆங்கங்கே சிணுங்கிக் கொண்டிருந்தார்கள்.

இரவைத் துளைத்த நேரத்தில் பிணம் இருந்த அறைக்குள் யாருமே இல்லை. நான் உள்ளே போனதையும் வெளிய தூங்கிக் கொண்டிருந்த சில பெருசுகள் கண்டு கொள்ளவில்லை. நான் உள்ளே சென்று கதவை நன்றாக சாத்தி விட்டு ஓடிச் சென்று

ஷைலுவை வாரி அணைத்துக் கொண்டேன். கனமாக இருந்து ஷைலுவின் காதுக்குள் ரகசியமாய் கூறினேன்.

''நான் தான் நான்தான் என்று..''

ம்ஹும்.. அசைவே இல்லை. எத்தனை அன்பும் அரவணைப்பும் இறந்த உடலை ஒன்றுமே செய்வது இல்லை. கன்னம் பிடித்து கிள்ளிப் பார்த்தேன். ஆழ்ந்த தூக்கத்தில் இருப்பது போல கிடந்தது ஷைலு. நன்றாக அணைத்து என் மார்போடு ஷைலுவின் தலை இருக்கும்படி வைத்துக்கொண்டேன். காலம் முழுக்க யார் யார் தலையையோ தாங்கிய மார்பு இது. இன்று துக்கப் பட்டு விசனப் பட்டு நொந்து சுருங்கிக் கிடந்தது. எனக்கு நண்பர் ஒருவர் எழுதிய ஒரு கவிதைதான் ஞாபகம் வந்தது.

மென் முலைகள்
பருத்து, நின்று
வசீகரித்து,
செவ்வரிகளாகி, சிவந்து
காலை மாலை எவ்வேளையும்
கண் நிரப்பும்
சிறு மலையாகி
பின், மெல்ல மெல்ல
சரிந்து, விழுந்து
மறந்து போகும்
நாளில்
மாராப்பு சரி செய்ய
தோன்றாத
மென் நடையோடு
எங்கள் வீதி அழகி ஒருத்தியின்
கதையை
முடித்து வைக்கிறோம்.

ஷைலுவை சாய்த்துக் கொண்டு தாலாட்டினேன். ஒரு குழந்தையைப் போல முகத்தை ஏந்திக் கொண்டேன். தலையின் கனம் நேரம் கூட கூட அதிகமாகிக் கொண்டேயிருக்க தலையை நேராக சாய்க்க நான் சற்று என் உடலைத் திருப்பினேன். யாரோ என் தலையை இன்னும் சற்று ஷைலுவின் முகத்தைப் பார்த்து வேகமாக இழுத்தது போல இருந்தது.

''ஷைலுலுலுலுலுலு'' என்று சத்தமே வராமல் கத்தினேன்.

சேப்டர் 5

இறுதிச் சடங்குக்கான வேலைகள் நடந்துகொண்டிருக்க..... நான் பிணம் போல அமர்ந்து பார்த்துக் கொண்டிருந்தேன் ... சட சடவென எல்லாம் நடந்தது.. ஷைலுவின் பையன்... வேண்டா வெறுப்பாக தீ மூட்டி விட்டு வேகமாக போய்க் கொண்டிருந்தான்.....ஊரும் அவன் பின்னால் ஒழுக்கத்தின் வரிசையைப் போல போய்க் கொண்டிருந்தது....நான் ஷைலு எரிவதைப் பார்த்துக் கொண்டு கரைந்து கொண்டிருந்தேன்..... கரைதலில் நேற்றைய இரவு மூளைக்குள் கொட்டியது..... நேற்று ஷைலுவை நெஞ்சோடு அணைத்துக் கொண்டு செல்பி எடுத்த போதுதான் அந்த செந்தேள், மேலே சிதிலமடைந்த கரும்புகை அப்பிய ஓட்டில் இருந்து நேராக என் முகத்தை நோக்கி விழுந்தது..... கண நேரத்துக்குள் யாரோ இழுத்தது போல நான் என் தலையை இடம் மாற்றியதில் அந்த செந்தேள் என் தலை இருந்த இடத்தில் விழுந்தது....என் தலை தப்பியது...

அடிக்க எதுவும் கிடைக்காத போது... ஷைலுவின் கையைக் கொண்டே செந்தேளை நசுக்கினேன்.... மனதுக்குள் பெரும் புயல் ஓயாமல் வீசிக் கொண்டே யிருப்பது போல என் செல்பி ஆசையும்.. உச்சி மழைக் காற்றாய் வந்து போனது.... நினைக்க நினைக்க என் மனநிலை மேல் எனக்கு சந்தேகம் வரத்தான் செய்தது..... எரிய எரிய மெல்ல எழுந்து அமர்ந்த ஷைலுவின் நெஞ்சில் ஒருவன் ஓங்கி ஓங்கி தடியால் அடித்தான்..

"அட ...பாவி...மார்புகளின் சுமையை இறக்கி வைக்கவே விரும்பியவள் ஷைலு.... இன்று இறுகிப் போன பின் இத்தனை அடி எப்படி தாங்குகிறாள்..."-என்னால் அங்கு அமர முடியவில்லை.... வேகமாய் அங்கிருந்து கிளம்பினேன்.

சற்று தூரம் தள்ளி ஒரு தம்பதி ஒரு குழந்தையை அழுதுகொண்டே குழிக்குள் போட்டு மண்ணை தள்ளத் தொடங்கியிருந்தார்கள்.... மரணங்களிலேயே குழந்தையின் மரணம் மிக கொடுமை ஆனது என்று மனம் வேறு திசையில் பயணிக்க தொடங்குகையில் சட்டென உள்ளே இருந்த பிசாசு விழிக்கத் தொடங்கியது...என் செல்போனை எடுத்துக் கொண்டு அந்த குழந்தையின் அருகே செல்பி எடுக்க சென்றேன்..."செல்பி எடுக்காவிட்டால் அந்தக் குழந்தை உயிர் பெற்று விடுமா

என்ன?" என்று சமாதானம் வேறு சொல்லிக் கொண்டது மனம்.... அப்போதுதான் ஒன்றை ...கவனித்தேன்... அந்த குழந்தை மிகக் குறைவாக மூச்சு விட்டுக் கொண்டிருப்பதை நன்றாகவே பார்க்க முடிந்தது....... அது தெரியாமல் கணவனும் மனைவியும் மண்ணை அள்ளி அள்ளி போட்டுக் கொண்டிருந்தார்கள்......

நான் கத்தினேன்..

"டேய்... குழந்தை இன்னும் சாகலடா... இன்னும் சாகலடா........ஏம்மா.... நிறுத்துமா.. குழந்தை சாகல.. உயிர் இருக்கு..."

யாருக்குமே நான் கத்துவதோ அங்கு நான் இருப்பதோ.... கேட்கவில்லை.............. தெரியவில்லை....................

சேப்டர் ?

நேற்றிரவு ஷைலு வீட்டிலிருந்து எங்கள் வீட்டுக்கு (அதுவும் பாழடைந்த பழைய வீடுதான்) சென்று இருட்டுக்குள் வெகுநேரம் அமர்ந்திருந்தேன் ,.... ஒரு கரப்பான் பூச்சி என் கன்னத்தில் உரசுவதும்....பறப்பதுமாக இருக்க ஜன்னலோரம் மெல்ல நகர்ந்து சென்று திறந்திருந்த சாளரத்தின் விளிம்பில் சாய்ந்து நின்றேன்.. அப்போதுதான் நிலா தன்னை வெளிச்சமாக்கிக் கொண்டிருந்ததோ என்னவோ... பளிச்சென ஒரு இரவைக் கண்டேன்...

வந்து வந்து போய்க் கொண்டும்.. கன்னம் காது மூக்கு நெற்றி என்று பட்டும் படாமல் சிறகடிப்பதுமாக இருந்த கரப்பான் பூச்சியியோடு ஒரு செல்பி எடுக்க சட்டென்று ஒரு குரங்கு மனதுக்குள் தாவியது... கரப்பான் பூச்சி கன்னம் உரசியவுடன் செல்பி எடுப்பதுதான் எனது திட்டம்... திட்டத்தை தாண்டியும் கரப்பான் பூச்சி என் மூக்கின் நுனியிலே அமர்ந்தது.. நிலா வெளிச்ச நேரத்தில் சிலு சிலு காற்றில்... தனிமை இருளுக்குள் மௌன சாட்சியாக அந்த கரப்பான் பூச்சி என்னிடம் கொண்ட நட்பின் சாட்சியை செல்பியாய் எடுத்த மறுகணம்... நான் சற்றும் எதிர்பார்க்காத நொடியில் கரப்பான் பூச்சி என் மூக்கினுள் நுழைந்தது, படு வேகமாக..... அவ்ளோ தான்... தலைக்குள் பம்பரம் சுழல்வுது போல நான் கிறுகிறுத்து தடுமாறி...... திரும்பியதில் சுவற்றில் அடித்திருந்த ஆணியில் என் நெற்றியைக் கொண்டு சொருகினேன்....... சூடாக என் மூக்கில், கன்னத்தில் வழிந்த

குருதியை தொட, தொடவே நெற்றியை வேகமாக வெளியே உருவின சற்று நொடியில் கிறுகிறுத்த தலை சாளரத்தை தாண்டி கீழே சரிய, முழு உடம்பும்.......கீழே சரிந்தது...மாடியில் இருந்து சரிந்த நான் கீழே இருந்த ஒரு கறிவேப்பிலை மரத்தின் நடுவே விழ, குத்தி கிழிக்கப்பட்ட வயிற்றோடு வலி தாங்காமல் மாட்டிக் கொண்ட மரத்திலிருந்து எட்டிக் குதிக்க, நான் எகிறி இப்போது விழுந்தது என் வீட்டுக்கு பின்புறமுள்ள கறிவேப்பில்லை மரத்தை ஒட்டிப் போய்க் கொண்டிருக்கும் தண்டவாளத்தில்.......

கண நேரத்தில் வந்து போன ரயிலுக்குள் நான் வெறும் சதைகளாகக் கிடந்தேன். என்னோடு சில தேள்களும் செத்துக் கிடந்தன.

இந்த சேப்டர்க்கு நீங்களே எண் கொடுத்துக் கொள்ளுங்கள்.

கரையெல்லாம் கூழாங்கற்கள்

இத்தனை மூர்க்கமாய் கை முட்டியில் அப்படி ஒரு அடி விழும் என்று நினைக்கவில்லை. . .இளமி !

இதுவரை இப்படி ஒரு காட்சியை சினிமாவில்.... நாடகத்தில்..... அல்லது ஏதோ ஓர் ஊரில் யாருக்கோ நடந்த போது.......டிவி செய்தியில் பார்த்ததோடு சரி. ஆனால் இன்று தனக்கே அது நிகழும் என்று அவள் ஒருபோதும் நினைக்கவில்லை.

அது நடந்தது...!

அத்தனை பெரிய லத்தி கொண்டு அந்த போலீஸ்காரன் அடித்த அடியில்.. கண்டிப்பாக கை மூட்டு எலும்பு உடைந்துதான் போயிருக்கும்.

படக்கென்று கை யாருக்கோ சொந்தம் போல உடலை விட்டு தனியாக தொங்குவது போல உணர்ந்தாள். மறந்து போன தலைக்குள் ரீங்காரமிடும் கோஷங்கள். சற்று முன் பேசிய... சத்தமிட்ட.... வீர வசனங்கள்.... உரிமைக் குரல்கள்... போராளித்தனங்களின் கூட்டு முயற்சியின் சிவப்பு யுத்தங்கள் என்று எல்லாமே கண் மூடி திறக்கும் முன் காணாமல் போய்க் கொண்டிருந்தது. அடுத்த அடி முகத்தில் படுவேகமாய் வந்து விழுந்தது.

நன்றாக தெரிந்தது. அதே போலீஸ்காரன்தான். கையை மடக்கி.......இருக்கும் பலத்தையெல்லாம் ஒன்று திரட்டி அவளின் முகத்தில் குத்த......முன் பல் ஒன்று உடைந்து தெறித்து ரத்தமாய் சொட்டியது.

ஏங்கிய பெருமூச்சில் அவளின் அவசரம் தன்னை வியர்த்திக் கொண்டிருக்க... அவனேதான்....காலை நன்றாக மடக்கி அவளின் வயிற்றில்... உயிர் தடத்தில்...... பூட்ஸ் காலால் தொடர்ந்து உதைத்தான். இடி விழுவதை உணர்ந்த நொடிகள் சிறுநீரை சொட்ட

கவிஜி ஊதா நிறக் கொண்டை ஊசி கதைகள் 27

வைத்தன. அவள் கூட்டத்தை துளைத்துக் கொண்டு பின்னால் எறியப்பட்ட பந்தைப் போல விசிறி எறியப்பட்டாள்.

"கூட்டம் சேர்ந்துட்டா என்ன வேணா பேசுவீங்களா..... திருட்டுத்................. உன்........................."

அவள் காதுகளில்.... கற்பு வழிவதாக உணர்ந்தாள். அவளின் பற்கள் தானாக அடித்துக் கொண்டன. பயத்தின் உச்சியில்.... கொஞ்சம் மலம் கூட கழித்து விட்டாள்.

மூத்திரம் வந்து விட்டது...மலம் வந்து விட்டது. பல் உடைந்து விட்டது. கை உடைந்து விட்டது. இருக்கும் ஆபாச சொற்களை எல்லாம் உமிழ்ந்து விட்டான். கால்கள் நடுங்கின. உள்ளுக்குள் ஏதோ உடைந்து கொண்டே இருந்தது. நா குழறியது. கொத்தோடு பற்றிய தலை மயிரில் சுதந்திரம் நன்றாக சிக்கிக் கொண்டது. கண்கள் மட்டும் அவனை வெறித்தன.

"என்னடி முறைக்கற" என்றபடியே கடும் சொல்லை முதலில் வீசி விட்டு ஒரு பக்க முலையை கொத்தாக பற்றி இழுத்து குனிய வைத்து கையை மடக்கி நடு முதுகில் நங்கென்று ஒரு குத்து விட்டான். கோழியைப் போல நெஞ்சை முன்னால் அழுத்தி கைகளை பின்னால் முடிந்த அளவுக்கு சேர்த்தி....குத்தின குத்தில் அப்படியே ஆகி விட்ட ஒரு நிலையில்.... .இழுத்து போட்டு அடித்ததில் ஜீன்ஸ் பேண்ட் பாதி கழன்று பாதி உள்ளாடை தெரிய மூக்கு கிழிந்து மூக்குத்தி தொங்க...வாய் கிழிந்து காதில் ரத்தம் சொட்ட...

"வேதா.... வெந்தாம்... கும்புத்தடின்.. விடு.. விடு.. யோயே.. அயோ.. வலிக்குது......ம்மா.... தபு... அயோ அயோ" என்று கீழே விழுந்து நாயைப் போல...முணங்கிக் கொண்டே சாலையில் பின்னோக்கி தவழ்ந்தாள் இளமி.

அவளை எப்போதும் தேவதை என்று சொல்லும் கூட்டம் அவளை மிதித்துக் கொண்டே அடி வாங்கி ஓடிக் கொண்டிருந்தது. வீரத்தின் வம்சங்கள்... ரத்தம் சொட்ட.... தலைவனின்றி தேகமின்றி மிரண்டு கொண்டிருந்தது. எதையுமே சிந்திக்க முடியவில்லை. மூளையின் ஓட்டம் ஓரிடத்தில் சிக்கிக் கொண்டு நின்று விட்டது. வெற்று தலைக்குள் காயம் மட்டுமே முளைத்துக் கொண்டிருந்தது.

*****

அத்தனை பெரிய மழையையும் அவளே அனுப்பியது போல... ரசித்துக் கொண்டிருந்தாள் இளமி. கையில் போட்ட கட்டு கழுத்தோடு தொங்கிக் கொண்டிருந்தது. மழைக்குள் இருந்து நீண்ட கை ஒன்று அவளின் மூக்கை திருகி மூக்குத்தியை ரத்தம் சொட்ட பிடுங்கி செல்ல... வெற்றிடம் தடுத்து ஓ வென கத்தி மூச்சிரைத்தாள்.

இன்னும் விரட்டிக் கொண்டிருந்தது விதி.

நிதானம் அடைந்தாள். இன்று காலை குளிக்கும் போதும் கூட.. அவளின் நிர்வாணம் அசிங்கமாக தோன்றியது. சிறுநீர் கழிக்கும் போதெல்லாம் பாதியிலேயே நிறுத்தி சுற்றும் முற்றும் பார்க்கிறாள். தன் குறியில் அவனின் பூட்ஸ் காலின் தடம் இன்னும் ஒட்டிக் கொண்டிருப்பதாக நீரை ஊற்றி ஊற்றி தேய்க்கிறாள். எல்லாம் கனவென்று நம்ப மறுக்கிறது மனம். அப்படி நினைத்து வெளியே வா என்று கூறும் உறவுகளுக்கும் நண்பர்களுக்கும் என்ன சொல்லி என் குறியை சாந்தப்படுத்துவது என்று கேட்கத் தோன்றி அழுது விடும் முகத்தோடு ஒடுங்கி சென்று தொடுவானம் பார்க்க அமர்ந்து விடுவதில் ஒன்றுமே இல்லை அவளுக்கு.

வாழ்க்கையின் மிகப் பெரிய கனவையெல்லாம் ஒரு லத்தியும் ஒரு பூட்சு காலும் மாற்றி விடும் என்று இப்போது நம்பித்தான் தீர வேண்டும்.

மனமும் உடலும் உடைந்து போன போது இளமியின் அப்பாவுக்கு அவளை சொந்த கிராமத்துக்கு கூட்டி வருவதைத் தவிர வேறு வழி தெரியவில்லை. மான் குட்டியென துள்ளி ஓடிய கிராமத்து ஒற்றையடிகளில்.... தோப்புகளில்...... ஆற்றங்கரையில்.... ஆற்று நீரில்.... அந்தி மாலையில்..... அத்தி மரத்தில்.... கொய்யா தோப்பில்.... பச்சை புல்வெளியில்... பால்ய சிநேகிதி விஷாகா என்று அவள் வாழ்ந்த பெறுவாழ்வின் இடத்தில் இருக்கையில்.......அவள் திரும்ப கிடைத்து விடுவாள் என்று அவள் குடும்பம் நம்பியது. ஊடக வெளிச்சம் அவர்களின் முகத்தில் அமிலம் ஊற்றிக் கொண்டே இருந்ததை அவர்களால் தாங்கி கொள்ளமுடியவில்லை. கொஞ்சம் மறைத்து அவளின் மலத்தையும் மூத்திரத்தையும் திரும்ப திரும்ப போட்டுக் காட்டியது. அவளால் அதை எதிர் கொள்ளவே முடியவில்லை. நடுத்தர வர்க்கம் முதலில் பேசி விடும் வீர வசனத்துக்கு மிச்ச வாழ்நாள் முழுக்க கப்பம் கட்டுகிறது. அவன் அடித்து

செத்திருந்தால் கூட நன்றாக இருந்திருக்குமே என்று வாய் விட்டு முனகினாள்.

பட்டி மன்ற தலைப்பில் இளமிக்கு நடந்த சோகம் என்று ஊரே பர பரத்துக் கிடந்தது. வீட்டுக்குள் முடங்கி விட்டவளை ஒரு நோவாவின் சிறகு பொருத்தி கிராமத்துக்குள் கொண்டு வந்து திறந்து விட்டாள் விஷாகா. பறக்க இயலாமல் பருந்தின் தீர்க்கமென சூனியத்துள் நிலைத்திருந்தாள் இளமி.

நேற்று இன்று நாளை என்று நாளை இன்று நேற்றாக இன்றும் நாளையாகும் நேற்றுக்குள் அவளோடு அவள் பேசிக் கொண்டே இருந்தாள். தொடர்பின் கண்ணியென இன்று இளம் பச்சை தாவணியில்... சிவப்பு கச்சையில் ... வெள்ளிக் கொலுசில்... சந்தன குங்குமத்தில்... ஜொலிக்கும் மூக்குத்தியில்... வலது பக்க வகிடில்... வேற்றுலகம் பூசி வந்து...... "வா ஆத்துக்கு போலாம்" என்றாள். ஒரு காலத்தில் எல்லாமுமாக இருந்த தோழி. இந்த நகர வாழ்வு பெரும்பாலான நேரங்களில் எல்லா உறவுகளையும் கொஞ்சம் கொஞ்சமாக நகர்த்தி.....தூரத்தில் ஒரு விண்மீனைப் போல எரித்து விடுகிறது. எல்லா உறவுகளையும் மெல்ல மெல்ல நகர்த்தி ஒரு தை பொங்கலாக்கி விடும் கிராமம்.

எப்போது பார்த்தாலும் மனதுக்குள் முல்லை பூ ஒன்று பூத்து விடும் இளமிக்கு.

கண்கள் முழுக்க இரண்டு நட்சத்திரங்கள் மின்ன... ஆசையை சிரிப்பாக மாற்றி கொண்டாள். மறுகணம்... அவளின் சட்டையை மெல்ல அவிழ்த்து விட்டு..... இள மஞ்சள் நிறத்து

தாவணியை இளமி மீது போர்த்தி விட்டாள். சற்று நேரத்தில் தாவணியில் வெளியே வந்தாள் இளமி. கதவைத் திறக்கும் போது... கனவும் திறந்து கொண்டது போல... அங்கே இரு தேவதைகள் ஒருவரை ஒருவர் பார்த்துக் கொண்டார்கள்.

இளமியை உற்றுப் பார்த்த விஷாகா......."விடுடி........ சரி ஆகிடும்.......சரி ஆக தான் எல்லா தப்புமே......" என்று சொல்லி இளமியின் கன்னத்தை கிள்ளி வாய்க்குள் போட்டாள். இனித்திருக்கும். சிரித்துக் கொண்டாள்.

◆◆

“இரவுக்கு ஆயிரம் கண்கள்...உறவுக்கு..........” என்று முனகியபடியே முகிலன் விஷாகாவை இழுத்தணைத்தான். இசைந்த வெற்றிட வரைதலென அவளும் இரவை விரித்தாள். இலைமறை காயாக இரவுக்குள் துழாவும் நாடகத்தில்.....உச்ச நொடிகளுக்கு சற்று முன் குனிந்திருந்தவன் தோளில் கால் கொண்டு ஓங்கி அழுத்தினாள்.

கொஞ்சம் தடுமாறினாலும் சுயம் அறியா நாணம் போல மீண்டும் அவளுள் இறங்கினாள். இம்முறை எங்கிருந்தோ வந்த கை பளாரென கணவன் முகிலனின் முகத்தில் அறைந்தது. திடுக்கிட்டு நிமிர்ந்தவனுக்கு கிறக்கத்தின் மிச்சமென மெல்ல சிரிப்பை தந்தாள். கலவியின் புதிய முறை என புரிந்து கொண்டவன் மீண்டும் அவளுள் மூழ்க....அவனின் தலைமுடியை கொத்தாக பற்றி பேயோட்டுவதைப் போல ஆட்டினாள். கொஞ்சம் நடுக்கமாக இருந்தாலும்... ‘ஆனது ஆச்சு அஞ்சு நிமிஷம்’ என்று இரவுக்குள் கெஞ்சிய பற்களை ரத்தம் சொட்ட வைத்தாள். ரத்த சுவை இரவில் புளிக்கும் என்று அப்போதுதான் தெரிந்தது முகிலனுக்கு. கோபம் வந்தது. அதை முந்திக் கொண்டு காமம் மிகுந்தது. உணர்ச்சி மிகுதியில் பிரழுகிறாள் என்று அவனும் விடாமல் தொடர.. வித விதமான அடிகள்.. உதைகள்.... தொடர்ந்தன.

ஒவ்வொரு இரவும்... ஒவ்வொரு வன்மமென அவளெங்கும் சூழ்ந்திருக்க..... அவன் ஒதுங்கி தூங்கவும் விடாமல் மெல்ல அழைத்து கொள்ளும் நிலையில் கொல்ல செய்து சிரிப்பது அவளின் வாடிக்கையானது.

பேய் பிடித்திருக்கலாம் என்று சந்தேகித்த போது......பிடித்தது பேயல்ல பெண் என்று நினைத்துக் கொண்ட விஷாகாவுக்கு, நினைவு முழுக்க நிறைந்து வழிந்தாள் இளமி.

இளமியின் கண்களை அத்தனை நெருக்கத்தில் காணும் போதெல்லாம் ஆற்றுக்குள் மீனாகி அக்கரைக்கு சென்று திரும்பும் நீர் பிறழ்வுகளென தன்னை நம்பத் தொடங்கினாள் விஷாகா.

அவளின் கதைக்குள் யாருமற்ற தனிமையில் பலமாக அழுதாள் விஷாகா. பின் அவளையே கேட்டுக் கொண்ட தருணத்தை தவிர்க்கவும் முடியாத ஒன்றை இளமிக்கு மூக்குத்தி குத்தி அழகு பார்க்க நேரிடுகிறது. அவளின் கை பற்றிக் கொண்டு

தொடுவானம் நடக்கையில்.... மேட்டாங்காட்டு சித்திரம் தன்னை வேக வேகமாய் மாற்றி வரைந்து கொள்கிறது. நடுங்கும் மார்புகளை முகம் புதைத்து சமன்படுத்துவதில்... மெல்ல கூச்சமிடும் குறுகுறுப்பென அந்தி மாலை ஒன்று ஆறாகி மெல்ல வளையும். மடியினில் படுக்க வைத்துக் கொள்ளும் மதிய வெயிலில் தொடை நனைக்கும் இளமியின் கண்ணீருக்குள் பெண்மை தன் ஈரத்தை இழப்பதாக நம்பி வெதும்புவாள்.

ஒரு முறை கணவனின் உள்ளாடையைத் துவைக்கும் போது அருகில் இருந்த இளமிக்கு உடல் நடுங்கத் துவங்கியது. எங்கோ வெற்றிடம் வெறித்து பாறையாய் கத்தினாள். நிலவுகள் உடைத்த பகலை சுமையென கொண்டிருந்தாள். உள்ளாடையை ஆற்றில் அப்படியே போக விட்டு விட்டு அவளை கட்டி அனைத்து சாந்தப் படுத்துகையில்.... தனக்குள் ஒரு மிருதுவான ஆண்மை முளை விடுவதை வேக வேகமாக உணர்ந்தாள் விஷாகா.

◆◆

அதிகாலை நேரம்... ஆவென திறந்து கிடந்த பெருவானம் பார்த்தபடி இளமியும் விஷாகாவும் ஆற்றுக்குள் முட்டியளவு கால்களை துடுப்பாக்கி மீன்களுக்கு தங்கம் தோய்த்தபடி அமர்ந்திருந்தார்கள்.

பேரமைதி. பெருத்த யாகம் போல இளமி... வெறித்திருந்தாள். அவள் வாய் அவளுக்கே தெரியாமல் மெல்ல முனகியது. வானம் திளைத்திருந்த விஷாகாவின் கண்களுக்குள் பழைய சூழல் ஒன்று மயிர் பிடித்து இழுத்துப் போவதாக தோன்றியது. ஏழாவது படித்துக் கொண்டிருந்த அன்றொரு நாள்.....இதே காட்டுக்குள்தான் அந்த வக்கிர சேக்காளிகளை புரட்டி எடுத்த நிகழ்வு நடந்திருந்தது. அது நன்றாகவே நடந்தது என்பதில் எதுவும் அப்படியே. அப்படித்தான் அதுவும்.

இளமி காலைக் கடன் கழிக்க முள்காட்டுக்குள் அமர்ந்திருக்கையில்.....பின்னால் ஒரு புதரில் மறைந்திருந்து..... அந்த இருவர் பார்த்துக் கொண்டிருந்ததை விஷாகா பார்த்து விட்டு அவர்களை பிடித்து இழுத்து பிராண்டி.. அடித்து.. கடித்து... துவம்சம் செய்தாள். அந்தக்காட்சி ஒரு கத்திரி வெயிலின் புழுத்த வியர்வையைப் போல அவளுள் இன்னும் ஒட்டிக் கொண்டிருந்தது. அந்த இருவரையும் குற்றுயிரும் குலையுயிருமாக

இழுத்துக் கொண்டு ஒரு வெறி பிடித்த யட்சியைப் போல நடந்து போனது இந்த காட்டுக்கு இன்னும் பேரதிர்ச்சிதான். அவர்களின் உடல் முழுக்க முறக்கள் குத்தி இழுத்து போக ரத்தம் சொட்டும் பலத்த கோபத்தை இன்னமும் மறக்க முடியாத தூரத்தில் ஒரு புள்ளிக்குள் சுழன்று அவளை நினைவு கொள்ள செய்தன.

இதுவரை அவர்களை அடித்த நிஜமான காரணத்தை விஷாகா இளமியிடம் கூட சொல்லவே இல்லை என்பதுதான் கடவுளின் ரகசியம். இளமிக்கு......தன்னை இருவர் மறைந்திருந்து பார்த்தார்கள் என்றே இப்போது வரை தெரியாது. தெரியவும் கூடாது என்பது தான் அவளின் பேரன்பு.

வானம் பார்த்துக் கொண்டிருந்த விஷாகாவின் முகத்தில் படக்கென்று ஒரு துளி மழை வந்து விழ......பட்டாம் பூச்சியின் குறு குறுப்போடு படக்கென்று முகம் திருப்பி சிரித்தாள். இன்னொரு துளி இளமியின் உச்சந்தலையில் விழுந்திக்க வேண்டும். சுளீரென கண்கள் கலங்கி முகம் சிவந்து கால்களை இருக்க சேர்த்து கைகள் கட்டி நடுங்கினாள். எறும்பு கடித்தாலும் இரும்பு கடிக்கும் நினைவு அவளுக்கு. வெற்றிடம் உதைக்கும் பூட்சு கால்களின் நிறத்தில் பல் உடைந்தே திரிகிறது அவளின் துண்டு வானம்.

"ஒண்ணுல்ல.... ஒண்ணுல்ல.. மழை. உனக்கும் எனக்கும் பிடிச்ச அந்த மழை. நம்ம ஊர் மழை. நாம எத்தன நாள் இப்டி இங்க நனைஞ்சிருக்கோம்....." என்றபடியே அவளை இறுக்கிக் கட்டிக் கொண்டு அவளின் முகத்தில் தொடர்ந்து முத்தங்களை பதித்தாள் விஷாகா. நேற்றிரவு கணவனின் ஒவ்வொரு முத்தத்துக்கும் ஒவ்வொரு அறை அறைந்தது... ஞாபகம் வந்தது. மழை சற்று நேரத்துக்கெல்லாம் வலுத்தது. ஆற்றில் இருந்து உருவான சூடு மெல்ல பரவுவதை படக்கென்று கழற்றிய சட்டை கொண்டு வானம் விரிந்த மார்புகளினால் உணர்ந்தாள். மார்பு தொட்ட கணவனின் விரலை நேற்று ரத்தம் வரும் வரை கடித்தது உள்ளுக்குள் இனித்தது. இளமியின் விரலுக்கு இனிக்கின்ற முத்தங்கள் வைத்தாள். இளமியின் கண்களுக்குள் அந்த போலீசின் லத்தி விரல்கள் வந்து வந்து குடைந்தன. அந்த ஆற்றங்கரை மழையால் சல சலத்தது. மழை பெரும் சலங்கைகளை உதிர்த்தது. ஜதி சொன்ன துளிகளில் தகிட தகிட தட் தட் சட் சட். மேகம் கறுத்து முட்டிய நேரத்தில் அந்த அதிகாலை ஒரு யுத்தத்தின் திரவத்தைப் போல கொட்டியது.

இளமியின் உடல் முழுக்க முத்தமிட்டாள். முகம் தெரியாத அந்த போலீசின் ஒவ்வொரு அடிக்கும் ஒத்தடம் கொடுத்தது போல இருந்தது. கணவன் முதுகில் நகம் கொண்டு கீறியதை சற்று முன் நா கொண்டு இளமியின் முதுகில் கோடு போடுகையில் காட்சியாய் விரிந்தது. மழை வந்தாடியது. மேகம் பந்தாடியது. இளமியின் கனத்த மார்புகளை அள்ளி அள்ளி உண்டாள். கணவன் அள்ளிய தன் மார்பில் விஷம் பீச்சிய கடந்த வார இரவுகளை நினைத்து நினைத்து பரவசம் அடைந்தாள். அந்த போலீசின் கால்களில்..... தொடர்ந்து வெட்டிக் கொண்டே இருந்தது... உடைந்து போன தன் பல் கொண்டு நீட்டிய யட்சியின் கோபம்.

ஆடை களைந்து ஆண்ட அரசிகளைப் போல இருவரும் புரண்டு சகதியில்... நிறைந்து ஆற்றுக்குள் கவிழ்ந்து... மாறி மாறி முத்தமிட்டுக் கொண்டே காதலின் சூட்சுமத்தில் தன்னை வெட்டிக் கொண்ட பாலைவன சூட்டின் தகிக்கும் மன வெளிக்குள் நின்று நிதானம் செய்யும் யாகத்தின் தொடர்பை போல ..மாறி மாறி தங்களை அணிகையில் அந்த போலிசின் கழுத்து நரம்புகள் அறுபடுவதை முறுக்கேறிய புணரலில் உணர்ந்தாள் இளமி. தன் கணவனின் முதுகுத் தண்டில் மாறி மாறி குத்தியது சொக்கு போடி போட்டது விஷாகாவுக்கு. இளமியின் முலை பூசிக் கொண்ட விஷாகாவுக்கு நேற்றைய பின்னிரவில் கழுத்தை அறுத்து தான் கொன்ற தன் கணவனின் பூட்ஸ் கால்களை நசுக்கி விட்ட அம்மிக் கல்லின் சாயலைக் கொட்டினாள். அந்த போலீஸ்காரனே செத்தது போல நினைப்பு விஷாகாவுக்கு. ஆண்களே வேண்டாத உலகத்தை படைக்க நடக்கும் முயற்சி.

விஷாகா இளமியை கழுத்தோடு அணைந்தாள். நான்கு பெரும் பாறைகள் மோதிக்கொள்ளும் அதிசயம் நிகழ்ந்தது. கரை ஈரத்தில் இருவரும்... சுயம் அற்ற பிண்டங்களாகி வாழ்வின் மீதான அத்தனை அதிருப்திகளையும் நா சொட்டிய மூச்சிரைத்தலோடு... முயங்கிக் கிடந்தார்கள். அந்தப் போலீசின் துர் மரணம் நிகழ்ந்ததென நினைத்த யாகத்தின் கடவு சீட்டென அவர்களின் தேகம் பெண்மை சொட்டின. ஆசுவாசப்பட்ட ஒரு விடுதலை தனக்கு வேண்டும் என்று மெய்ம் மறந்த நிலையில் இருந்த இளமி தன் மேலிருந்த விஷாகாவை சரித்து விட்டு ஆற்றுக்குள் இறங்கினாள். படபடத்து சிறகுகளை படபடக்கவே விட்டாள்.

"என்னாச்சு.... என் செல்லத்துக்கு....?" என்றபடியே எழுந்து நின்று அவளின் காது மடல் வருடிய விஷாகாவுக்கு நேற்றிரவு

பிணமான தன் கணவனின் காதை கடித்துத் துப்பிய நினைவு குமட்டிக் கொண்டு வந்தது. இனித்த ரத்தத்தை மீண்டும் நாவால் வெற்றிடம் தீண்டி சுவைத்தாள்.

"ஆம் எனக்கு பைத்தியம் பிடித்து விட்டது. நிர்வாணமாய் ஊர் சுற்றுவதற்குள் என்னை சாக அனுமதி. நான் தூர தேசம் செல்கிறேன். என்னை விட்டு விடு. உன் அன்புக்கு..... முத்தங்களுக்கு.......காதலுக்கு....... கலவிக்கு நான் என்னையே அர்ப்பணிக்கிறேன்...."

விஷாகாவின் இதழுக்கு அழுந்த கொடுத்த முத்தத்தோடு ஆற்றுக்குள் மூழ்கத் துவங்கினாள் இளமி. சிலை போல கரையில் அமர்ந்திருந்த விஷாகாவின் மூச்சு விடும் அசைவு துளியும் தெரியவில்லை. அவளின் கண்கள் இருண்ட வான துண்டுகளென ஆற்றுக்குள் விழுந்து கொண்டே இருந்தது. மெல்ல மெல்ல நீருக்குள் மூழ்கி தத்தளித்து. மூச்சு முட்டி......... நீர் குடித்து... மரண விதையில் படக்கென்று இதயம் விடுத்து செத்துப் போனாள் இளமி.

எல்லாவற்றுக்கும் சாட்சியாக கரையில் ஆடை இன்றி அமர்ந்திருந்த விஷாகா.....ஒரு கடவுளின் இருத்தலைப் போல சிம்மாசனம் வீற்றிருக்கும் சுமை கல்லென சமைந்திருந்தாள்.

இன்றும் அந்த ஆற்றின் கரையில் ஒரு சிலையைப் போல இருக்கிறாள் விஷாகா. அங்கே இளமியின் மரணம் கூழாங்கற்களின் தனிமைக்குள் மூச்சு விட்டுக் கொண்டிருப்பதாக எப்போதாவது ஆற்றை கடப்பவர்கள் கூறுகிறார்கள்.

விடிஞ்சா கல்யாணம்

ஊரே புது வருசத்தை எதிர் நோக்கி என்ன செய்வதென்று தெரியாமல் அங்கும் இங்கும் நடந்து கொண்டிருந்தது எப்போதும் போல. ஆனால்... மனமெங்கும் அந்த திகிலின் தவிப்புகளோடு.

இளசுகள் கோவில் திடலில் அரட்டை அடித்துக் கொண்டும்.. திகில் விஷயத்தைப் பற்றி விவாதிக் கொண்டும் இருக்க.. பெருசுகள்.. மிரண்டு போய் வேடிக்கை பார்த்துக் கொண்டிருந்தனர். கிட்டத்தட்ட ஊரின் மத்தியில் பெரிய வீதியில்.....மக்கள் கூட்டம் காலியாகவே இருக்க... சந்திரன் பெரிய வீதியின் நடுவிலிருக்கும் போர் பைப்பில் தண்ணீர் எடுக்க குடத்தோடு சென்றான். அங்கே ஏற்கனவே இவன் வருகையைக் கவனித்து நியந்தா நின்று கொண்டிருக்க......இருவர் கண்களும் ரகசியம் பேசிக் கொண்டன. அது தீரா ரகசியம். தீர தீர ரகசியத்தின் கதவுகள் அடைத்துக் கொண்டே விரியும்...சங்கேத பாஷைகள்.

ஆங்காங்கே நின்ற சிலரும் அவர்கள் மேல் கண்களை விடாமல் இல்லை. ஊருக்கே அரசல் புரசலாக தெரிந்த காதல் கதைதான். ஆனாலும் திரைக்கதையில் சூடு பிடிக்கும் நேரத்தை எப்போதும் காத்திருக்கும் கூட்டத்தில் சிலர்......அங்கு தண்ணீர் பிடிக்க நின்று கொண்டிருந்ததும்... வடிவேலு வீட்டு வாசலில் உட்கார்ந்து அரட்டை அடித்துக் கொண்டிருந்ததும்.... நியந்தாவையும்... சந்திரனையும் ஒன்றும் செய்யவில்லை. அவர்கள் எல்லாம் கடந்த தத்துவத்தில் கலந்து மூழ்கி... அவளின் நிறை குடத்துக்கும் சேர்த்து போர் பைப்பை அடித்துக் கொண்டிருந்தான். இருவரும் ஒருவரையொருவர் தின்றே விடுவது போல பார்த்துக் கொண்டார்கள். சரிவாக மேல் நோக்கி நீண்டு இருக்கும் போர் பைப்பின் அடி முனையை அவன் பிடித்து அடிக்க.....சற்று கொஞ்சம் தள்ளி...இடைப்பட்ட இடத்தில் அவள் பிடித்திருக்க... அவனின் வலது கை உள்ளங்கைக்குள் கொண்ட கடிதத்தை நொடியினில் அவளின் உள்ளங்கைக்குள் நகர்த்தினான். அதற்கும்

ஊதா நிறக் கொண்டை ஊசி கதைகள்   கவிஜி

குறைவான நொடியினில்...அவளும் உள் வாங்கிக் கொண்டாள். பெண்மையின் உள் வாங்கும் திறன் என்றைக்குமே வியப்புதான் என்பது போல நீர் கொட்டிக் கொண்டிருந்தது.

கடிதம் கை மாறிய புள்ளியை காலம் மட்டுமே புகைப்படம் எடுத்துக் கொண்டது போல.. மென் முறுவலைக் கொண்ட இருவரும்... மெல்ல சுற்றும் முற்றும் பார்த்துக் கொண்டார்கள். இன்று இரவு... புது வருடம்... பிறக்கும் நேரத்தில் அனைவரும் சர்ச்சில் கண்கள் மூடி சாமி கும்பிட்டுக் கொண்டிருக்கையில் அவள் சர்ச்சை விட்டு வெளியே வந்து விட வேண்டும். போட்ட திட்டத்தின்படி இருவரும் ஊரை விட்டு ஓடி விடுவதுதான் கடிதத்தின் சாராம்சம். அவள் கடிதத்தை பாவாடை பாக்கெட்டுக்குள் நுழைத்துக் கொண்டாள்.....சட்டையின் கை மடிப்பை சுருட்டி விடுவது போல.

"ஏன் ஒயிலா... டிவில சொல்ற மாதிரி இன்னைக்கு நாலு மணிக்கெல்லாம் இருட்டாகும்ங்றது நிஜமா...?" - கேட்டுக் கொண்டே "ஏன் சந்திரா ... இன்னும் எவ்ளோ நேரம் தண்ணி அடிப்ப..... நாங்களும் அடிக்கனும்ல"- என்று சந்திரனைப் பார்த்து கேட்க கேட்கவே அவன்.......குடத்தைத் தூக்கிக் கொண்டு வீடு நோக்கி நடந்தான். நியந்தாவும்......அவள் வீட்டை நோக்கி நடந்தாள். பார்வையை அவர்கள் இருவர் மீதும் மாற்றி மாற்றி போட்ட பேபி..."ம்ம்ம்ம்........................." என்று ஒரு பெருமூச்சு விட்டபடியே......

"அது என்ன அப்டி சொல்லிட்ட பேபி.... டிவில சொல்றது எத்தன நடந்திருக்கு...... அதுமில்லாம.. இதே மாதிரி 84வது வருசத்துல ஒரு டைம் அப்டி நடந்திருக்கு.. நானெல்லாம் சின்ன புள்ள. அப்ப.. நீயெல்லாம் பொறக்கவே இல்ல....வீட்ல இருக்கற ஆடு கோழியெல்லாம் அடிச்சு சாப்டோம்.. சாகத்தான போறம்னு... அப்புறம் பாத்தா... யாரும் சாகல....அந்த மாதிரிதான் இன்னைக்கும் நடக்க போகுது. அது ஒண்ணுமில்ல. பூமில நடக்கற கோளாறுதான்.....இப்பிடி எல்லாத்துக்கும் காரணம். அதும்....... இது நடந்தாலும் நடக்கலாம்..... இல்லன்னா இல்ல. கவலைப் பட ஒன்னும் இல்லன்னுதான் அந்த டிவிக்காரன் சொன்னான்....." என்றபடியே அவளும் நிறைந்த குடத்தைத் தூக்கிக் கொண்டு வீடு நோக்கி நடை போட.....அதற்குள் மறு குடத்தைத் தூக்கிக் கொண்டு நியந்தாவும்,.... சந்திரனும் வந்து விட்டார்கள்.

கவிஜி ஊதா நிறக் கொண்டை ஊசி கதைகள் 37

‘ஆமா.. ஒவ்வொரு டிவிக்காரன் ஒவ்வொன்னு சொல்றான்... எதை நம்பறது’’ என்று புலம்பியபடியே ஒய்லாவும் குடத்தை எடுத்துக் கொண்டு வீடு நோக்கி நடந்தாள்.

ஊருக்குள் ஆங்காங்கே.. அனைவரின் மனநிலையும் இந்த நாலு மணிக்கு சூரியன் மறைவது பற்றிதான். கிட்டதட்ட அனைவருமே... சூரியன் மேலேயே ஒரு கண் வைத்திருந்தார்கள். குடத்தை நிறைத்துக் கொண்டே தன் காதலியின் கண்களை ஊடுருவிக் கொண்டும்.... மென் புன்னகையில் வார்த்தைகள் பரிமாறிக் கொண்டிருக்க.. சட்டென அது நிகழ்ந்தது..... ஊரே கத்த துவங்கியது.

ஒரு பக்கமாக இருந்து அணையும் லைட்டைப் போல.. சட சடவென சூரியன் தன் வெளிச்சத்தை நிறுத்திக் கொள்ளத் துவங்கினான். அது ஓர் அதீத இருட்டை வெளிக் கொணர்ந்தது. மிதக்க விட்ட இருட்டைப் போல ஒவ்வொருவரும் தனி தனி இருளாய் வெளியோடு நின்று புள்ளியானார்கள்.

‘‘ஹே....ஹே.......................ஹே...............’’ என்று கூச்சலும் குழப்பமும்...மக்களை சிதறி ஓட வைக்க அல்லது ஒருவரையொருவர் பற்றிக் கொள்ள.. தடுமாறி.. பயந்து... நிலை இழந்து தவித்து... நடு காட்டுக்குள் அகப்பட்டுக் கொண்ட இருட்டைப் போல... மிரண்டு தவிக்க... .. .. சட்டென எதிரே இருந்த நியந்தாவின் கையைப் பிடித்து இழுத்து அணைத்தான்....சந்திரன்.

‘‘டேய்.... என்னமோ நடக்குதுடா....’’ என்று வடிவேலு, அவன் வாசலில் நின்று சத்தம் போட்டுக் கத்த.... எதைப் பற்றியும் கவலைப் படாமல் சந்திரனும் நியந்தாவும் இதழோடு இதழ் பதித்து வெளிச்சம் உமிழ்ந்தார்கள்.

இரவின் பிடியில்.... மிகப் பெரிய அச்சம் காதலாகவும்... பெரும் அமைதியாகவும்.... வெளிப்பட்டது. சட்டென்று கூச்சல் குழப்பங்கள் மெல்ல மெல்ல குறைந்து ஆழ்ந்த மௌனத்துக்குள் ஒரு வித பெருமூச்சுக்கள் மட்டும் இரவைப் போர்த்திக் கொண்ட பெரும் பாம்பு போல... காற்றோடு மெல்லிய இரைச்சலாய் மிதக்கத் தொடங்கியது. வானம் பார்த்த கண்களில் சூரியத் தேடல்கள் ஒரு முன்னூறு ஜோடிக் கண்களாக மின்னின. அது வழக்கம் போலான ஓர் இரவு இல்லை. அச்சங்களின் அச்சுக்களால் தூவப்பட்ட பயங்களின் ஆக்கிரமிப்பு. பேச்சுகளை காவு வாங்கிய

உமிழ்நீரின் விழுங்கல். தொடர்ந்து நடுங்கிக் கொண்டிருந்த மரணத்தின் வாயில் மெல்ல விலகத் தொடங்கியது. வானம் கொடுத்த கீற்று துகள்களின் வெளிச்சம் பட்டவுடன் மீண்டும் பிறந்த மனிதனாய்... புதிய பூமியாய்.... விடுபடத் துவங்கியது. அடைபட்ட பறவைகளின் விடுதலையைப் போல மீண்டும் மெல்ல மெல்ல சத்தங்களும் கத்தல்களும்.. ஆரம்பிக்க...... ஆரம்பிக்க... விடுபட்டிருந்தார்கள்.. நியந்தாவும்.. சந்திரனும். விட்டு விலகாமல் அவர்களைச் சுற்றி கொண்டிருந்தன இதழ் சிவந்த முத்தங்கள்.

சூரியன் சில நிமிடங்களில் மெல்ல மீண்டும் தலை காட்ட.. அனைவரின் முகத்திலும் படர்ந்திருந்த இருளின் சாயம் மெல்ல விலகி இயல்பு நிலைக்கு வந்திருந்தார்கள்.

இனி பயம் இல்லை என்பது போல ஊர் கலை கட்டத் துவங்கியது. அதுவரை நிறுத்தி வைக்கப் பட்ட கபடி போட்டி.... ஆட்டம் பாட்டம் ..... சரக்கு பார்ட்டி... அன்ன நடை..... வண்ண நடை என்று குமரிகளின் அணிவகுப்பு... என்று ஊர் பட்டாசுகளுடன்.... 2005ஐ வழி அனுப்பிக் கொண்டிருந்தது.

நேரம்..மாலை 6

ஒவ்வொரு புது வருடமும் ஒரு வித தவிப்பை தந்து விடுகிறது. காரணமற்ற சந்தோசம் போலொரு தோற்றத்தை விதைத்து விடுகிறது. எதையாவது கொண்டாட சொல்லும் மனதுக்குள் ஒரு வித வழி இல்லாமல் அங்கும் இங்கும் குட்டி போட்ட பூனை போல மதில் எழுப்பிக் கொண்டு விடுகிறது. ஊர் அது பாட்டுக்கு தன் புது வருட கொண்டாட்டங்களுக்கான வேலைகளை பார்க்கத் துவங்கி விட்டது. அதுவும் இப்படி ஒரு உயிர் போகும் பிரச்சினைக்கு பின் தப்பித்துக் கொண்ட மறு வாழ்வென பார்க்கும் கண்கள் எல்லாம்... பகைமை மறந்து பேரன்பு பெருக பார்த்தது.

நியந்தாவின் வீட்டுக்கு பின்புறம்... தன் துணிகள் அடங்கிய பேக்கை வைத்துக் கொண்டு பர பரக்க... சுற்றும் முற்றும் பார்த்துக் கொண்டே நின்றான் சந்திரன். கொஞ்சம் முள் புதர்களும்.. புல்வெளிகளும் கொண்ட இயற்கையின் அரணாக அவனின் தலை மறைவு காக்கப் பட்ட மாலை மசங்கும் வேளையில் மொட்டை மாடியில் இருந்து நியந்தா தூக்கிப் போட்ட அவளின் பேக் சற்று பட படக்க வைத்து.....நிமிட நேரக் காத்திருப்பை பூர்த்தி செய்தது.

கவிஜி   **ஊதா நிறக் கொண்டை ஊசி கதைகள்**

கீழே விழுந்த அவளின் பேக்கில் இருந்த துணிகளை எல்லாம் எடுத்து.....தான் கொண்டு போயிருந்த தன் பேக்கில் வைத்து விட்டு அவளின் பேக்கை புதர் மறைவில் போட்டு விட்டு வீதியின் கிழக்கு முகம் நோக்கி நடக்கத் துவங்கினான். யாரும் பேக்கோடு அவனைப் பார்த்து விடக் கூடாது என்பதில் முழுக் கவனமும்.. மிரண்டு சிலிர்த்துக் கொண்டிருந்தது. வீதியின் குறுக்கு சந்துகளில் புகுந்து.. இடது வலது என்று மாறி மாறி நடந்து.... மத்தேயு வீட்டுக்கு முன் வரும் போது எதிரே பரிமளாக்கா வந்து கொண்டிருந்தாள்.

"அயோ.. எமகாதகி.... மாட்னோம்... கதை முடிஞ்சது....." என்று யோசித்துக் கொண்டே.......என்ன செய்யலாம் என்று பரபரத்த மூளையை ஒன்று திரட்டும் வேளைக்குள் பார்த்தே விட்டாள் பரிமளாக்கா.

சட்டென நின்று விட்டான். திரு திரு விழிகள். திடும்மென வானம் பார்த்து வாட்சைப் பார்த்து... ஏதேட்சையாக அந்த அக்காவைப் பார்ப்பது போல பார்க்க... அவனை கூர்ந்து கவனித்து விட்ட பரிமளா..... "என்ன சந்திரா... ஒரு படத்துல ரேஷன் அரிசியை குப்பைத் தொட்டில வெச்சுட்டு பேந்த பேந்த முழிக்கற பாக்கியராஜ் மாதிரி பாக்கற... ஏதும் ஒளிச்சு வெச்சிருக்கியா...?" என்று எட்டிப் பார்த்தாள்... அவன் நின்ற இடத்தில் இருத்த குப்பைத் தொட்டியில்.

"அயே. என்னாக்கா... என்னென்னமோ பேசற..... ஒளிச்சு வைக்க என்ன இருக்க... மனச கூட நான் ஒளிச்சு வைக்கறது இல்ல... ஆமா... என்னக்கா... நைட் சர்ச்ல ஏதும் நாடகத்துல நடிக்கறியா!?" என்று கேள்வியை நடை மாற்றினான்.

"ம்க்கும்..... அது ஒன்னுதாண்டா பாக்கி.. என் பொழப்பே நடிப்பா நடிக்குது.. இதுல நான் வேற தனியா நடிக்கணுமா... கழுத..." என்று முணகிக் கொண்டே கடந்து போக யத்தனிக்க..

"இல்லக்கா... முடி நரைச்ச மாதிரி இருக்கு...துணிக்கு மேல துணி போட்டு கொஞ்சம் குண்டான மாதிரி இருக்க.. அதான் கேட்டேன்..." என்று அவனும் முன்னோக்கி நடப்பவன் போல நடக்கத் துவங்கினான்.

அவனைத் திரும்பி பார்க்காமலே... "என்ன.. புதுசா பாக்கற மாதிரி உளறிட்டு போறான்.. வயசான உடம்பு வரும்.. முடி

நரைக்கும்.. இதுல நடிப்பென்ன வேண்டிக் கிடக்கு...உன்ன மாதிரியே ஒல்லிப் பிச்சானாவே எல்லாரும் இருக்க முடியுமாடா...'' என்று புலம்பியபடியே பரிமளாக்கா நடக்க... முன்னோக்கி நடந்தவன் சட்டென திரும்பி ஓடி வந்து குப்பைத் தொட்டியில் ஒரு மூலையில் வைத்திருந்த பேக்கை எடுத்துக் கொண்டு ஓடினான்.

''நல்ல வேளை இன்னும் கொஞ்சம் எட்டிப் பார்த்திருந்தா மாட்டிருப்பேன்'' - மனம் முணு முணுத்தது சந்திரனுக்கு.

நடப்பது போல சிறு ஓட்டம்.. ஓடுவது போல ஒரு நடை... ரவி வீட்டு திண்ணையில்... மயில்சாமி நண்பர்கள் நான்கு பேர் உட்கார்ந்து ஐந்து டம்ளரில் சரக்கு ஊற்றி... நான்கை எடுத்து ஒரே முகமாய் மேல் நோக்கி காட்டி ''இது நம்ம ராஜாவுக்காக...'' என்றபடியே மட மடவென குடித்தார்கள். அவர்களைக் கடந்து கொண்டிருந்த சந்திரன் கண்களில் இந்தக் காட்சி விழ... மனித ஆர்வத்தின் நீட்சியாக சற்று ஓரமாய் நின்று அவர்களைக் கவனித்தான்.

''என்னடா இது...எல்லாருமே நாடகத்துல நடிக்க போறானுங்களா.... மயில்சாமிக்கு ஜடாமுனின்னு பேரே இருக்கு, அவ்ளோ முடி இருக்கும். இப்ப இவ்ளோ சொட்டையா இருக்கான். அட எல்லாருக்குமே தொப்பை.. வழுக்கைன்னு ஆளே மாறி இருக்காங்களே. அது என்ன ராஜாவுக்கு. ஒன்னுக்கு போன கேப்ல அவன் சரக்கையும் சேர்த்துக் குடிக்க பண்ற ஏற்பாடுதான இது....!'' - யோசித்தபடியே.. ''சரி.. நம்மல எவனும் பாக்காம இருந்தா சரி'' என்று முணங்கிக் கொண்டே வீறு நடையை மாற்றி வேக நடையை கொண்டான். பதுங்கிச் செல்லும் புலியின் வேகத்தில் பேக்கை முதுகோடு போட்டுக் கொண்டு மலை ஏறுபவன் போல மூச்சை அளவோடு விட்டு அழகோடு வாங்கிக் கொண்டே நடந்தான்.

''இன்னைக்கு மட்டும் நான் போய் சேர்ந்துட்டன்ன்ன்.. ஜெய்ச்சிட்டேன்ன்.....'' என்று கவுண்டமணியின் வசனம் கூட மண்டைக்குள் செந்திலாய் பார்த்தது.

''என்ன சந்திரா.... என்னமோ திருடப்போறவன் மாதிரி போய்ட்டு இருக்க. ஊரே.. கோயில்லயும்.. சார்ச்சுலயும் குமிஞ்சு கிடக்கு. நீ எங்க கிழக்க போறவன்...'' என்று மொட்டாயி வீட்டுத் திண்ணையில் படுத்திருந்த ஆறுமுகம் கேட்க....... சட்டென பக்கவாட்டில் இருந்து அதுவும் இருட்டுக்குள் இருந்து எதிர்பாராத

சத்தமாக ஒரு குரல் வர..... கண நேர மிரட்டலாய் மிரண்ட சந்திரன் பேக்கை சட்டென கையோடு இறக்கி கால் பக்கத்தில் போட்டுக் கொண்டு......வராத வார்த்தைகளை யோசனை கொண்டு கோர்த்தான்.

“இல்ல.... பங்காளிய பாக்க போயிட்டிருக்கேன்.. ஒரு சின்ன வேலை...... அதான்...” என்றான் முகத்தை துடைத்துக் கொண்டு. ஒரு பக்கம்... ‘ஹேப்பி நியூ இயர்...” என மைக் செட்டில் பாட்டு ஓடிக் கொண்டிருக்க.. மறுபக்கம்...”ஆனந்தம் பொங்குதே,, ஆனந்தம் பொங்குதே.. ஆனந்தம் பொங்கி பொங்குதே....” என்று இன்னொரு மைக் செட்டில் பாடல் ஒலித்துக் கொண்டிருந்தது. கொஞ்சம் சத்தமாகத்தான் பேச வேண்டி இருந்தது...இந்த சாமி குளறுபடி ஊரில்.

“புது வருஷம் பொறக்க போகுது.. மாமன கவனிச்சுட்டு போடா சந்தரா...” என்று படுத்துக் கொண்டு காலாட்டியபடியே கேட்ட ஆறுமுகத்துக்கு 5 ரூபாயை எடுத்து கொடுத்தான். எடுத்துக் கொடுக்க கொடுக்கவே.. “ஆமா மாமா.. எங்க மொட்டாயி காணோம்.....” என்றான். அவன் பார்வையின் நினைப்பு முழுக்க அவன் காலடியில் கிடந்த பேக்கிலேயே இருந்தது. கையில் வாங்கி கண் அருகே கொண்டு போன ஆறுமுகம்.. 5 ரூபாய் நாணயத்தை இருட்டை விலக்கி உற்றுப் பார்த்து....ஒரு முடிவுக்கு வந்தவனாய்....”ம்ம்ம்.. மொட்டாயி செத்துப் போய்ட்டா... உனக்குத் தெரியாது.....?... வெண்ண...இந்தா இதை தூக்கிட்டு ஓடிப் போய்டு...” என்று கையிலிருந்த 5 ரூபாய் நாணயத்தை தூக்கி சந்திரன் மேல் வீசி எறிந்தான்.

விட்டால் சரி என்பது போல குனிந்து அப்படியே பேக்கை இழுத்துக் கொண்டு ஓடியே போனான் சந்திரன்.

‘5 ரூ......வாய்க்கு ஊறுகாய் கூட கிடைக்காதுடா.... மசுருகளா... கோட்டர் 125 ரூவா.....டா.....” என்று புலம்பியபடியே மீண்டும் புரண்டு படுத்துக் கொண்டான் ஆறுமுகம்.

மணி இரவு 7...

கனத்து மௌனித்து கிடந்தது வீதி. மூச்சுக்கு கூட காற்று இருக்கிறதா என்றால் பெரு மூச்சு வாங்கித்தான் உணர முடியும். நீண்டு கிடந்த மஞ்சள் நிற வீதியில்... அடுக்கி வைத்தாற் போல இரண்டு பக்கமும் இருந்த வீடுகளை ஒரு முறை சுற்றி சுற்றிப்

பார்த்துக் கொண்ட சந்திரன்.. "நாளைக்கு இந்நேரம் என்ன ரணகளம் ஆகப் போகுதோ" என்று மனதுக்குள் புலம்பிக் கொண்டே நடந்தான்.

மோகினி போல சட்டென்று சித்திரக்குள்ளி குறுக்கு சந்து வழியாக வெளியே வந்தாள்... திக்கென்றாகி விட்டது சந்திரனுக்கு.

'எங்கண்ணா கிளம்பிட்ட...." என்றாள்....தன் புடவையை சரி செய்தபடியே.

அவள் இன்னும் கூர்ந்து கவனித்து விடுவதற்குள் பேக்கை மறைக்க வேண்டும் என்ற படபடப்பில்.....பேக்கை சற்று வலது பக்கமிருந்த திண்ணையில் படாரென வைத்து விட்டு..... "சும்மா... சித்ரா... பங்காளிய பாக்க....." என்று அவளையே உற்று கவனித்தவன்.. "என்ன சித்ரா... நீயும் நாடகத்துல நடிக்க போறியா... உங்கம்மா புடவைய கட்டிட்டு பெரிய பொம்பள மாதிரி கெட் அப் மாதிட்ட...." என்றான்...வார்த்தைகளை அளந்து அளந்து பேசுபவன் போல.

ஏதோ டப்பிங் படம் பார்த்த மாதிரி......" நாடகமா.. நானா.. அதெல்லாம் ஒரு காலம்ண்ணா....அப்புறம்........... இது ஒன்னும் எங்கம்மா புடவை இல்ல.. என் புடவைதான் .. எல்லாரும் ரெம்ப குண்டாகிட்டேனு சொல்றாங்க.. உனக்கும் அப்டிதான் தெரியுதா" என்றாள். இன்னும் அவள் புடவையை அங்கும் இங்கும் இழுத்துக் கொண்டேதான் இருந்தாள்.

"ஆமா... இல்ல.... என்ன சொல்றது ... ஆமா..கொஞ்சம் குண்டாத்தான் தெரியறா.. சொன்னா நம்பவா போறா"- என்று யோசித்துக் கொண்டே சுற்றும் முற்றும் பார்த்த சந்திரன்.... அவள் பேக்கை பார்த்து விடக் கூடாது என்பதைப் போல பேக் இருந்த இடத்தை உடலைத் திருப்பி மறைத்தும் கொண்டான்.

அவள் அவனைப் பார்க்காமலே... இன்னும் புடவையை சரி செய்தபடியே..."சரிண்ணா.. நான் கிளம்பறேன்...சர்ச்சுக்கு நேரமாச்சு..." என்று சொல்லி அவன் பதிலுக்கு காத்திராமல் போய்க் கொண்டிருந்தாள்.

"யப்பா வாயாடி... இன்னைக்கு ஏதோ கொஞ்சமா பேசிட்டு போறா...."-என்றபடியே பேக்கை தூக்கிக் கொண்டு கிழக்கு

நோக்கி வேக வேகமாய் ஓடினான்.. ‘ஓட ஓட தூரம் குறையல’’ என்பது போல.. குறையாமல் இருப்பது போல இருந்த கால்களின் வலிமைக்கு கிழக்கின் கோடியில் இருந்த புளிய மரத்தின் அருகாமை மிகப் பெரிய பிரமாண்ட பேயைப் போல பயமுறுத்தியது. இந்த மரத்துக்கு ஊருக்குள் பேய் மரம் என்று தான் பெயரே...’’இது தான் சரியான இடம்.. எவனும் கிட்ட கூட வர மாட்டான்’’ என்று நினைத்துக் கொண்டே.... பேக்கை புளிய மரத்தின் சற்று மேலே வளைந்து சென்ற கிளைகளின் இடையே சொருகி வைத்தான்.

‘‘நைட் வர்றோம்.. பேக் எடுக்கறோம்.. இப்டி இந்த வழியே... பள்ளம் தாண்டி... சுடுகாடு தாண்டி......பவானி ரோட்டை பிடிச்சு ஈரோடு பஸ் பிடிக்கறோம். அப்புறம்.. போட்ட திட்டத்தின் படி கல்யாணம்....’’- விடிஞ்சா கல்யாணம் என்று நினைக்கும் போதே உள்ளுக்குள் கட்டெறும்பு ஏறிய கரும்பாய் இனித்து சிவந்தது மனது.

புது வித நம்பிக்கையோடு.. மீண்டும் ஊருக்குள் நடக்கத் துவங்கினான். ஊரே ஏதோ மாறி விட்டது போல ஒரு வகை பழுப்பு நிறம் போர்த்தி இருந்ததை ரசிக்க கூட முடிந்தது. ‘‘ஊரின் எல்லையைத் தாண்டி விட்டால் பின் யாரும் தங்களை ஒன்னும் செய்து விட முடியாது’’ என்பதை மீண்டும் மீண்டும் நினைத்துக் கொண்டான்.

நியந்தாவின் முதல் முத்தம் ஞாபகம் வந்தது. முதலில் அவன் காதலிக்க துவங்கியது என்னவோ நியந்தாவின் அக்கா நிவ்யாவைத்தான். அவள் ‘‘முடியாது’’ என்று கூறிய பின் ‘‘சரி கேட்டுப் பாப்போம்’’ என்று கேட்டதுதான்... நியந்தாவின் காதல். அவளோ.....தனக்கு விபரம் தெரிந்த நாளில் இருந்தே அவனை காதலிப்பதாக கூறி மீண்டும் மீண்டும் சக்கரை ஆலையை விதைத்தாள். நினைத்தாலே இனித்த அவளின் நினைவுகளில் தேங்கியே....ஊருக்குள் நடந்தவனின் பார்வையில்....மயில்சாமி நண்பர்கள் விழுந்தார்கள். ஆளுக்கொரு பிளாஸ்டிக் டம்ளரில் சரக்கை வைத்துக் கொண்டு சலம்பிக் கொண்டிருந்தார்கள்.. ‘‘என்னடா அதுக்குள்ள இடத்தை மாத்திட்டானுங்க..’’ என்று முணங்கிக் கொண்டே பார்த்தவனுக்கு இம்முறை ராஜாவும் ஜோதியில் இருந்தது நன்றாக தெரிந்தது... ‘‘அட... மயில்சாமிக்கு மீண்டும் ஜடாமுனி போல கூந்தல் எப்படி முளைத்தது.....?...’’ தலையை முதன் முறையாக பிடித்துக் கொள்ளத் தோன்றியது சந்திரனுக்கு.

“ஒருவேளை தான் தான் கற்பனை செய்கிறோமோ ..” என்று ஒரு புயல் அவனுக்குள் விதையைப் போல விழுந்தது. “ காட்சிகள் யாவும் காட்சிகளா.. மாயங்களின் பிடியில்... மாறும் சூழ்ச்சிகளா...?” கண்களைத் தேய்த்துக் கொண்டு பார்த்தான். முடி இருந்தது. “சற்று முன் ரவி வீட்டு திண்ணையில் பார்த்த போது சொட்டையாக இருந்தானே.. இப்ப எப்டி.. இத்தனை முடி மீண்டும்.. எது நிஜம்.. முடிக்கு டோப்பா வெச்சதா.. இல்ல.. சொட்ட மாதிரி வேஷம் போட்டதா...”- என்று குழம்பிக் கொண்டே மனதுக்குள் புரண்ட பிழைகளோடு மீண்டும் நடக்கத் துவங்கினான். முன்னோக்கி நடந்தவனுக்கு அடுத்த அதிர்ச்சியாய்... விசும்பிக் கொண்டிருந்தது... சித்திரக்குள்ளியின் முழங்கால் கட்டிக் கொண்டு திண்ணையில் அமர்ந்திருந்த காட்சி. மெல்ல அருகே சென்றான்.. அவள் விசும்பிக் கொண்டிருந்தாள்.

“என்னாச்சு சித்ரா... ஏன் அழுதுட்டு இருக்க...?!” என்றான்.. அவளை கூர்ந்து பார்த்தபடியே.

“நான் அழுதா உனக்கென்னண்ணா... வேலைய பாத்துட்டு போ.. நானே எங்கம்மா.. என்னைய நாடகம் நடிக்க விட மாட்டேங்குதுன்னு அழுதுட்டு இருக்கேன்...”-என்றபடியே அவள் தொடர்ந்து விசும்பலை சரியாக செய்தாள்.

“அயோ.. என்னடா இது குழப்பம்.......” என்றபடியே.. அட.... நாடகம் நடிக்க விருப்பம் இல்லன்னு இப்பதான சொன்ன.. அதும் புடவை கட்டிட்டு இப்ப தானே ஜாம் ஜாம்னு போன.. அதுக்குள்ள என்னாச்சு...”- என்றவனை...கூர்ந்து பார்த்த சித்ரா...சட்டென்று விசும்பலை நிறுத்தி விட்டு,... “நான் புடவை கட்டுனா நல்லாவா இருக்கும்..?.... எனக்கென்ன வயசு இருவதா...புடவை கட்டிட்டு திரிய.... பத்து தான....பாவாடை சட்டை தான் அழகா இருக்கும்.... நீ எங்கம்மாவ பார்த்து நான்னு நினைச்சிருப்ப.. லூசு மாதிரி.... “-என்றபடியே மீண்டும் விசும்பத் தொடங்கினாள்.

நெஞ்சே அடைத்து விடும் போல் இருந்தது.... தலை சுற்றி நடந்தவனை.. மொட்டாயி குரல் தடுத்தது.

“யார் ரத்னமா பேரனா.... என்ன ஊரே... கோயில்லயும் சார்ச்சுலயும் கிடக்கு.. நீ இங்க உலாவிட்டு கிடக்க... ஏதும் சிநேகிதம் கீற இருக்காடா... பேர கெடுத்துக்காத...” என்று திண்ணையில் உடகார்ந்தபடி வெத்திலையை குத்திக் கொண்டே

கவிஜி ஊதா நிறக் கொண்டை ஊசி கதைகள் 45

பேசியது. நின்று நிதானமாக மொட்டாயியை பார்த்தான். திண்ணையை துலாவிய கண்களுக்கு ஆறுமுகம் அகப்படவில்லை.

"ஆயா..... ஆறுமுகண்ணன் எங்க.." என்று மெல்ல கேட்டான். அவன் கண்கள் அந்த இருள் சூழ்ந்த திண்ணையை வெறித்தது. "மொட்டாய் செத்துப் போய்ட்டா... உனக்கு தெரியாது...." என்று ஆறுமுகம் கோபத்தில் கத்தியது.....காரணமே இல்லாமல் மீண்டும் ஒலித்தது சந்திரன் செவியில். ஒலிப்பதெல்லாம்.... ஒலியா....என்பதைப் போல மௌனம் கலைத்த மொட்டாயி.... ஒப்பாரி வைக்கத் துவங்கி விட்டது... "அந்த தறுதலை காணாம போய்தான் ரெண்டு மாசம் ஆச்சே... உனக்கு தெரியாதா...... அவன் உருப்படுவானா... அரிசி சோரா குடுத்து வளத்தேனே.. இப்படி அந்த ஓடுகாலி நாய் கூட சேர்ந்து ஓடிப் போய்ட்டானே.. குடிகார நாயி....."-மொட்டாயின் குரல் தொடர.... நா வரளத் துவங்கியது சந்திரனுக்கு... "இல்ல.. இது சாதாரணம் இல்ல.. ஏதோ தப்பு நடக்குது...."

தலைக்குள் ரீங்காரம் மெல்ல அல்ல.. மிக வேகமாக சுற்றுவது போல அவன் கற்பனையோ.... அல்லது கற்பனையின் அவனோ சுற்றத் தொடங்கினார்கள். மனதுக்குள் தீர முடியாத கேள்விகளோடு குழப்பங்களும் நிறைந்து கொண்டன. கால்கள் முன்னோக்கி நடந்தாலும் மனதுக்குள் சற்று முன் பார்த்த..... மாறிய கட்சிகள் ஒவ்வொன்றும் ஒவ்வொரு கதைகளை விரித்துக் கொண்டே சென்றது. எதிரே வந்து கொண்டிருந்த பரிமளாக்கா..... இன்னும் எண்ணை ஊற்றினாள். சிக்கென்று நடந்து வந்தவள்... அவன் முன்னால் நின்று... "என்ன சந்திரா.. இன்னைக்கு நீ ஆடப் போறியா... இல்லையா.. போன வருஷம் உன் ஆட்டம் மஜா டா.. "என்று கூறி விட்டு வேகமாக கடந்து போனாள். வீதி லைட் வெளிச்சத்தில் அவளின் கறுத்த உடல் கணக் கச்சிதமாக அவன் பார்வைக்குள் அலையாக ஆடியது. மீண்டும் கறுத்த முடியோடு... உடல் ஒல்லியாகி எப்பவும் போல இருந்தாள்.

மனதுக்குள் ஏதேதோ சிந்தனைகளை ஓட விட்ட சந்திரன்..."அக்கா ஒரு நிமிஷம்"- என்று போனவளை நிறுத்தினான்.. அவளும் நின்று மெல்ல திரும்பினாள்.

"அக்கா திரும்பாத....... திரும்பாமலே.. நான் கேக்றதுக்கு பதில் சொல்லு... என்றான் கணீர் குரலில்.

திக் என்று நின்ற.... பரிமளா... கொஞ்சம் திரும்பிய கழுத்தைக் கூட வேகமாக முன் பக்கமாக திருப்பிக் கொண்டாள். "இது

சந்திரன் குரல் மாதிரியே இல்லையே" என்று உடல் நடுங்க நினைத்த பரிமளா..... "ஏன் சந்திரா,.. என்ன கேக்க போற...ஏன் திரும்ப வேண்டான்னு சொல்ற...' என்று மெலிதாக.. ஆனால் பிசிறில்லாமல் வார்த்தைகளை விட......" கொஞ்ச நேரத்துக்கு முன்னால் இதே இடத்துல நாம பார்த்தோம் தானக்கா..."என்றான்.. பயந்து கொண்டே. வேகமாய் வியர்க்கவும் தொடங்கி இருந்தது அவன் உடலும் மனமும்.

நின்றபடியே கண்களை இடதும் வலதும் திருப்பிய பரிமளா..... "என்ன கேக்கறான்.... இவன காலைலருந்தே பாக்கலயே... ஏன் இப்டி கேக்கறான்... திரும்ப வேண்டானும் சொல்றான்... என்னாச்சு...." என்று தொடர்பற்ற யோசனையில் சிக்கி நிற்க...

"சொல்லுக்கா...." என்று அடித்தொண்டையில் இருந்து தைரியத்தை வரவழைத்துக் கொண்டு கேட்டான் சந்திரன்.

"இல்லடா.. இப்பதான் பாக்கறேன்...."என்று பயந்தபடியே பரிமளா கூற....." அயோ...பேயி........." என்று கத்திக் கொண்டு ஓடத் துவங்கினான் சந்திரன்.

"அயோ.. பேயா...."- என்று பரிமளாவும் கத்திக் கொண்டு குறுக்கு சந்துக்குள் ஓடத் துவங்கினாள். இருளுக்குள் இல்லாத வெளிச்சமும் வெளிச்சத்தில் இல்லாத இருளும் தாறுமாறாக ஓடத் தொடங்கின.

மணி இரவு 9.30

கோவில் திடலில் நடந்து கொண்டிருந்த நாடகம் பார்க்க கூட்டத்தோடு நின்றான்...சந்திரன். மனதுக்குள் பக் பக் என்றும் திக் திக் என்றும்.. ஏதேதோ... எண்ணங்கள் தடுமாற... ஒரே முகத்தில் இரண்டிரண்டு பேராக பலர் இருப்பது போல பிரமிக்கவும் செய்தான்.

"என்ன... முனியாண்டி... கொஞ்ச நேரம் சர்ச்... கொஞ்ச நேரம் கோயில்னு ரெண்டு பக்கமும் இருக்க...சாமி மாதிரி " என்று கேட்டபடியே செங்கல்ராஜ் நடந்து போக.. முனியாண்டி... அவனையும் பார்த்துக் கொண்டு.... இதை கவனித்துக் கொண்டிருந்த சந்திரனையும் பார்த்து.. "குடி....." என்பது போல,

ஒரு மலையாளியைப் போல ஜாடை செய்தான். நேரம் ஓட ஓட... சிந்தனையில் குழப்பங்கள் மறைந்து...நியந்தாவின் ஞாபகங்கள் தலைக்குள் சுழன்றன.

குளிரை போக்க பெரும்பாலைய மக்கள் தலையோடு குல்லா போட்டபடியும் ஸ்வெட்டர் போட்டபடியும் ஆவிகளைப் போல அலைந்து கொண்டிருந்தார்கள். இன்னும் சற்று நேரத்தில் புது வருடம் வந்து விடப் போகிறது. புது நம்பிக்கை பிறக்க போகிறது. உள்ளுக்குள் கொண்ட குதூகலத்தை நடந்தே காட்டிக் கொண்டிருந்தார்கள். மூளைக்குள் போட்டு வைத்த அத்தனை திட்டங்களையும் ஒருசேர ஓட்டிப் பார்த்தான் சந்திரன். அத்தனை குழப்பங்களையும் தாண்டி........சில்லென்ற காற்று மெல்ல ஒரு சீன ராணியின் விசிறியை போல... மிதந்து கொண்டிருந்தது.

நேரம் 11.55.

சர்ச்சில் அனைவரும் கண்கள் மூடி ஜெபிக்கத் தொடங்கினார்கள். இன்னும் 5 நிமிடத்தில் புது விடியல்.

அடுத்த நிமிடம்... நியந்தாவும்... சந்திரனும் ஓடிக் கொண்டிருந்தார்கள்.

டிக் டிக் டிக் ....அடுத்த நிமிடம்.. பேக் அவர்கள் கையில்.. டிக் டிக் டிக் ......அடுத்த நிமிடம்... பள்ளம் தாண்டி..... ஓடிக் கொண்டிருந்தார்கள்.....டிக் டிக் டிக் ...... அடுத்த நிமிடம்.. பவானி சாலையில்....

அடுத்த நிமிடம்.... தூரத்தில் பின்னால்.. பட்டாசுகளும்... கூக்குரல்களும்.. கொந்தளிக்க.. சட்டென்று நின்று......நியந்தாவும் சந்திரனும் ஒருவரையொரு ஆரத் தழுவிக் கொண்டார்கள். புது வருடம்.... இனிய புத்தாண்டு வாழ்த்துக்கள்... என்று ஊருக்குள் கத்திய சத்தம் ஒரு சாரலைப் போல.. அவர்களை.... நொடிகள் இடைவெளியில் வந்து சேர்ந்தது. முத்த மழையில் நனைந்து கொண்டார்கள். ஒரு முறை அவளைத் தூக்கி சுற்றினான்... ஒரு குழந்தையைப் போல. அவள் மெது மெதுவாய் தழுவி வழுக்கினாள்.. ஒரு குமரியைப் போல.

இருள் சூழ்ந்த சாலையில்.... அவளின் கண்கள் பிரகாசமாய் காதலை முணுமுணுத்தது. கண்களோடு இதழ் பதித்தவனுக்கு...

பதில்.....கன்னம் கடித்து சொன்னாள். இருவரும்.... இருள் புன்னைகையோடு மீண்டும் நடையும் ஓட்டமுமாக முன்னோக்கி நடக்க... பின்னால் தீப்பந்தங்களோடு ஒரு கூட்டம் அலறிக் கொண்டு வருவதை தூரக் காட்சிகளும்.. தூரக் கத்தல்களும் உணர வைத்தன. மீண்டும் அதி வேகமாக அடிக்கத் தொடங்கிய இதயங்களை கோர்த்துக் கொண்ட கை கொண்டு தைரியப் படுத்திக் கொண்டு வேகம் எடுத்தார்கள். மிரண்டு போன மனதோடு... எல்லாம் புரிந்து விட..... ஓட்டம் வேகமெடுத்து... ஓடினார்கள். ஓடிக் கொண்டே இருந்தார்கள். இருள் துரத்தும் அதே நேரத்தை... அவர்கள் துரத்துவது போல ஒரு ஓவியக் கரைதலாய் அவர்கள் காதலைக் கொண்டே கடந்து கொண்டு இருந்தார்கள்.

கண நேர கீற்றாய் சட்டென ஒரு ஜீப் அவர்களைக் கடந்து முன்னால் சென்று.....வேகமாய் நின்று... பின்.. அதே வேகத்தில் சர்ரேலென வந்து சர்ரென்று அவர்களின் அருகே நின்றது.

இருவரும் மிரண்டு என்ன செய்வதென்று தெரியாமல் பார்க்க....உள்ளேயிருந்து டிரைவர், "சீக்கிரம் ஏறுங்க.... வாங்க.... நான் உங்கள டிராப் பண்றேன்... நீங்க எவ்ளோ ஓடினாலும் அவுங்க உங்கள பிடிச்சிடுவாங்க... வாங்க... யோசிக்க இது நேரமில்ல"- என்று கிட்டத்தட்ட ஆணையிடும் தொனியில் கூறினான்... "பயப்படாதீங்க... ஏறுங்க.." என்று கேட்ட பாதுகாப்பின் சத்தத்தை... நம்பவும் இல்லாத நம்பவும் செய்கின்ற தடுமாற்றத்தோடு அந்த நேர முடிவாக.....ஏறிக் கொண்டார்கள். வண்டி அதே வேகத்தில் கிளம்பியது. மெல்ல திரும்பிப் பார்த்த சந்திரனின் கண்களுக்கு குட்டி குட்டி தீப்பத்தங்கள் தூரத்தில் தலை அசைப்பது தெரிந்தது. நியந்தாவும் சந்திரனும் ஒருவரையொருவர் அர்த்தத்தோடு பார்த்துக் கொண்டார்கள். வண்டி அதே வேகத்தில் சீறிக் கொண்டிருந்தது. இரு பக்கமும் இருள் சூழ்ந்த காட்டுக்குள் ஒரு கீற்றைப் போல ஜீப்பின் முகப்பு வெளிச்சம் கீறிக் கொண்டு போக அதன் பின்னால் ஜீப் போய்க் கொண்டே இருந்தது.

"ரெம்ப நன்றிங்க.. எங்கள ஈரோட்ல இறக்கி விட்ருங்க..." என்று ஒரு 30 கி மீ வேகத்தில் அழுத்தி வைத்திருந்த மௌனம் களைந்து பயணத்தின் முகமூடியைக் கிழித்தான் சந்திரன்.

மெல்ல புன்னகைத்துக் கொண்ட டிரைவரின் கட்டுப்பாட்டில் இருந்து கண நேரத்தில் விலகிய ஜீப் இடது புறமாக சரிந்து கவிழ்ந்து எதிரே இருந்த ஒரு புளிய மரத்தின் மீது மோதி சரிந்தது. இருள் மிரண்டு ஒதுங்கிக் கொண்டது போல....... ஜீப்பின்

முகப்பு வெளிச்சம் கோணல் மாணலாக அங்கும் இங்கும் பரவி விரவி... பாதி கண்கள் திறந்து மயங்கியது போல புளிய மரத்தின் கிளைகளின் ஊடாக நீண்டு கிடந்தது.

கொஞ்ச நேரத்துக்கு என்ன நடந்தது என்றே கணிக்க முடியாத சந்திரன் மெல்ல உள்ளே கிடந்த நியந்தாவை வெளியே இழுத்தான். ஆங்காங்கே சிராய்ப்புகளோடு நிற்க முடிந்தது அவனால்... திரும்பி தேடிய இருளுக்குள் முகப்பு வெளிச்ச பரப்பில் புளிய மரத்தின் அடியினில் ஒரு ரத்தக் காட்டேரியைப் போல முணகிக் கொண்டிருந்தான் டிரைவர்.

ஓடிச்சென்று அவன் அருகே நின்று அவனைத் தூக்க முயற்சிக்கையில் அதிர்ந்த சந்திரன்... இன்னும் நன்றாக அவனை உற்றுப் பார்த்தான். ஆங்கங்கே அடி பட்டு முகம் கிழிந்து ரத்தம் வழியக் கிடந்த அவனின் முகம் தொட்டு திருப்பி இன்னும் நன்றாகப் பார்த்தான். மனதுக்குள் பெரும் குழப்பம்... அவனைக் கவ்வ மிரண்டு இரண்டு அடி பின்னால் நகர்ந்து தடுமாறினான்.

ஆம்.. அவன் சந்திரனைப் போலவே இருந்தான்.. "என்ன விதமான குழப்பம்... இது.." என்று கண்களை அழுந்த அழுந்த தேய்த்துக் கொண்டு மீண்டும் அருகினில் சென்று பார்த்தான். ஒரு முறை தான் தெளிவாகத்தான் இருக்கிறோமா என்ற சுய பரிசோதனைக்கு மனதை ஆட் படுத்திக் கொண்டான். மறுபடியும் பார்த்தான். ஆம்.. அதே முகம்... அதே உடல்... ஆனால் கொஞ்சம் வயதாகி இருந்தான். மற்றபடி ஒரே உருவம்தான். ஆம்... அந்த டிரைவர்... அப்படியே தன்னைப் போலவே இருந்ததைப் பார்த்து... என்ன செய்வதென்று புரியாமல் தடுமாறிய சந்திரனை பார்த்து மெல்ல புன்னகைத்தான்.... டிரைவர்.

தலையை பிடித்துக் கொண்டு திக் திக் பார்வையோடு....... 'என்ன நடக்குது.. ஒன்னும் புரியல.. ஊருக்குள்ள ஒருத்தர் மாதிரியே வயசான ஒருத்தர் இருக்காங்க.. சரி ஒருவேளை என் கற்பனையோன்னு கூட நினைச்சேன்.. ஆனா.. இங்க என்ன மாதிரியே வயசான நீ...... எப்டி... என்ன நடக்குது ... ஆமா.. யார் நீ... எதுக்கு எங்கள காப்பாத்த வந்த... எங்கிருந்த வந்த.... "... என்று பெரும் குழப்பத்தோடு மீண்டும் தலையில் கை வைத்துக் கொண்டு சரிந்திருக்கும் டிரைவர் அருகே அமர்ந்தான். லட்சம் பூச்சிகள் மனதுக்குள் அரிப்பது போல உடல் நடுங்கிய கோர்வையாய் ஒரு நிழலைப் போல கவனித்தான்.

தன்னைப் போலவே இருந்த சந்திரனைப் பார்த்து, "பயப்படாத.... எல்லாம் சொல்றேன்.." என்று மெல்ல பேசத் தொடங்கினான் டிரைவர்.

இருவரும் ஒருவரை ஒருவர் பார்த்துக் கொண்டார்கள்.

"சந்திரா.... விதி வலியது தெரியுமா.....' என்று பேசத் தொடங்கினான் டிரைவர்.

சட்டென கண்களை அகலமாய் திறந்த சந்திரன் "என் பேர் உனக்கெப்டி தெரியும்...?" என்று ஆச்சரியக் குறியில் அதிர்ந்தான்... முட்டியில் வழிந்த குருதியை உதறிக் கொண்டே....

"பேர் என்ன...! எல்லாமே தெரியும்..." என்று இடைவெளி விட்ட டிரைவர் ....." என்னை பத்தி எனக்கு தெரியாதா.....?" என்றான்.

இன்னும் கூர்ந்து கவனித்த சந்திரன்... என்ன இது... "என்னை பத்தி எனக்கு தெரியாதா.....!"- ஒன்னும் புரியல' என்று முணங்கினான். வெற்றுப் பார்வையில் மிகப் பெரிய பயம் கலந்து நின்றது.... இரவாக.

டிரைவர் மெல்ல சிரித்துக் கொண்டு.... "இன்னைக்கு சாயந்தரம் சூரியன் நாலு மணிக்கே மறைஞ்சதுல ஏற்பட்ட கால மாற்றத்துல...கால குழப்பத்துல 2005ம் 2015ம் கலந்துடுச்சு சந்திரா... அதான்.. 10 வயசு வித்தியாசத்துல ஒரே மாதிரி ரெண்டு ரெண்டு பேரா இன்னைக்கு ஊருக்குள்ள இருக்காங்க. ஒரே கிணறு உனக்கு மூடி இருக்கற மாதிரி தெரியுது. எனக்கு திறந்து இருக்கற மாதிரி தெரியுது. ராஜா இல்லாத நண்பர்களை முதல்ல நீ பார்த்தது 2015... அதுல ராஜா இல்ல... ரெண்டாவது ராஜாவோட சேர்ந்து அந்த கூட்டத்தை நீ பார்த்தது 2005.... 2010ல ராஜா செத்துப் போய்ட்டான் சந்திரா... அதான் 2015ல நீ பாக்கும் போது ராஜா இல்ல... ஆனா அவனே 2005ல இருந்தான்ல.."

சந்திரனுக்கு தலை சுற்றி வாந்தி வருவது போல இருந்தது.... "என்ன மாதிரியான ஆங்கில பட குழப்பம் இது?" என்று மனதுக்குள் முணங்கியவன்..... ஒரு முறை இன்று நடந்த அத்தனை குழப்பங்களையும் மனக் கண்ணால் ஓட்டிப் பார்த்தான்.

பரிமளாக்கா.. சித்ரா..... மொட்டாயி.... ஆறுமுகம்.... செங்கல்ராஜ்.... இன்னும் கண்ட அத்தனை இரட்டை

வேடங்களுக்கும் காரணம் புரியத் தொடங்க... இந்த பிரபஞ்சத்தின் மீது இனம் புரியாத பயம் வந்தது. நிழலைப் போல ஒன்று நம்மை கண்காணித்துக் கொண்டே இருப்பதாய் அறிந்த வியாக்கியானத்தின் பிடியில்... மனிதன் ஒன்றுமே இல்லை என்ற சிந்தனைக் குழப்பம் தெளிவாய் புரிந்தது.

"அப்டினா... என்னோட 2015.... நான் தான் நீ......... இல்லையா...!" என்று ஆச்சரியப்பட்டான். அவன் கண்கள் ஆச்சரிய வெள்ளத்தில் மூழ்கி நீந்தியது. 2015 சந்திரனை உற்று.. ஏதோ கண்ணாடியில் தன்னைப் பார்ப்பது போல பார்த்தான் 2005 சந்திரன். அவர்களை சுற்றி பூமி வேக வேகமாய் சுற்றுவதைப் போலொரு மாயம்... மிதப்பதை உணர்ந்தார்கள். இயல்புக்குள் கலந்து கொண்ட மாய தத்துவங்களின் கைகளில் மூளை பிசையப்படும் காட்சிக்குள் பின்னோக்கி தலைகீழாய் சரிவது போல் இருந்தது... சூழலின் இருண்மை.

வரட்சியான பார்வையோடு 2015 சந்திரன்....... "சரி சந்திரா... நீங்க கிளம்புங்க....அவுங்க கைல மாட்னா அவ்ளோதான்....." என்றான்... தவிப்போடு.

"நீ... நீங்க......?"-தன்னையே வேறு ஒருவனாக பார்த்து பேசுவது என்பது இனம் புரியாத தவிப்பின் உச்சம் என்று உள் மனம் அசை போட்டது சந்திரனுக்கு.

"நான் என்னை பாத்துக்குவேன் ...., நீங்க போங்க... நாளைக்கு மறுமடியும் சூரியன் வழக்கம் போல உதிச்சிட்டா.. இந்த 2015 இருக்காது. நானும் இருக்க மாட்டேன். இந்த குழப்பம் தீர்ந்திடும். ஏன் அப்டி பாக்கற... அதான் நீ இருக்கியே... நீ தான நான்...இது என் நியந்தா தான.... "என்று சொல்லி மென் புன்னகையோடு கண்ணடித்தான்.

"சரி" என்ற சந்திரன்.. எழுந்து நியந்தாவைக் கூட்டிக் கொண்டு ஓடத் துவங்கு முன் சற்று நின்று.. திரும்பி... "சந்திரா ... எங்க கல்யாணம்...... நடந்திடும் தான... நீ எதிர்காலத்துலதான இருக்க.. அப்போ என்ன நடந்துதுன்னு உனக்கு தெரியும் தானே...? என்றான்...முகம் பிரகாசிக்க.

2015 சந்திரன்... மெல்ல புன்னகைத்து விட்டு.. "காலத்தின் கணக்கை முன் கூட்டியே கணிக்கலாம்.. வாழ கூடாது... நீ போ... எல்லாம் புரியும்" என்றான். ஒரு வித அமானுஷ்ய காற்று அந்த

இடத்தை நிரப்பியது. இருண்மையின் சிலிர்ப்புக்குள் மிதக்கத் துவங்கிய மாயக் கண்கள் புன்னகை செய்தன.

சந்திரன் நியந்தாவைக் கூட்டிக் கொண்டு ஓடினான்... ஓடி புள்ளியாகி இருட்டுக்குள் மறைந்து போனான்.

வேண்டும் என்றே ஜீப்பை கவிழ்த்திய காட்சியை ஒரு முறை நினைத்துப் பார்த்தான்....2015-சந்திரன். அவனுக்கு முன்னால் கவிழ்ந்து கிடந்த ஜீப்புக்கும் தரைக்கும் இடையே நசுங்கி செத்துக் கிடந்தாள் நியந்தா.

"ஒரே ஆளா இருந்தாலும்.. மனசு வேறடா...அது வருசத்துக்கு வருஷம் என்ன... நிமிசத்துக்கு நிமிஷம் மாறும்....இது என் நியந்தாடா.... நியந்தா எனக்கானவ. உன் கூட போக விடுவேனா...." என்ற 2015-சந்திரனின் மனம் ஒரு பேயைப் போல கண்கள் விரித்தது.

ஓடிக் கொண்டிருந்த சந்திரனின் கைகளில் இருந்த நியந்தாவின் கை மெல்ல காற்றோடு கரையத் துவங்கியது.

தீரா நதி

"**க**ண்டிப்பா வந்தர்ரனும் தெய்வா......நான் எதிர்பார்த்துட்டு இருப்பேன்" என்றாள் மல்லிகா.

இதழ் விரிந்திட்ட தெய்வா...... "நான் வரணும்னா.....நான் கேட்டத நீ பண்ணினா தான்" என்றான்..... கையில் இருந்த திருமண அழைப்பிதழை அப்படியும் இப்படியும் ஆட்டியபடியே.

அவனையே குறுகுறுவென பார்த்த மல்லிகா மெல்ல சிரித்தாள்.

"சரிடா ... ஓகே" என்றபடியே கடந்து சென்றாள்.

"ஏய் ... என்னடி அவன் கேட்டான்" என்றாள் மல்லிகாவின் தோழி.....ராதா.

"எங்க அக்கா கல்யணத்துக்கு வந்தா.....என் கூட தான் தூங்குவானாம். அதுக்கு சம்மதம்னா வர்றேங்கறான்" என்றாள் மல்லிகா....சிரித்துக் கொண்டே.

"ஏய் என்ன சிரிப்பு.......அவன் இவ்ளோ அசிங்கமா கேக்கறான். நீயும் பல்ல காட்ற. என்னடி லவ்வா.......?"- இதோ இன்னும் கொஞ்சம் அழுத்தினால் எகிறி குதித்து விடும் முட்டைக்கண்கள் ராதாவுக்கு.

அவளே தொடர்ந்தாள். "இந்த காலத்து பசங்க லவ் பண்றதே அதுக்குத்தான......ஜாக்கிரத......ஏமாந்து நிக்காத" என்றாள்.

"ச்சே.... யாரு லவ் பண்றா.. லவ்வெல்லாம் இல்ல...."

"ஓ .... ஸ்ட்ரைட்டா ..... மேட்டர்... ம்.. இது சூப்பர்"- அவளின் காது சிவந்தது.

"ச்சி .. அதெல்லாம் இல்லடி... அவன் என் நண்பன். நல்லவன். என்கிட்டே சும்மா விளையாடுவான். ஏன் உங்க அக்கா கல்யாணத்துக்கு வந்தப்ப கூட வர்ற வழியெல்லாம் ஒண்ணா தூங்கலாம்னு சொன்னவன்.......அப்படி தூங்க சான்ஸ் கிடைச்சப்ப கூட அவன் என் கிட்டயே வரல. அவன போய்" என்றவள்......தன் அக்கா கல்யாண பத்திரிகையை அடுத்த தோழி தோழர்களுக்கு கொடுப்பதில் மும்முரமானாள்.

யார் நல்லவர் யார் கெட்டவர் யார் அறிவார்.... சந்தர்ப்பம் அமைவதில் காலத்தின் கணிப்பு என்னவாய் இருக்கும்......?

தெய்வா.... நல்லவனா கெட்டவனா....?!

மல்லிகாவுக்கு காட்டும் முகத்தை எதையாவது கொண்டு மூடிவிடுவானா.... அல்லது மூடியிருக்கும் எதையாவதை கிழித்து விடுவானா. அதோ தெரியும் அந்த மலையை அவர்கள் தொடும் நாளின் இரவில் தெரிந்து விடப் போகிறது.

சில்லென்ற காற்றும் ஜில்வென்ற பனியும் அடர்ந்து கிடந்த காடும் ஆழ்ந்த தியானத்தை சிதறியிருந்தது. பத்து பேர் கொண்ட குழு அது. நான்கு பெண்கள் ஆறு ஆண்கள்......அனைவருமே மல்லிகாவின் நெருங்கிய தோழி தோழர்கள்.

"இங்க கொஞ்சம் கவனமா வாங்க......யானை நடமாடுகிற பகுதி" என்றபடி வழி காட்டிக் கொண்டு சென்றாள் மல்லிகா.

யானைகள் காட்டின் பலம்.

காணும் இடமெல்லாம் பசுமை கை தட்டி அழைத்தது. கண் கொட்டி சிரித்தது. கட்டி பிடித்து தழுவியது. விரிந்து போகும் விழிகளில் வெள்ளுடை போர்த்திய மலைகள். காடும் காடும் சார்ந்த வாழ்கையில் ஒரு பட்டாம்பூச்சி வாழ்கிறது ஒரு பெரும் வாழ்வை.

வீழ்ந்து கிடக்கும் பள்ளத்தாக்குகளில் வாழ்த்து கிடக்கிறது அமைதி. இரைச்சலற்ற வானத்தில் இன்னிசையாய் சிறகடிக்கிறது பறவைகள்.

"இன்னும் எவ்ளோ தூரம்ப்பா ..." என்றான்...... கால் முட்டியை பிடித்து கொண்ட ஒரு நண்பன்.

கவிஜி ஊதா நிறக் கொண்டை ஊசி கதைகள் 55

"ஒரு நாளைக்கே முட்டிய பிடிக்கறியே..... நாங்க ஒவ்வொரு நாளும் இப்படித்தான் நடக்கணும்.." என்றாள்..... இன்னும் கொஞ்சம் சிரித்த மல்லிகா.

"அதான், நீ ஹாஸ்டல் வந்துட்டீல்ல"- என்றான் இன்னொருவன்.

"நான் ஒருத்திதான் வந்துருக்கேன், இன்னும் ஒரு ஊரே இருக்கு" என்றாள் அழுத்தமாக ...."படிக்க" என்றாள் அமைதியாக.

நண்பர்கள் இரு வேறு அறைகளில் பால் விகிதம் பிரிக்கப்பட்டிருந்தார்கள் எப்போதும் போல.

இல்லாது போலத்தான் இருந்தது.... ஆனால் குளிரூட்டிக் கொண்டேயிருந்தது காற்று.

விடிந்தால் கல்யாணம். கல்யாண வேலைகள்......அது பாட்டுக்கு நடந்து கொண்டிருக்க...... நெருப்பு மூட்டி ஆட்டம் பாட்டம் என இளசுகளின் கும்மாளம் கலை கட்டியது.

நண்பர்கள் எல்லாரும் மாப்பிள்ளையிடம் அறிமுகம் ஆனார்கள். காட்டிலா அதிகாரி. முறைமாமன் வேறு. மணப்பெண்ணாய் அடக்கமாய் அமைதியாய் அமர்ந்திருந்தாள் தாமரை.

"ஏங்க, தாமரை......மல்லிகாவ விட நீங்கதாங்க அழகு. ம்ம்ம் மிஸ் ஆகிட்டீங்க" என்ற தெய்வானை.....விழிகளை மட்டும் தூக்கிப் பார்த்தாள் தாமரை. அதில் கொஞ்சம் கொஞ்சம் இருந்தது பெரிய புன்னகை.

நேரம் ஓடிக் கொண்டிருந்தது. யார் நல்லவர் யார் கெட்டவர்...... தெரிவதற்கு நேரம் நெருங்கி கொண்டிருந்தது. ஆங்காங்கே அவரவர்.......அவரவர் அறையில் முடங்கி விட.....இவன் கண்ணாலேயே ஜாடை செய்தான்.

மல்லிகா சிரித்தாள்.

"கொன்றுவேன்.... போய் படுடா...." என்றாள் கிசு கிசுத்த குரலில்.

சற்று நேரத்தில் தலைக்கடியில் தூங்கி கொண்டிருந்த செல் போன்.........கிர்ரென ஒரு ஒரு குழைந்த சத்தம் எழுப்பி அணைந்தது.

செவ்வக வெளிச்சம் ஒளிர செல் போன் எடுத்துக் பார்த்தான். மெசேஜ். க்ளிக்கினான். மல்லிகா அனுப்பியிருந்தாள்.

"வெளியே வந்து.......இடது புறம் செல்லும் ஒத்தையடி பாதையில் வந்து கொண்டேயிரு. நான் காத்துக் கொண்டிருப்பேன்."

சட்டென அணைத்தான். முகம் விரித்தான். மெல்ல எழுந்து வெளியே வந்தவன்....... வெளியே யாருமில்லாததை கண்டு கொஞ்சம் பயந்தான்.

குளிருக்கு அனைவருமே வீடுகளுக்குள் முடங்கியிருந்தார்கள்.

"ஆசை பயம் அறியாது" - அவன் நடக்க ஆரம்பித்தான். யாராது விளையாடுகிறார்களா..? யோசிப்பதற்குள் இருட்டுக்குள் வந்துவிட்டிருந்தான்.

திக்....................திக்......................., திக்,......................

"இது தேவையா? யானை......புலி......ஏதாது வந்தா.....? ஆனாலும் மல்லிகா வர சொல்லிருக்கா....!"

ஒரே குழப்பம்.............................

"ஒரு வேளை பேய் ஏதாது இப்படி பண்ணுதா ......?"- மனம் பாடாய் பட்டது.... "பேசாம திரும்பி போய்டலாமா"- என யோசிக்கையில் சற்று முன்னால் மல்லிகா சென்று கொண்டிருந்தாள்.

முகம் தெரியாத இருட்டு..... உருவம் தெரிந்து கொள்ளும் அளவு பழக்கப்பட்டு விட்டது.

ஒத்தையடி பாதை தாண்டியவள்......அந்த பரந்த புல்வெளியில் நின்றாள். வானம் எங்கும் வானம். வானமெங்கும் நீலம். நீளத்தில் வெள்ளி வெள்ளி நட்சத்திரங்கள். குளிர்ந்த காற்று. இருட்டில் ஒரு வித வெதுவெதுப்பை சுமந்தது. புல்வெளியில் கால்

உயரம் வளர்ந்திருந்த புற்கள் தலையாட்டி தாளம் போட்டன. மல்லிகாவின் கூந்தல் விரிந்து கிடந்தது. அவள் ஒரு மாய பேயின் மறு உருவமாய் அவனை நோக்கி வந்தாள். அவள் கண்கள் மட்டும் தீயாய் எரிந்து கொண்டிருந்தது.

பெரும் சுழல் காற்றாய் வந்தவள்......அவனை அணைத்தபடி அணைந்தாள். குளிரில் கொதித்திருந்தாள்.

என்ன செய்வதென அறியாமல் மறுக்கவும் முடியாமல் மறுதலிக்கவும் இயலாமல் தழுவ ஆரம்பித்தான் தெய்வா. வானம் கண் கூச மேகம் மூடி மறைத்தது. தேகம் வாய் பேச......பேச்சுக்கள் ஓடி விறைத்தது. அவள் அவனை தேடினாள். அவன் அவளால் தொலைந்தான். காற்றும் குளிரும் கன்னத்தில் கை வைத்திருந்தது மாறி மாறி.

அவர்கள் இரவை தொலைத்திருந்தார்கள். இரவாகவே தொலைந்திருந்தர்கள். அங்கே எல்லாம் நின்றுருந்தது ..... காலம் உட்பட.

விடியலில் திருமணம் முடிந்திருந்தது. எதுவுமே நடக்காதது போல வழி அனுப்பி வைத்தாள் மல்லிகா.

மனம் அவனிடத்தில் இல்லை..... "ஏதோ விளையாட்டுக்கு கேட்டதுக்கு........மல்லிகா இவ்ளோ சீரியஸ்சா......! ஒரு வேளை லவ் பண்ணுவளோ .... சரி நீயாவது வேண்டானு உதறியிருக்கலாம்ல.." -மனசாட்சி அங்கே ஓடிய ஓடையின் சத்தத்தில் சில்லிட்டது.

இப்போது தெரிகிறதா... நல்லவர் கெட்டவர்.... கோட்பாட்டின் குழப்பம்......ம்ஹூம் ...... இன்னும் குழப்பம் தீரவில்லை. அவன் போய்க் கொண்டே இருந்தான். அங்கே ஓடையில் ஓடிக் கொண்டிருந்தது...... நேற்றிரவின் உண்மையும் ஒரு தீரா நதியும்.

அது....

எல்லா மணப்பெண்களுக்கும் உரித்தான அதே ஆர்வம் ஆசை நாணம் வெட்கத்துடன்....மாப்பிளை அறையை ஏதேச்சையாக எட்டிப் பார்த்தாள் தாமரை.

உள்ளே குடித்தபடி.....நண்பர்களுடன் சீட்டு விளையாடிக்

கொண்டிருந்தான் மாப்பிள்ளை. இவளால் வைத்த கண்ணை எடுக்க முடியவில்லை.

“மாபிள்ள, நாளை இந்நேரம் படு பிசியா இருப்பான்ல.....” என்றான் ஒருவன். இன்னொருவன் வக்கிரமாக சிரித்தான்.

மாப்பிளை அமைதியாக கீழே இருந்த டம்ளரை எடுத்து ஒரு மிடறு குடித்தான்.

“என்ன புதுசா.. நாளைக்கு நடக்க போகுது......பிசியா இருக்க..” என்று நிறுத்தியவன்.....”எல்லாம் நிறைய பார்த்தாச்சுடா.. பொம்பளைங்க எல்லாம் அடிமை மாதிரி..... வேணும்னா வெச்சுக்கணும்....வேண்டாட்டி விரட்டிடனும். நிறைய வைச்சும் பார்த்தாச்சு..... விரட்டியும் பார்த்தாச்சு.......” என்றான் மீசையை முறுக்கியபடி.

அறையெங்கும் நிறைந்திருந்தது......ஆணாதிக்க திமிர்.

பின் அவனே தொடர்ந்தான்.

“இது சொந்தம் விட்ர கூடாதுன்னு.....” என்று சிரித்தவன்...... “அதுமில்லாம சின்ன வயசுல இருந்தே...... தாமர மேல கண்ணு...” என்று கண்ணடித்து சிரித்தான்.

அந்த சிரிப்பு அத்தனை அசிங்கமாக இருந்தது. அவளின் ஆசை கனவு வெட்கம் எல்லாம் எரிமலைக்குள் தவழ்ந்தது. காலங்காலமாக இருக்கும் அதே பெண்ணடிமை. ஆணின் அகங்காரத்துக்காகன அலங்கார பொருளா பெண்.

இனம் காண இயலாத கோபம் பரவியது அவள் எங்கும்.

ஒரு ஆணின் மனத்தில் பெண் என்பவள் எவ்வளவு கீழ்த்தரமாக பதியப்பட்டிருக்கிறாள்.

யோசிக்க யோசிக்க இன்னும் அதிகமானது கோபம். அது தீரா கோபம்.. தீர வேண்டாத கோபம்.... அடிமை.....அடிமை...... அடிமை.... ஆண்டைக்கும் அடிமை.... அடிமைக்கும் அடிமை..... அட கொடுமையே....

உறவு விடக் கூடாது என்பதற்காவாக திருமணம்.....?

"இவனை என்ன செய்யலாம்..... கொலை செய்யலாமா... அல்லது கல்யாணத்தை நிறுத்தி விடலாமா.....? எதுவும் தெரியாத மானம் பற்றி பேசும் குடும்பம் தற்கொலை செய்து கொள்ளுமே..!

வேண்டாம்...... அவன் திமிருக்கு நிகரான ஒரு திமிர். ஒரு ஆணவம். அவனின் அடங்காதனத்துக்கும் ஆணவத்துக்கும் எதிராக ஒரே அடி. காலம் முழுக்க அவன் தோற்றுக் கொண்டேயிருக்க வேண்டும். ஒவ்வொரு நாளும் தன் மனம் சிரிக்கட்டும். அவனின் அசிங்கமான சிரிப்பை அடக்கட்டும்.

யோசித்தாள்.... யோசித்தாள்....... பேய் பிடித்தது மனதுக்கும் மௌனத்துக்கும்.

கோபத்துடனே தன் அறை நோக்கி நடந்தவளுக்கு அங்கே தூங்கி கொண்டிருந்த மல்லிகாவின் அலைபேசி கண்ணில் பட்டது. எடுத்து தெய்வா நம்பருக்கு குறுஞ்செய்தி ஒன்றை அடிக்க தொடங்கினாள்.

தீராநதிக்குள் ஒரு வன்மம் அழகாய் பூத்தது.

நான்

இரவு சாம்பல் பூத்திருந்தது.

எனது பேரழுகை எனக்கே கேட்கவில்லை. என்னாலே என்னை உணர முடியவில்லை. உள்ளும் புறமும் ஒன்றாகவே இருந்தது. உலகம் வேறு திசையில் சுற்றுவதை நான் உணர்ந்தேன் அல்லது உணர்ந்தது போல பிதற்றினேன். யாவுமற்ற எப்பொழுதின் மறுபுறத்தில் நானே இருப்பதாக நம்பினேன். அதுவும் மங்கிய வெளிச்சத்தில் மந்தமான நா குழறலோடு அசைந்தது. அனைத்திலும் ஒன்றில்லை. ஆக சிறந்தவை ஒன்றுமே இல்லை என்று புள்ளியிட்ட கூக்குரலின் எதிர் காட்டு பறவையென என் ஈனக் குரல் கேட்பார் யாருமின்றி கதறியது.

என் வீதி... என் ஊர்.. என் உலகம்.. என் பிரபஞ்சம்... எனது.... நான்.....என்னுடைய..... என்று எதுவும் இல்லாத தோரணையில் என் வீட்டுக்குள் செல்ல நின்று கொண்டிருந்தேன்.

சுற்றும் முற்றும் பார்த்தேன். சுற்றும் முற்றும் பார்த்தது என்னை. பேரிருளில் நன்றாக என்னை எனக்கு தெரிந்தது. எங்கிருந்து வந்து பூத்துக் கொண்டதோ சாம்பல் நிறம். என்நிறம் எங்கே.. என் உடல் எங்கே.. என் உடை எங்கே....? காற்றாகி கனவாகி புகையாகி..... நெடு நெடுவென வளர்ந்து விட்ட கத்தைப் புகைக் கூட்டத்தில் நான் கண்களுக்கும் காதுக்கும் வாய்க்கும் மூக்குக்கும் வேற்றுத் துவாரங்களைக் கொண்டிருந்தேன்.

ஊர் பெருசுகள் கூற்று... "மரித்தவர்......அன்று மயானத்தில் எரிந்தாலும்..... மதி மயங்கி வீடு வருவார்" என்று.

தவறியும் வீடு திறக்காவண்ணம் வீதி அடைந்திருந்தது. ஒவ்வொரு வீட்டுக் கதவுக்கும் ஓராயிரம் வேண்டுதலாக பூட்டுகள் இருப்பதை உணர்ந்தேன். நேற்றுவரை அத்தனை உறவுகள்

கவிஜி   **ஊதா நிறக் கொண்டை ஊசி கதைகள்**

சொல்லி இருந்த ஊர் ஒரே நாளில் அந்நியமாய் விட்டது. என் வீடு நடுங்கிக் கொண்டே உறங்குவது போல நடித்துக் கொண்டிருந்தது. நான் மீண்டும் ஒரு முறை சுற்றும் முற்றும் பார்த்து விட்டு...... வீட்டுக்குள் சென்றேன். ஏனோ காலற்ற வளைவுக்குள் சிறு நடுக்கம் இருந்தது. என் பார்வைகளின் பெரும் ஓசை நூறு யானைகளின் பாத சப்தத்தை கொண்டிருப்பதாக யாரேனும் நம்பக் கூடும்.

முதலில்.....முகப்பறையில் கதவோரம் ஒட்டிப்படுத்திருந்த கணவன்.... ஏதோ உணர்ந்திருக்க வேண்டும். படக்கென்று போர்வையை தலை வரை இழுத்துப் போர்த்திக் கொண்டு கால்கள் நடுங்குவதைக் கண்ட கணம் ஒன்றில் ஸ்தம்பித்தேன். எத்தனையோ முறை பாம்பின் புணரலைப் போல என் கால்களை பிணைந்த கால்கள் இத்தனை நடுக்கம் கொள்வதேனோ..!

மரித்தவர் வீட்டில் எல்லா பக்கமும்... துக்கமென சூழ்ந்திருக்கிறது வெளிச்சம். இருள் மட்டுமே கர்ஜித்துக் கொண்டே தலை சிலுப்புகிறது.

வீடு ஆவென கிடந்தது. மகள் சுவரோரம் குறுக்கி படுத்திருந்தாள். எதற்கோ விழித்துக் கொண்டவளை நான் உற்றுப் பார்த்தேன். அவள் நாசி ஆழமாக சுவாசித்தது. என் வாசம் உணர்ந்திருக்க வேண்டும். படக்கென்று கண்களை இறுக மூடிக் கொண்டு பக்கத்தில் படுத்திருந்த பாட்டியை இன்னும் அழுத்தமாக அணைத்துக் கொண்டாள். மகளென்றாலும் மானுட பயம். வீட்டில் மூலையில் படுத்திருக்கும் நாய்க்குட்டி கண்டும் காணாமல் இருப்பது போல தன் கால்களுக்கிடையில் தலையை புதைக்க முயற்சி செய்து கொண்டிருந்தது. தாத்தா மிரண்டு போய் சோபாவில் தலையணையை கழுத்துக்கு தந்து ஒரு பக்கமாக சாய்ந்திருந்தார். காதுகளை மட்டும் விடைக்க கொடுத்திருந்தார். அவருக்கு புரிந்து விட்டது. ஆன்மா வீட்டுக்குள் அலைகிறதென்று. தூக்கிட்டு மரணிப்பேன் என்று யாருக்குத்தான் தெரியும். தலை விரிந்து கிடக்க என் உடல் எனக்கே பயம் ஊட்டியது இன்று மாலை.

பக்கத்து வீட்டின் பெருமூச்சு தூரத்து பூனையின் நகப் பிராண்டலாக கேட்டது. தவறியும் யாரும் யாரையும் எழுப்பி விடவில்லை. நான் வீடு முழுக்க நடந்தேன். வீடே வெம்மை சூழ கனத்து நடுங்கிக் கொண்டிருந்தது. கனவுக்குள் இருப்பது

போன்ற எனது பிரம்மையை யாரிடம் கூறுவது. யாரிடமாவது கூற வேண்டும் போலிருந்தது. பையனின் போர்வையை விரலற்ற கை கொண்டு இழுத்தேன். கட்டிலோடு இன்னும் தன்னை இறுக்கினான். பூனை கண்ணை மூடிக் கொண்டு இருட்டு பூமிக்கு கதையென என் வீடு மிதந்தது.

"அய்யோ போய்ட்டியே...... இனி எங்க எப்படி உன்ன பார்ப்பேன்....." இன்று மாலையில் கணவன் விட்ட கதறல் எங்கே போனது என்று தெரியவிலை. மகனின் கதறல்....... மகளின் கத்தல்......உறவின் அலறல்...மரணத்தைக் கண்டு மிரண்ட முழு குடும்பமும் இன்று மாலையில் என் ஒருத்திக்காக தானே அல்லோலகல்லோலப்பட்டது. இதோ இப்போது நானே வந்திருக்கிறேன். ஒருவரும் எனக்கு பதில் சொல்லவோ என்னை எதிர்கொள்ளவோ தயாராக இல்லை. பயம் அத்தனையும் பயம். பிறப்பு முதல் இறப்பு வரை எது கொண்டும் பயம். எவை கண்டும் பயம். இந்த பயம் செத்த பிறகுதான் பட்டென்று காணாமல் போகிறது. இதோ எனக்கு பயம் இல்லை. பாசம் மட்டுமே. அதுவும் மறந்து கொண்டே போகிறது. என் இருத்தலை உறுதிப்படுத்த தான் நான் இங்கே அலைந்து கொண்டிருக்கிறேன். யாராவது என்னிடம் பேசுங்கள். எனது ஈனக்குரல் லயமற்ற மொழியில் குழறுகின்ற உளறலோடு என் காது கிழிக்கிறது. மூளை கொண்டு மறுதலிக்கிறது.

நான் என் புகைப்படத்துக்கு முன்னால் வைத்திருந்த நீரை எடுத்துக் குடித்தேன். சற்று நேரம் நின்று கொண்டிருந்தேன். நிலை குத்திய உடல் எரியும் வாசத்தில் எனது ஞாபகங்கள் தீயத் துவங்கியிருந்தது. எனது புகைப்படம் யாரோ போல தெரியத் தொடங்கியது. சட்டென அங்கிருந்து வெளியேறினேன். வாசலில் அமர்ந்து நெஞ்சு நெஞ்சாக அடித்துக் கொண்டேன். வாசல் மண்ணில் புரண்டு அழுதேன். ஒரு நாயின் நமைச்சலோடு எல்லா பக்கமும் மண் படும்படி உருண்டேன். நின்று பெருமூச்சு விட்டேன். வீதி நாய் குரைக்கத் துவங்கியது. வால் கொண்டு அசைந்து அசைந்து நகர்ந்தேன். பக்கத்து வீட்டு ஜன்னல் ஒன்று படக்கென்று சாத்தியது. கண்டிப்பாக நாளை காய்ச்சலில் கிடப்பாள் பக்கத்து வீட்டுக்காரி. சிரிக்க தோன்றியது. எத்தனை முறை தண்ணி சண்டை போட்ருப்பா .... சனியன்...... இரு கூட்டிட்டு போய்டறேன்...ஈ என இல்லாத பல் காட்டி சிரித்தேன். ஊர் பெரியவன் ஒருவன் மீசையை முறுக்கிக்கொண்டு மாயக்கா வீட்டிலிருந்து வெளியேறுவதைக் காணுகையில்... சரி சரி......போ....

இதுக்கெல்லாம் தானே இந்த வாழ்க்கை என்று எனக்கு நானே சொல்லிக் கொண்டேன்.

மீசை என்னைப் பார்த்து விட்டது. வாய் கோணி.....கால் கோணி கீழே விழுந்து இழுக்கத் துவங்கி விட்டது. இதெல்லாம் ஊர் தலை... கருமம். நாளை எனக்கு பக்கத்தில் அலையும் என்று நம்புகிறேன்.

அடுத்த வாரம்..........அடுத்த ஊர்..................அதே நான் அல்ல. வேற நான்.

நான்-

இரவு நெருப்பை இருட்டாய் பூசியிருந்தது.

கொய்யா மரத்தில் ஏறி அமர்ந்து கொண்டேன்.

"எப்ப பார்த்தாலும் கொய்யா மரத்துலயேதான கொரங்கு மாதிரி உக்காந்துட்டு இருப்பான்" என்று இன்று மாலை கதறிய அத்தையின் சொல் என் நெஞ்சு முழுக்க இலை பறித்துக் கொண்டே இருந்தது. நான் கொய்யா மரத்தில் இரவின் சாம்பலை கொஞ்சம் சிதற விடும் நிறத்தில் தலை விரி கோலமாக இருப்பதை என் வீட்டார் கவனித்திருக்க கூடும். கிசு கிசுக்கும் குரலும்.. வெம்மையின் பயமும்... ஒளிந்து நின்று பார்க்கும் லாவகமும் என் ஒரு முறை திரும்பதலுக்கு படக்கென்று பெருமூச்சு அடக்கி வீட்டுக்குள் தலையை எடுத்துக் கொள்ளும் நொடி நேர போராட்டத்தில் நான் சிரிப்பதா அழுவதா என்று தெரியவில்லை. பட படவென ஒரு பேயைப் போல மன்னிக்கவும்.. ஒரு மனிதனைப் போல இறங்கி வந்தேன்.

அடுத்தடுத்து வீட்டுக்குள் ஆள் அரவமில்லாதது போல அனைவரும் இழுத்து மூடி படுத்துக் கொண்டார்கள். அவர்களுக்கு என்னை அரூப உருவில் பார்க்க தைரியமில்லை. மிரண்டு கிடந்தார்கள். சற்று பாவமாகத்தான் இருந்தது. வெகுநேரம் திண்ணையில் அமர்ந்திருந்தேன். வீதியே அடைத்துக் கிடந்தது. மரணம் நிகழ்ந்த வீதி அன்றைய இரவை கனத்த மூச்சுடன்தான் கடக்கிறது. நான் வீதி முழுக்க சுற்றினேன். அத்தனை கனமாக நான் எப்போதும் இருந்ததில்லை. ஏனோ என் சுமை எனக்கே தெரிந்தது. நான் கடைசியாக என்ன பேசினேன். யாரிடம் பேசினேன்.

எல்லாம் மறந்து விட்டது. ஆனால் எதோ ஒரு சொல் மட்டும் தொண்டைக்குள் உருண்டு கொண்டே இருந்தது. மொழியற்று திரிந்தேன். என் கால்களில் சாரத்தை இந்த பூமியின் பாரம் கொண்டுள்ளதை போல உணர்ந்தேன். யார் வேண்டுமானாலும் குழப்பி போகும் நீரோடையின் நிறத்தை உரிந்து கொண்டே நிகழ்ந்தேன். யாருமற்ற வெளி கொண்டு கண்களின் தூரத்து சுவையாய் மாறுவேடம் போட்ட மாயத்தின் சுவருக்குள் நான் பிறழ்ந்து கொண்டிருந்தேன். எனக்கு சொல்ல ஏராளம் இருப்பதாக எதிர்ப்படும் காற்று துகள் நம்பியது.

நாய் வேடம் போட்டு விட மனம் பாடாய் பட்டது. நான் வீட்டுக்குள் சென்று ஒரு வழக்கத்தைப் போல அலைந்தேன். சமையலறைக்குள் பசித்த பிராண்டல்களோடு பூனையாகி விட கெஞ்சினேன். என்னால் காடு மலை என்று சுற்ற இயலாது என்று கத்தி கத்தி கூறினேன். ஒரு நாய்க்கும் கேட்கவில்லை. எல்லா நாய்களும் என் மரண களைப்பில் தூங்குவது போல நடிக்கிறார்கள். அவர்கள் அப்படித்தான். ஆழ் மன ததும்பலை என்ன செய்வதென தெரியாமல் வீட்டிலிருக்கும் நிலைக்கண்ணாடியை உடைத்து விட்டு வெளியேறினேன். பெரும் சூடு என்னை சுற்றிக் கொண்டே இருப்பதாக நம்பினேன். நாளை வந்து கொண்டிருந்தது. காற்றோடு புள்ளியாகி மறைந்தேன்.

"என்னடி...சொல்ற... கதை செமயா இருக்கு...." -தோழி கண்கள் விரிய கேட்டுக் கொண்டிருந்தாள்.

ரங்கநாயகி தொடர்ந்தாள்.

"லூசு... கதை இல்ல.... நிஜம்....நான் தான் அடிக்கடி எங்க தாத்தா கல்லறைக்கு போவேன்ல அந்த மாதிரி போன வாரம் போயிட்டு திரும்பும் போது தான் அவனை பார்த்தேன். அவனும் வெட்டியானும் பேசிட்டுருந்தது ஒரு ரகசியம் மாதிரி என் காதுல விழுந்துச்சு. அது வித்தியாசமா இருந்துச்சு. ஏதோ அட்ரஸ் சொன்னான். அவன் குறிச்சிக்கிட்டான். பதிலுக்கு அவன் காசு குடுத்தான். வெட்டியான் சிரிச்சிகிட்டே வாங்கிக்கிட்டான். அவன் ஒரு நார்மல் ஆளாவே எனக்கு தெரியல. சரி என்னதான் பண்ணுவான்னு பாக்கலான்னு ஒரு கியூரியாசிட்டில அவன பாலோ பண்ணினேன்.. அதுக்கு அப்புறம் அவன் பண்ணினது எல்லாம் ஒரு நார்மல் பெர்சன் யோசிக்கவே முடியாத விஷயங்கள்.

தோழி நிமிர்ந்து உட்கார்ந்தாள்.

அட்ரஸ் வாங்கினவன் நேரா அந்த அட்ரஸ்க்கு போனான். நானும் பின்னாலேயே போனேன். அங்க போனா.....அது ஒரு டெத் வீடு. ஒரு அம்மா அன்னைக்கு காலைலதான் செத்துருக்கும் போல. அவனும் கூட்டத்தோடு கூட்டமாக நின்னுகிட்டான். எல்லாத்தையும் ஆழமா கவனிச்சிட்டே இருந்தான். நிறைய... கிழவிங்க... சொந்தக்காரங்க... அந்த செத்த பொம்பளையோட அருமை பெருமைகளை.....அவங்களுக்கு என்ன பிடிக்கும் எப்படி வாழ்ந்தாங்கனு சொல்லி சொல்லி அழுதாங்க. எல்லாத்தையும் கவனிச்சிட்டே இருந்தவன்...அந்த வீட்டை சுத்தி சுத்தி பாத்துகிட்டே இருந்தான். பெருசா ஏதோ திட்டம் போடறானு என் மனசு சொல்லுச்சு. செத்த வீட்டுக்கு யார் போனாலும் நீங்க யார்னு யாரும் கேக்கறது இல்லயே......சுடுகாடு வரை கூட்டத்தோட கூட்டமா வந்தான். கண்ணுல படர மாதிரிதான் நின்னுட்டு இருந்தான். பார்த்தா.... கூட்டத்துல எங்கயோ மறைஞ்சுட்டான் போல... நான் மிஸ் பண்ணிட்டேன். எல்லாம் முடிஞ்ச பின்னால அவனை கூட்டத்துல தேடினேன்... ஆனா கிடைக்கல .... மனசு கிடந்து அடிச்சிக்கிச்சு...என்ன பண்றதுன்னு யோசிச்சேன்.... கண்டிப்பா அவன் அந்த டெத் வீட்டுக்கு வருவான்னு தோணுச்சு.... அவன் அந்த வீட்டை வைச்சு ஏதோ திட்டம் போட்ருக்கானு மட்டும் உள் மனசு சொல்லிட்டே இருந்துச்சு. ஒருவேளை திருடனா கூட இருக்கலாம். இல்ல இந்த டெத்க்கும் அவனுக்கும் ஏதோ சம்பந்தம் கூட இருக்கலாம். என் டிடெக்ட்டிவ் மைண்ட் பயங்கரமாக வேலை செஞ்சுது. நேரா அந்த டெத் வீட்டுக்கு போய்ட்டேன். வீட்டுக்கு முன்னால இருந்த அந்த பெரிய மரத்துக்கு பின்னால் மறைஞ்சு நின்னு காத்திட்டிருந்தேன்.

அது நடந்தது.

எங்கிருந்தோ ஒருத்தன் பேய் மாதிரி வந்தான். நானே ஒரு நொடி திக்ன்னு பயந்து அலறிட்டேன். அவன் அந்த மரத்துக்கு அந்த பக்கம் நின்னு அவன் போட்ருந்த ட்ரெஸ்ஸ கழட்டி கையோட கொண்டு வந்திருந்த பேக்குக்குள்ள வைச்சான். உள்ள ஏற்கனவே வெள்ளையா கால் மறைக்கற மாதிரி ஒரு பேய் ட்ரெஸ் போட்ருந்தான். தலைல விக் எடுத்து மாட்டினான். முகத்துல கழுத்துல கைல எல்லாம் பேக்குக்குள்ள இருந்து எடுத்த சாம்பலை பூசினான். மரத்துக்கும் அந்த இருட்டுக்கும் நடுவுல அப்டியே ஜல் ஜல்னு இடுப்பை அழகா அளவா அசைச்சு அசைச்சு நடந்து

பார்த்தான். அப்பதான் மின்னல் மாதிரி புத்திக்குள்ள ஒரு வெட்டு வெட்டுச்சு. அன்னைக்கு சாயந்திரம் ஒரு கிழவி.... அந்த செத்து போன அம்மாவை பத்தி அழுதுகிட்டே ஒப்பாரி வைக்கும் போது "மகராசி நடந்தானா அப்டி இருக்கும்......அப்டியே மோஹினி நடந்த மாதிரி அத்தனை அழகா இருக்கும்..." ன்னு சொன்னது ஞாபகத்துக்கு வந்துச்சு. அவன் அதை உத்து கேட்டுட்டு இருந்தான். இப்ப நடந்து பாக்கறான்னு புரிஞ்சுது. ஆனா இதையெல்லாம் ஏன் செய்யறான்னு புரியல. அடுத்த கொஞ்ச நேரத்துல அவன் அந்த வீட்டுக்குள்ள போய்ட்டான்... கொஞ்ச நேரம் அமைதி. ரெம்ப பயங்கரமான அமைதி அது. எனக்கு என்ன சுத்தி அந்த அம்மா நிக்கற மாதிரி தோணுச்சு. பயந்து நடுங்கி நின்னுட்டு இருந்தேன். கொஞ்ச நேரத்துல அவன் வெளிய வந்தான். மண்ணுலயெல்லாம் புரண்டு அழுதான். அப்டியே கிளம்பி போய்ட்டான். அவனை பின் தொடர முடியல. எனக்கு மயக்கமா வந்துருச்சு. நான் என் வண்டிய எடுத்துட்டு வீட்டுக்கு வந்துட்டேன். ஆனா மனசு முழுக்க கேள்வி. அடுத்த நாள் சுடுகாட்டுக்கு போய் அந்த வெட்டியானை பார்த்தேன். முதல்ல அவன் பேசல. அப்புறம் புது ரெண்டாயிரம் ரூபாய் நோட்டு அவனை பேச வெச்சிடுச்சு.

"அதெல்லாம் எனக்கு தெரியாதும்மா... சுத்து வட்டாரத்துல எந்த வீட்டுல சாவு விழுந்தாலும் நான் அவனுக்கு போன் பண்ணி சொல்லணும்னு சொல்லுவான். நானும் சொல்லுவேன். கிளம்பி வருவான். அட்ரெஸ வாங்கிட்டு ஐநூற குடுத்துட்டு போவான். அப்புறம் அந்த பொணம் வரும் போது அந்த குடும்பத்தோட வருவான். எல்லாம் முடிஞ்ச பின்னால கூட்டத்தோட கூட்டமா போயிடுவான். அவ்ளோதான் தெரியும்...." என்றபடியே அடுத்த ரவுண்டை அப்படியே வாய்க்குள் விட்டார் வெட்டியான்.

"தலையே சுத்துதுடி" என்ற தோழியின் உடல் நடுங்கத் துவங்கியிருந்தது. ஏனோ மின்விசிறி வேகமாய் சுழலுவது போல தோன்றியது அவளுக்கு.

அவள் கைகளை பிடித்துபடியே "பயப்படாதடி... அடுத்து கேளு..." என்ற ரங்கநாயகி ஆர்வமாய் தொடர்ந்தாள்.

அடுத்தடுத்து அதே மாதிரி.... ஒவ்வொரு டெத் வீட்டுக்கும் போய் அந்த செத்த ஆள் மாதிரியே பிஹேவ் பண்றான்னு புரிஞ்சுது. ஆனா ஏன் அப்டி பண்றான்னுதான் புரியல.

கவிஜி ஊதா நிறக் கொண்டை ஊசி கதைகள் 67

“ஒருவேளை பேய் புடிச்சிருக்குமோ.....” தோழி கண்கள் உருட்டிக் கேட்டாள்.

அயே.... அதெல்லாம் ஒண்ணுமில்ல. இது ஒரு வகை மெண்டல் டிஸ் ஆர்டர்ன்னு நினைக்கறேன். செத்து போனவங்களுக்கும் அவனுக்கும் எந்த தொடர்பு இல்லடி. நான் கவனிச்ச வரைக்கும் செத்தவங்க யாரு என்ன எப்படி செத்தாங்க.... அவுங்க எப்டிப்பட்டவங்க எல்லாமே செத்த வீட்டுல மற்றவங்க பேசறதை வைச்சுதான் அவன் கெஸ் பண்றான். அதுக்கப்புறம்தான் மேக்கப் போடறான். பேய் மாதிரி வெள்ளை ட்ரெஸ் போடறான். அப்புறம் செத்தவங்க மாதிரியே நடந்து பாக்கறான். அவுங்களுக்கு பிடிச்சு செஞ்சதா மத்தவங்க சொன்னதை செஞ்சு பாக்கறான்.. அப்புறம் அவுங்க வீட்டை சுத்தி சுத்தி வர்றான். வாசல்ல உக்காந்துக்கறான். அழறான். சிரிக்கறான். சில நேரத்துல வாய்ப்பு அமைஞ்சா வீட்டுக்குள்ளேயே போய்டறான். ஒருத்தர் செத்தா..... செத்த வீட்டுக்காரங்க, ஏன் அந்த வீதியே பயந்து நடுங்கி மூச்சு காட்டாம படுத்து கிடக்குதுங்க. அது அவனுக்கு வசதியா போயிடுது.

“இதெல்லாம் நிஜமா, இல்ல கதை விடறியா....” என்று வார்த்தைகளை மெல்ல மெல்ல பறகளுக்கு இடையே பயப்பட வைத்த தோழியை கண்கள் உருட்டி ஈ என பறகள் காட்டி பயங்கரமாக சிரித்தாள் ரங்கநாயகி.

“வேண்டாம் நாயகி... பயமா இருக்கு” என்று கிட்டதட்ட அழும் நிலைதான் தோழிக்கு. இரவு......திறந்திருந்த அவர்களின் அறை ஜன்னலில் சதுரமாய் வெளிறிக் கொண்டிருந்தது.

விடிய......காத்திருந்தது கதை.

நேரம் மறந்திருந்த ரங்கநாயகிக்கு ஏனோ அவனின் நினைவாகவே இருந்தது. வாழ்வுக்கு காத்திருக்கும் வயதில் யாரோ ஒருவரின் மரணத்திற்கு காத்திருக்க தொடங்கினாள். உள்ளுக்குள் உருவமில்லாமல் அவன் சுழலத் துவங்கி இருந்தான். காரணம் தன்னையே கேட்டாள். ஜஸ்ட் கியூரியாசிட்டி. அவளோதான் என்பதில் சிறந்த உடன்படிக்கை வரவில்லை.

“அவன் ஏன் அப்டி பண்றான்....? தெரிஞ்சுக்கணும்.!”

ஊரை சுற்றி நிகழும் மரண வீட்டுக்கு போய் நின்றதுதான் மிச்சம். அவனைக் காணவில்லை.

"ஒரு வேளை பேயாத்தான் இருப்பானோ.....?!"

மனதுக்குள் ஆழமாய் ஒரு கல் விழுந்து குபுக்கென்று மூழ்கியது. இல்லை. இந்த நவீன காலத்தில் கண்டிப்பாக பேய்களுக்கு சாத்தியமில்லை. அவன் மனநலம் பிறழ்ந்த மனிதன். அவனுக்கும் இந்த மரணத்துக்கும் ஏதோ தேடல் இருக்கிறது. அவன் மரணத்தைப் பற்றி ஆராய்கிறான். அவன்.. மரணத்துக்கு பின் என்ன இருக்கிறது என்று தேடுகிறான். அவன் ஒரு நிம்மதியற்ற மனிதன். அவன் காலத்தில் எல்லாமே கேள்விகளால் நிறைந்து வழிகிறது.

அவள் தேடிக் கலைத்தாள். சுடுகாட்டுக்கு சென்று வெட்டியானிடம் பேசினாள். அவன் பேச மறுத்தான். கண்ணீர் வழிய நின்றாள்.

"சரி சொல்றேன்......இப்பல்லாம் அவன் வர்றது இல்ல. வந்தா சொல்றேன்" என்றவன் அவள் திரும்பி நடக்கத் துவங்குகையில்...."இந்த பொண்ணே... கவனமா இரு... நீ அவனை காதலிக்க ஆரம்பிச்சிட்ட" என்றான் கல்லறையை படக்கென்று திறந்தவன் போல.

கல்லறை திறந்து கிளியோபாத்ரா ஆகி விட்டது போல இருந்தது நாயகிக்கு. திரும்பாமலே சிரித்து சென்றாள். அவள் பாதை எங்கும் இனித்து நகர்ந்தன எறும்புகள்.

எங்கிருந்து ஆரம்பித்திருக்கும் இப்படி ஒரு பழக்கம். அவன் ஆன்மாவின் பின்னால் பயணிப்பவனாக இருப்பான். அவனின் நடுங்கும் தேகத்தில் மரணத்தின் விடையை சுமந்து கொண்டே திரிபவனாக இருப்பான். மரணித்த ஆன்மாவின் தேடல்....ஆசை...... பயம்...அன்பு.....காதல்.....கோபம்.....சாபம் என்று எல்லாமுமாக அவன் திரிந்து கொண்டிருக்கிறான். அவன் இன்னொருவராக மாறுவதில் தன் மரணத்துக்கு பின்னால் இருக்கும் முகமூடியை கிழிக்க முயலுகிறான். இந்த மனித உறவுகளை அவன் தன் கிறுக்குத்தன செயல்களால் எடை போடுகிறான். அவன் ஒரு தீர்க்கத்தின் வழி நின்று தன்னையே பலி கொடுக்கிறான். அவன் யாரோவாகி அந்த யாரோவுக்கு அன்பை பொழிகிறான். அத்தனை

வாழ்வையும் ஒரு சிறு மரணம் கொண்டு செல்வதில் உடன்பாடு அற்றவனாக இருந்திருப்பான்.

அவன் தேடுகிறான். நின்று நிதானமாக ஒரு தர்க்கத்தின் குரல்வளை நெரித்து ஆன்மாவின் பாதங்கள் தொடர்கிறான். மரணித்த உடல் சுமந்து உள்ளம் சுமந்து உயிர் தேடி அலைகிறான். ஒரு நாள் ஒரே ஒரு நாள் நாமும் அவனை போல இருந்தால் என்ன என்று தோன்றிய எண்ணத்தில் அவள் அவனையே அவளுள் கண்டாள். கடவுளைப் போல பேய் சுமந்து திரிந்தவன் திடும்மென காணாமல் போனதை உள் வாங்க முடியாத புள்ளியில் தன்னையே அவனை போல மாற்றிக் கொண்டு ஆவி உடை அணிந்து தன் வீட்டுக்குள் நடை பழகினாள். அவனைப் போலவே கனத்துப் பார்த்தாள்.

பனம் பழம் உட்கார காகம் விழும் மாற்றுக் கனவுக்குள் நிமிண்டெழும் நித்திய ஜீவனின் காலை சரிவுகளை போல வெட்டியான் அழைத்திருந்தான்.

"அவன்கிட்ட இருந்து ஒரு தகவலும் இல்ல. ஆனா அவன் ஏரியால ஒரு சாவு விழுந்திருக்கு. அவன் வந்தாலும் வருவான். போய் புடிச்சுக்கோ..."

இரவெல்லாம் பிணமாகி பார்த்தாள். கனமாகி புரண்டாள். வனமாகி அகன்றாள்.

எல்லாம் முடிய காத்திருந்தாள். இரவு துருவ வெளிக் கருப்புகள் சிராய் சிராய்களாக சில்லிட... அந்த வீட்டுக்கு முன்னால் செத்த உயிரைப் போல நின்றாள். அன்று மாலை செத்த வீட்டு வாசலில் கூட்டத்தோடு கூட்டமாக நின்று செத்த உயிரைப் பற்றிய செய்திகளை உள் வாங்கிக் கொண்டாள். அங்கும் இங்கும் தேட எங்குமே அவன் காணக் கிடைக்கவில்லை. ஒருவேளை அவனை பின் தொடர்வது கண்டு சட்டென தன்னை இந்த கண்ணியில் இருந்து விலக்கிக் கொண்டானோ என்னவோ...? காணவில்லை. ஒரு வேளை இரவு இந்த வீட்டுக்கு வந்தாலும் வருவான் என்ற நம்பிக்கையை போர்த்திக் கொண்டு அந்த வீட்டின் முன் நின்றாள். ஒரு கிழவி கத்தி அழுத்த வார்த்தையின்படி கைகளை கட்டிக் கொண்டு அந்த வாசலில் ஒரு ஜென் துறவியைப் போல நின்று பார்த்தாள்.

மெல்ல திறந்திருந்த வீட்டுக்குள் முயலைப் போல பதுங்கி பதுங்கி சென்றாள். திக் என்று நின்றது இதயம். ஊரெல்லாம் தேடப்பட்டவன் கிடைத்திருந்தான். அவளை ஆக்கிரமித்திருந்த அவன்...அந்த வீட்டுக்குள் கைகளை பறவையின் சிறகைப் போல அசைத்தசைத்து மெல்ல மெல்ல அங்கும் இங்கும் நடந்து கொண்டிருந்தான். ஓடிச்சென்று தழுவிக் கொள்ளத் தோன்றியது. தான் செய்வதை போல அவனும் செய்து கொண்டிருந்தது அத்தனை சுகமாய் இருந்தது அவளுக்கு. வெளியே சில்லிட துவங்கிய சிறுமழையை அப்படியே விட்டு விடுவதுதான் நலம்.

"பறவை மாதிரி காத்துல கைய விரிச்சு நடப்பியே" என்று ஒழுகிய ஒப்பாரிக்கு நிகழ்ந்ததுதான் அவனின் அவளின் செயல்கள். அவள் புரிந்து கொண்டாள். எங்கு சென்றாய். ஆகச்சிறந்த ஆன்மாவின் அற்புதம் சுமந்த உன்னை எந்த நட்சத்திரம் பூமிக்கு அனுப்பியது. ஆரவாரம் சுமந்த அந்த பெண் மனதுக்குள் பூத்துக் கொண்டிருந்த புதிய நிகழ்வின் மூச்சுக்குள் வியர்வை சொட்டியது.

அவன் திரும்பட்டும். அவனைப் போலவே பாவனையில் இருக்கும் தன்னை பார்க்கட்டும். அதிர்ச்சியில் மிரண்டு நிற்கட்டும். தன் கிறுக்குத்தனம் இவளுக்கு எப்படி தெரியும் என்று வியக்கட்டும். ஓடிச் சென்று "வா காதலிக்கலாம்" என்று அவன் காதோரம் கேட்க வேண்டும். ஏன் இந்த நாடகம் என்று....காது கடித்து காதலை எச்சிலாக்க வேண்டும்.

மெல்ல நாணம் பூக்க நா கடித்தாள். அது நான் கடித்த தேன்.... வாய்க்குள் சொல்லி பார்த்து மீண்டும் நா கடித்தாள். அவளுள் மலை உச்சி பூவின் வாசம்.

அவன் திரும்பினான். ஒரு காற்றைப் போல திரும்பினான். அத்தனை இலகுவாக அவனின் திரும்புதல் இருந்தது. அவள் தேகம் நொடி சேர்ந்து கொண்டு நடுங்கியது.

அத்தனை நேரம் அவன் பின்னால் மறைந்திருந்த அவனுடைய புகைப்படம் அவள் கண்களில் தக தகவென மின்னியது.

அதில் மாலையிட்டு இருந்தது...................... அது................. அது அவன் வீடு......!

ஆவணப் படம்

மெல்லிய வெளிச்சத்தில் சிவப்பாய் தெரிந்தாள் அவள்.

“பேர் என்ன...” சாளரத்தைத் திறந்து கொண்டே கேட்டான் அர்ஜுன்.

“இப்ப எதுக்கு ஜன்னல திறக்கற... பேர் எல்லாம் எதுக்கு.. வந்தமா வேலைய பார்த்தமான்னு இல்லாம.....?” என்றபடியே சிவப்பழகி கட்டிலில் அகல விரிந்த கால்களோடு கிடந்தாள்.

செவிக்குள் நுழைந்த அவளின் வார்த்தைகளில் கடும் விரக்தி இருப்பதை உள் வங்கிக் கொண்டே பின்னால் திரும்பி அவளை அர்த்தத்தோடு பார்த்த அர்ஜுன்...”ம்ம்........ நீ கொஞ்ஞ்ஞ்ஞ்சம் அழகா இருக்க...”என்று சொல்லி கண்ணடித்து சிரித்தான்.

“எல்லாரும் சொல்றதுதான்...” என்று முணங்கியபடியே முகம் திருப்பிக் கொண்டாள்.

“உறவுகள் தொடர்கதை...”பாடல் ஒலிக்க ஆரம்பித்ததுமே... சட்டென முகம் திருப்பி.....படுத்தவாக்கிலேயே அவனைப் பார்த்தாள்... அவள்.

அவன்......ஜன்னலில் இருந்து வந்த காற்றை ஆழமாய் உள்ளிழுத்து முகம் மலர்ந்து அனுபவித்தபடியே பாடலின் வரிகளின் அசைவுகளோடு அவளை நெருங்கினான்.

“உணர்வுகள் சிறுகதை.... ஒரு கதை என்றும் முடியலாம்.. முடிவிலும் ஒன்று தொடரலாம்... இனி எல்லாம் சுகமே...”

அவள் சற்று புரிந்தும் புரியாமல்... “இப்ப எதுக்கு பாட்டு எல்லாம்..... என்ன நீ எதும் கவிஞனா...?” என்ற அவள் கேள்வியில் கொஞ்சம் நக்கல் மிளிர்ந்தது.

“இனி எல்லாம் சுகமே....” என்ற வரி வரும் போது அவளை மெல்ல அணைத்து அவள் தலையை தன் நெஞ்சில் சாய்த்துக் கொண்டு வருடிக் கொடுக்கத் தொடங்கினான்....அர்ஜுன்.

“எனக்கு இதெல்லாம் புடிக்காது... இப்ப இப்படி எல்லாம் பண்ணிட்டு அப்பறம் வந்து காதலிக்கிறேன்னு சொல்லறது... வேண்டாம்ப்பா.. ஒருத்தன் ஏற்கனவே இப்டி சொல்லித்தான் இங்க இருக்கேன்... இந்த ரொமாண்டிக்கெல்லாம் வேண்டாம்... காசு வாங்கி இருக்கன்... பண்றத பண்ணிட்டு போய்ட்டே இரு...”

அவள் பேச பேசவே அவளின் நெற்றியில் மெல்லமாக ஒரு முத்தம் பதித்தான். அதற்கு மேல் அவள் பேசவில்லை.

“உன் நெஞ்சிலே பாரம்... உனக்காவே நானும்... சுமை தாங்கியாய் தாங்குவேன்...உன் கண்களில் ஓரம்... எதற்காகவோ ஈரம்.. கண்ணீரை நான் மாற்றுவேன்...வேதனை தீரலாம்..வெறும் பனி விலகலாம்.. வெண் மேகமே... புது அழகிலே நாளும் விளையலாம்...”

தலையை வருடிக் கொண்டே இருந்தான். அது ஆறுதலின் படிகத்தோடு... பெரும் பனிகளின் மூட்டத்தை விலக்கியபடியே இருப்பது போல அவளும் கூட உணர்ந்தாள்.

“இதுவரை இப்டி யாருமே என் தலையை தொட்டதில்ல... நெத்தில எல்லாம் யாரும் முத்தம் தந்ததே இல்ல... எனக்கு இளையராஜா பாட்டு அவ்ளோ பிடிக்கும்.. இப்பல்லாம் கேக்கறதே இல்ல.. கேக்க தோன்றதே இல்ல... எங்க... தினம் ஒருத்தன்... வயித்து பொழப்பு... வேசிங்கற பட்டம்...அதும் உண்மைதான... ம்ம்ம்... வாழ்க்கை திசை மாறி எங்கயோ போய்டுச்சு...”-அவள் பேசிக் கொண்டே இருந்தாள்.

அவள் ஈர விழிகளைத் துடைத்து விட்டான். காதோரம் கிடந்த முடிக் கற்றைகளை ஒதுக்கினான். கன்னத்தைப் பிடித்து மெல்ல கிள்ளினான்.

இரவின் ஏகாந்தம்... மெல்லிய சிவப்பு வெளிச்சம்.. சாளரம் தாண்டி வந்த வெண்ணிலவின் இரவு...என்று அந்த அறையே ஒரு வித வசந்த காலமாக மாறி விட்டதாக தோன்றியது. எழுந்து அவளை அழைத்துக் கொண்டு சாளரம் அருகே போனான்.

“என்ன என்னை லவ்வுகீர பண்றயா...!”-என்று கண்கள் மேல் எழ சந்தேகத்தோடு கேட்டாள்..

“ம்ஹூம்...” என்று இல்லை என்பதை அழகாய் புன்னகைத்துக் கொண்டே முக மொழியோடு கூறிய அர்ஜுன்.......அவளை பின் பக்கமாக உடல் திருப்பி சாய்ந்துக் கொண்டு மெல்லமாக அணைத்துக் கொண்டான்.

“வாழ்வென்பதோ கீதம்... வளர்கின்றதோ நாதம்.. நாள் ஒன்றிலும் ஆனந்தம்...நீ கண்டதோர் துன்பம்.. இனி வாழ்வெல்லாம் இன்பம்... சுக ராகமே ஆரம்பம்...நதியிலே புதுப் புனல்.. கடலிலே கலந்தது... நம் சொந்தமோ.. இன்று இணைந்தது.. இன்பம் பிறந்தது....”

“லவ்வு கிவ்வெல்லாம் பண்ணிடாத... நான் அதுக்கெல்லாம் லாயிக்கில்ல... நான் வேற.. ஆமா... இன்னும் எவ்ளோ நேரம் இப்டியே ரசிச்சிட்டு இருப்ப.. வா... நேரம் ஆகுதுல்ல... காசு குடுத்திருக்கீல்ல.. மற்றது வேண்டாமா...?” என்று முகம் திருப்ப அர்ஜுனின் கழுத்தோரம் புதைத்து கிடந்த முகத்தை மெல்ல மேலே தூக்கிக் கேட்டாள். அவளை சற்று உற்று நோக்கிய அர்ஜுன்.. சாளரத்தின் முகப்பினடுக்கில் இருந்த கண் மையை எடுத்து அவளின் கண்களில் அழகாய் தீட்டி விட்டான். முதலில் முகத்தை சற்று விலக்கியவள்.. அவனின் ஆழ்ந்த பார்வைக்கு பின் முகத்தை இன்னும் கொஞ்சம் அருகே காட்டினாள்.

“என்ன என்னால ஏதும் உதவி ஆகணுமா... சொல்லு... பார்த்தா நல்லவன் மாதிரிதான் இருக்க.. ரெம்ப ரசனையா நடந்துக்கற.. சொல்லு... எதும் உதவி வேணும்னா பண்றேன்.. எதும் படத்துல கிடத்துல நடிக்கனுமா....ம்ம்ம்...”- அவள் பேசிக் கொண்டே இருக்க... இரு கன்னத்தையும் கையில் ஏந்திக் கொண்டு...விழியில் வழிந்த நீரை பெரு விரலால் தள்ளி விட்டான்.

“ம்ஹூம்... அப்டி எல்லாம் ஏதும் இல்ல...”-என்றபடியே தன் செல் போனில் இருந்த இளையராஜா பாடல் அனைத்தையும் அவள் செல்லுக்கு அனுப்பினான்.

“நான் செய்த பாவம் என்னோடு போகும்.. நீ வாழ்ந்து நான்தான் பார்த்தாலே போதும்...வாய் பேசிடும்... புல்லாங்குழல்... நீதான் ஒரு பூவின் மடல்...”

பாடல் ஒலித்துக் கொண்டே இருந்தது. நகப் பூச்சை எடுத்து அவளின் ஒவ்வொரு நகத்துக்கும் மெல்ல மெல்ல பூசினான். நகத்தில் பட்ட பூச்சின் குளுமை அவளை சில்லிட வைத்தது. குழம்பிய முகத்தோடும் அகத்தோடும்.. விரல்களை காட்டிக் கொண்டிருந்தாள்......கெண்டைக்கால் வரை ஏறி இருந்த புடவையை அன்னிச்சை செயலாக கீழே இழுத்து விட்டுக் கொண்டே.

அவன் கால் நகம் பூச முயற்சிக்கையில்.. அவள் வேண்டாம் என மறுத்தாள். அவன் வேண்டும் என கெஞ்சுவது போல முகத்தை வைத்துக் கொண்டான். அவனை சற்று பார்த்து விட்டு...... மெல்லும் புன்னகையோடு மெல்லிய உடல் மொழியோடு...கால் விரல்களைக் காட்டினாள். விரல்களின் வெட்கம் நெளிவுகளில் துளிர்ந்தது.

"வா நிலா நிலா அல்ல உன் வாலிபம் நிலா...தேன் நிலா எனும் நிலா என் தேவி இன்னிலா..நீ இல்லாத நாளெல்லாம் நான் தேய்ந்த வெண்ணிலா....."

"என்னைப் பத்தி ஏதும் எழுத வந்திருக்கியா.." என்று அவன் கண்களைப் பார்த்து கூர்மையாக கேட்டாள்.

"ம்ஹும்... இல்ல..."- என்று இரண்டு கண்களையும் படக்கென மூடி குழந்தையிடம் முகம் விரிப்பது போல விரித்தான்.

"இல்ல... காசு குடுத்து இங்க வந்து வந்த வேலைய பாக்காம.. எதோ காதலிகிட்ட பண்ற மாதிரி பண்ணிட்டு இருக்க....."-என்றவளின் முகத்தில் சற்று குழப்பமும்... புரியாத வெளிப்படுதலும்... நிழலாடியது.

"மானில்லாத ஊரிலே சாயல் கண்ணிலா...பூவில்லாத மண்ணிலே ஜாடை பெண்ணிலா..."

"ஏன் காதலிகிட்ட மட்டும்தான் இப்படி பண்ணனுமா... ம்ம்ம்.. நான் பண்றது உனக்கு பிடிக்கலனா சொல்லு... பண்ணல..." என்றான் பொய்க் கோபத்தோடு.

சட்டென முகம் உடல் நெளிய சற்று ஆசுவாசதொடு...." பிடிக்கலன்னு இல்ல..... ஆனா ஒன்னும் புரியல.."-என்றாள்.

கவிஜி ஊதா நிறக் கொண்டை ஊசி கதைகள் 75

கண்களில் தேங்கும் நீரை மட்டும் மறைத்துக் கொண்டேயிருந்தாள்.

“எல்லாமே புரியணும்னு இருக்கா என்ன...”-அவளின் மூக்குத்தி நாசியை பிடித்து செல்லமாக ஆட்டியபடி கேட்டான்.

“தத்துவங்கள் பலமா இருக்கு...”-என்றவளின் உதடு ஒரு முறை சுழித்து விட்டு திரும்பியது.

கன்னம் பிடித்து திருகி விட்டு... “ஏன் இருக்க கூடாதா “ என்றான் மென் புன்னகையோடு.

“ம்ம்.. இருக்கலாமே...” என்றபடியே எழுந்து அறையில் இருந்த நாற்காலியில் போய் அமர்ந்தாள்.

“ம்ம்... இன்ட்ரஸ்ட்டா இருக்க.. இங்க வறவன் எல்லாம் வரும் போதே பேண்டை கழட்டிட்டுதான் வருவானுங்க.. நீ வேற மாதிரி இருக்க...’-மார்புக்கு குறுக்கே கைகளைக் கட்டிக் கொண்டு பேசினாள்.

“வேறன்னா....!...... என்ன..... ஒரு...... காதலன் மாதிரியா...?”வலது புருவம் மேலே தூக்கி மௌன மொழி பேசுவது போல கேட்டான்...அர்ஜுன். “ம்ம்ம்... அப்டியும் வெச்சுக்கலாம்... ஆனா... என்னால காதலிக்கவெல்லாம் முடியுமா... என்ன...?”-என்றவள் தலையை சற்று தாழ்த்திக் கொண்டாள்.

அவளின் அருகே சென்ற அர்ஜுன்... எதுவும் சொல்லாமல் ஓர் இருத்தலின் நகர்வோடு இணங்கி நின்றான்.

“ஆமா என்ன சென்ட் போடற... நல்ல வாசனை....” என்று அருகில் நின்றிருக்கும் அவன் சட்டையை மீண்டும் ஒரு முறை முகர்ந்தாள். அவன் தன் பேக்கில் இருந்த வாசனை திரவ பாட்டிலை எடுத்து அவளுக்கு கொடுத்தான்.... “வெச்சுக்கோ...” என்று கண் ஜாடையில் கூறியபடியே.

நேரம் ஓடிக் கொண்டே இருக்க....பாடல் ஒலித்துக் கொண்டே இருக்க....வெண்ணிற இரவு தன்னிறம் மாறும் தருணத்தில் விடியல் மிக அழகான ஆடை பூண்டு கொண்டு வெளி வரத் துவங்கியிருக்க... கை கோர்த்த அவளின் ஸ்பரிசங்களிலிருந்து மெல்ல தன்னை விளக்கிக் கொண்டான். அத்தனை நேரம் மார்பில்

தலை சாய்த்துக் கொண்டு விரல்களோடு விரல்கள் கோர்த்து தூங்கி போன அவள் மெல்ல கண்கள் விழித்தாள்.

மெல்ல எழுந்து.......எதுவுமே பண்ணாமல் வெறுமனே தூங்கிப் போனதை ஒரு முறை நினைவு படுத்திக் கொண்டே அவனைப் பார்க்க.......அவன் கிளம்ப யத்தனித்துக் கொண்டிருந்தான்.

வெறும் பார்வைக்குள் வேர் வரை ஊடுருவும் உணர்வுக் கதம்பம் கொந்தளிக்க....." நீ யார்.. எதுக்கு வந்த.. இத்தனை அன்பை ஆதரவ.. அணைத்தல நான் அனுபவிச்சதே இல்ல.. போதும்..... ஒரே ராத்திரியில மொத்த வாழ்க்கையும் வாழ்ந்திட்ட மாதிரி இருக்கு....." என்றபடியே நேற்று அவன் கொடுத்த பணத்தை திருப்பிக் கொடுத்தாள்.

பணத்தையும் நடுங்கும் அவள் கையையும் பார்த்த அவன்.... "நீயே வெச்சுக்கோ.. புடவை எடுத்துக்கோ.. சரியா.." என்றபடியே அவளை இன்னும் ஆழமாக பார்த்தான்..." நீ சந்தோசமா இருந்திருப்பேன்னு நம்பறேன்,,," என்றான்...ரகசியக் குரலில்.

"இன்னைக்கு நான்"-என்றவள் சற்று யோசித்து விட்டு- "ம்ஹூம்... இன்னைக்குதான் நான் சந்தோசமா இருந்திருக்கேன்..."என்றபடியே சற்று முகம் தாழ்த்தி விட்டு மேல் எழும்பிய கலங்கிய விழிகளுடன்... "என் பேர்...' என்று அவள் சொல்ல வாயெடுக்கும் முன்னமே உள்ளங்கை கொண்டு வாய் மூடினான்... "ம்ஹூம்.."என்று வேண்டாம் என்பது போல.. நெற்றியில் ஆழமாய் ஒரு முத்தம் பதித்து விட்டு வெளியேறினான்.

அப்போதுதான் ஞாபகம் வந்தது போல....."அயோ... உன் பேர்.............." என்று கேட்கும் முன்னே அர்ஜுன் வீட்டை விட்டே வெளியே போயிருந்தான்.

"தோள்களில் நீ அணைக்க, வண்ண தாமரை நான் சிரிக்க.. ஆயிரம் காலமும் நான் உந்தன் மார்பினில் தோரணமாய் ஆடிடுவேன்..."- பாடல் ஒலிப்பதாக அவளின் மனம் புன்னகைத்தது.

<u>அடுத்த வாரம்</u>

கதவைத் திறந்த நொடியில் கண்களில் மிரட்சியோடு ஒரு கணம் பின் வாங்கினான் அர்ஜுன்.

கதவைத் திறந்து விட்டவளோ அது வழக்கம்தான் என்பது போல ...புன்னகைத்துக் கொண்டே ....''வாங்க..'' என்றபடி உள்ளே போனாள். மனதுக்குள் புன்னகைத்த அர்ஜுனின் கண்களில் கல கலவென பட்டாம் பூச்சிகள் பறந்திருக்க கூடும்.

''என்ன இது....!?..'' என்று ஒரு வித புது மாதிரி பார்வையுடன்... அவனுக்கே கேட்காத குரலில் வினவினான்.

''இப்பதான் ஒருத்தன் போனான்.. அதுக்குள்ளே எதுக்கு மறுபடியும் ட்ரெஸ் போட்டுக்கிட்டு அப்பறம் அவுத்துகிட்டு...... டைம் வேஸ்ட் தானே?...'' என்றவள் 'ஹ ஹ ஹா....' என கல கலவென சிரித்தாள்.

மௌனத்தோடு புன்னகையில் அவளையும் சேர்த்து வீட்டையும் நோட்டமிட்டான் அர்ஜுன்.

''பபியன் சொன்னான்... ரேட்.. 2000க்கு குறைஞ்சா, நான் இல்லப்பா... இந்த வாரமே.. பெருசா அமௌன்ட் ஒன்னும் கிடைக்கல...'' என்று பேசிக் கொண்டே சென்று கட்டிலில் படுத்தவளை நின்று ஒரு கணம்.... உற்று நோக்கினான் அர்ஜுன்.

5000 ரூபாயை எடுத்து அருகில் இருந்த டேபிள் மீது வைத்தான்... போதுமா என்பது போல ஒரு பார்வையோடு.

'டபுள் ஓகே' என்பது போல முகம் மலர்ந்தவள்.. 'வா' என்பது போல...கண்ணடித்தாள்.

அவன் கையைப் பிடித்து இழுத்து அவள் தயாரானாள். அவனோ அவளின் கையைப் பிடித்து மெல்ல இழுத்து எழச் செய்தான். அவளும் எழுந்தாள். உடல் மொழியால் பேசும் தருணங்கள் மிக அழகாக கடந்து செல்பவைகள். அவளும் எழுந்து அவன் அழைத்து செல்வதைப் போலவே பின்னால் நடந்தாள்.

''ஓ... சுத்தமா இருக்கணும்னு நினைக்கறியா.. நான் ஏற்கனவே குளிச்சாச்சுப்பா.. ஒன்னும் பயப்படாத''- என்றவளை எதுவும் பேசக் கூடாது என்பது போல கண்களாலே ஜாடை செய்தான்.. பின் அவளை குளியலறைக்குள் கூட்டிச் சென்று குளித்து விடத் தொடங்கினான்.

அவனின் இந்த செய்கை அவளை சற்றே குழப்பியது.

“என்ன இது... ஹே.. என்ன பண்ற... ‘அந்த மாதிரி’ படத்துல வர்ற மாதிரி டார்ச்சர் ஏதும் பண்ணப் போறியா.. யப்பா.. ஏதும் வம்பு பண்ணி விட்றாத.. உடம்ப வெச்சுதான் பொழப்பு ஓடுது... புண்ணியமா போகட்டும்.. வந்த வேலைய முடிச்சிட்டு போயிட்டே இரு.. ப்ளீஸ்ஸ்....” என்று அவள் கூறுவதை கண்டு கொள்ளாத அவன்.. சோப்பு போட்டு குழந்தையைக் குளிப்பாட்டுவது போல குளிக்க வைத்துக் கொண்டிருந்தான்.

அவளின் யோசனைகளை பலவாறு.. யோசித்தாலும்.... ‘எவ்ளவோ பாத்துட்டோம்... இதப் பாக்க மாட்டமா’ என்பது போல ஒரு நம்பிக்கைக்குள் தன்னை அடக்கிக் கொண்டு அவனை ஆழமாக கவனித்தாள்.

“என்ன இது..... பின்னால இவ்ளோ புண்ணு.... “ என்று கேட்டுக் கொண்டே நீர் கொண்டு மெல்லமாக அழுந்த கழுவினான்.

“ஏய்.... அதெல்லாம் தொடாத... ஐயோ..... ஏன் இப்டியெல்லாம் பண்ற...” என்று சங்கோஜப் பட்டுக் கொண்டே ஒரு கையால் அவன் கையை தள்ளி விட்டுக் கொண்டிருந்தாள்.

“ஆமா.. ஒரு நாளைக்கு பத்து பேர் வந்தா புண்ணு வராம என்ன வரும்....” என்று முணங்கவும் செய்தாள்.

சட்டென உடைந்து அழவும் தொடங்கினாள். கண்ணீரின் வெளிப்பாடு மட்டும் எந்த நேரமும் முணுக்கென்று வந்து விடும் தூரத்தில்தான் இருக்கிறது. அத்தனை அழுத்தம் நிறைந்த வாழ்க்கைதான் ஒவ்வொருவருக்கும்.. அவளுக்கும்.

“நீ பண்றத பார்க்கும் போது சின்ன வயசுல எங்கம்மா என்ன குளிக்க வெச்சது ஞாபகம் வருது. ஆமா ஏன் இப்டியெல்லாம் பண்ற..... ஏதும் உதவி வேணுமா.. என்ன வைச்சு ஏதும் ஆகணுமா.....!!!???” என்று அவள் பார்த்துக் கொண்டே பேச பேச அதைப் பொருட்படுத்தாமல்...

“நீ வருவாய் என நான் இருந்தேன்... ஏன் மறந்தாய் என நான் அறியேன்.... கண்கள் உறங்கவில்லை...இமைகள் தழுவவில்லை...

கவிதை எழுத ஒரு வரியும் கிடைக்கவில்லை... அமைதி இழந்த மனம் எதையும் நினைக்கவில்லை... வாராயோ...."

பாடிக் கொண்டே அவளை ஈரம் சொட்ட அழைத்துக் கொண்டு படுக்கை அறைக்கு மெல்லக் கூட்டிக் கொண்டு போனான். அவளின் முகம் பளிச்சென இருந்தது.... கண்கள் மட்டும் சிவந்து கிடக்க..

" அடி தேவி உந்தன் தோழி ஒரு தூதானாள் இன்று .. அடி தேவி உந்தன் தோழி ஒரு தூதானாள் என்று....
இரவெங்கே.. உறவெங்கே.. உன்னை காண்பேனோ என்றும்..."

"என்னமோ அக்னி பிரவேஷம் கதை நாயகி மாதிரி என் பாவமெல்லாம் போய்ட்ட மாதிரி இருக்கு நீ என் மேல ஊத்தின தண்ணில......"-என்று குரல் கலங்க கூறியவள்... சற்று நிதானித்துக் கொண்டு..."ஆமா... உன் பேர் என்ன.. எதுக்கு இப்டியெல்லாம் பண்ற... என்ன வேணும்.... பாட்டு சூப்பரா பாடற..." என்று மனம் சுழன்று கொண்டு கேள்விகளால் மிதந்து கொண்டே இருக்க.....

"அமுத நதியில் என்னை தினமும் நனைய விட்டு இதழை மறைத்துக் கொண்ட இளமை அழகு சிட்டு...தனிமை மயக்கம்தனை விரைவில் தணிப்பதற்கு வாராயோ...."

விரலில் தேங்காய் எண்ணை தொட்டு அவளின் புண்களுக்கு மேல் மெல்ல தடவி விட்டான். அவள் தடுக்க ஒரு கை கொண்டு பின்னுக்கு திரும்ப மறு கை கொண்டு திரும்பவும் அவன் தடுத்தான். அவள் புதிர் கொண்ட பதிலாய் அவனைப் பார்த்துக் கொண்டே செய்வதறியாமல் நின்றாள்.

பீரோவைத் திறந்து ஒவ்வொரு ஆடையாக பார்த்து நீல நிற சுடியை எடுத்து அதற்கு தகுந்தாற் போல உள்ளாடைகள் எடுத்து ஒவ்வொன்றாக அவளுக்கு அணிவித்தான். அவள் தயங்கிக் கொண்டே இசைந்தாள். மெல்ல புன்னகைக்கைவும் செய்தாள்.

பாடல் மட்டும் தொடர்ந்து கொண்டே இருந்தது.

தலை வாரி விட்டான். பவுடர் பூசப் போன நேரத்தில் அவள் வேண்டாம் என்றாள்.

“இன்றாவது முகப் பூச்சு இல்லாமல் நானாக இருக்கிறேனே” என்று அவள் மொழியில் முணங்கிக் கொண்டு கலங்கிய கண்களுடன் அவனை மெல்ல அணைத்துக் கொண்டாள். அணைத்தபடி மெல்ல படுக்கையில் சாய்ந்தவள்... அவன் மார்பில் முகம் புதைத்துக் கொண்டு விம்மினாள்.

“என் பேர் பல்லவி.... நான் வேணும்னு... இந்த தொழில்ல....”-

அவளை அதற்கு மேல் பேச விடாமல் உள்ளங்கை கொண்டு வாய் பொத்தினான். தலை வருடி மீண்டும் நெஞ்சோடு அணைத்துக் கொண்டான்.

“என்ன... ஏது.... எதற்கு.....”- என்று கேள்விகளோடு தூங்கிப் போனாள்.

“சின்னஞ்சிறு வயதில் எனக்கோர் சித்திரம் தோணுதடி... பின்னல் விழுந்தது போல எதையோ பேசவும் தோணுதடி...” என்று அவன் பாடிக் கொண்டேயிருக்க பல்லவி தூங்கிப் போனாள்..

பெரும் நிம்மதியின் மூச்சுக் காற்றின் சப்தம்... ஒரு தாய் மாடியின் பாதுகாப்போடு அவளை சுற்றி தூக்கமாய் பரவிக் கொண்டிருக்க...மெல்ல எழுந்து இன்னும் 5000 ரூபாயை எடுத்து அவள் அருகே வைத்து விட்டு வீட்டை விட்டு கிளம்பினான் அர்ஜுன்.

அந்த அறையில் எம் எஸ் வியின் அல்லது இளையராஜாவின் ஏதோ ஒரு பாடல் இன்னமும் ஒலித்துக் கொண்டிருப்பது போல இருந்தது.

அடுத்த வாரத்துக்கு ஒரு நாள் முன்....

“யாருக்கும் நான் இந்த தொழில் பண்றேன்னு தெரியாது.... அதுமில்லாம எல்லாருக்கும் போறது இல்ல... வேற வழி இல்லாமத்தான்... மாசம் ரெண்டு மூணு தடவை மட்டும்.... அதும் தெரிஞ்சவுங்க கூட மட்டும்... என்ன பண்ண, என் தலை எழுத்து.... என் புருஷன் குடிச்சே செத்துப் போய்ட்டான் தம்பி... எனக்கு ரெண்டு பொண்ணுங்க....ஒருத்தி காலேஜ் போறா... ஒருத்தி ஸ்கூலுக்கு போறா... என்ன செய்ய... கரை ஏத்தனுமே....... இப்போ செய்யற வேலைல காசு பத்தல தம்பி... வெறும் 4000

கவிஜி ஊதா நிறக் கொண்டை ஊசி கதைகள் 81

ரூபாயை வெச்சுகிட்டு... எப்டி படிக்க வெச்சு... வேணுங்கறத வாங்கிக் குடுத்து.... முடியல...... இன்னும் ஒரு ரெண்டு வருஷம் கஷ்டப்பட்டுட்டா மூத்தவ படிப்பு முடிச்சிட்டு வேலைக்கு போய்டுவா....... அப்பறம் இந்த கருமம் புடிச்ச தொழில பண்ண மாட்டேன்.... புருஷன் செத்து பத்தாவது நாள்ல நல்லா தெரிஞ்சவங்கதான்.... காசும் குடுத்து கட்டிலுக்கும் கூப்ட்டாங்க... வேற வழியே தெரில... சொந்த பந்தம்னு சொல்லிக்க யாரும் இல்ல... காதல் கல்யாணம் பண்ணிக்கிட்டு ஊரை விட்டே ஓடி வந்தவங்க நாங்க... என்ன விட போதை தான் முக்கியம்னு குடிச்ச புருஷன் செத்து போவான்னு தெரியும்... ஆனா இத்தன சீக்கிரம்னு சாவான்னு தெரியல.....செத்து போக மனசு வரல....எப்படியாவது புள்ளைங்கள தொடர்ந்து படிக்க வெச்சிடணும்னு நினைச்சேன்... பிச்சை எடுக்க துணிச்சல் இல்ல... இருக்கற ஒரே மூலதனம் என் உடம்பு மட்டும் தான்.... சரி என்ன மாதிரி இருக்கறவங்க எல்லாரும் இப்படித்தான்னு சொல்ல வரல.. எனக்கு இது சுலபமா தெரிஞ்சுது.... யாருக்கும் தெரியாமத்தான் பண்றேன்...என் பொண்ணுங்களுக்கு என்ன பத்தி ஏதும் தெரியாது....தெரியவும் கூடாது....நீங்க பபியனுக்கு தெரிஞ்சவங்கங்கறனாலதான் இவ்வளவையும் சொல்றேன்... நீங்க எழுதற கதைல என் கதைய எழுதுங்க... ஆனா... பேர் முகவரி மட்டும் போட்றாதீங்க....'' என்று கைகூப்பிய அஞ்சலிதேவிக்கு 500 ரூபாய் கொடுத்து விட்டு ''ரெம்ப நன்றிங்க... இந்த கட்டுரை கண்டிப்பா எனக்கு பேர் வாங்கித் தரும்....'' என்று சொல்லி வெளியே வந்தான்...அர்ஜுன்.

''என்னடா.... கட்டுரை ஓகேயா.....'' என்ற பபியனிடம்... மெல்ல சிரித்தான் அர்ஜுன்.

''அண்ணே... இப்போல்லாம் பேஸ்புக்குல கூட நாலு வரிக்கு மேல எழுதினா எவனும் படிக்க மாட்டான்... இதுல கட்டுரை கதைன்னு எழுதி கிட்டு இருந்தா....என்னாகறது...''-என்ற அர்ஜுன் முகத்தில் ஒரு வகை தீர்க்கம் மின்னியது.

'அதுக்கு....!''என்று கேட்ட பபியன் முகத்தில் கலவரம் துளிர் விடத் தொடங்கியது.

''இதப் பாருண்ணே.....'' என்றபடியே வெகு இயல்பாக லேப்டாப்பை காட்டினான்.

அதில் அஞ்சலி தேவி பேசிய அனைத்தும்.... அதனோடு ஓர் ஆவணப் படத்துக்கு பேச வேண்டிய......செய்ய வேண்டிய

அனைத்து எடிட்டிங் வேலைகளும்......பின்னணி இசைக் கோர்ப்பு வேலைகளும் என்று ஒரு அரை மணி நேர ஆவணப் படமாக ஆக்கி இருந்தான்.

"என்னடா இது.... எப்டி தெரியாம படமெல்லாம் எடுத்த.... என்ன பண்ண போற...."-முகம் விரிந்து.. மனம் சுருங்க.. பட படத்தான் பபியன்.

"அண்ணே.... நானும் எவ்ளவோ பண்ணிப் பார்த்துட்டேன்... என்னால பெருசா பளிச்சுன்னு வெளிய வர முடியல.... இது ஒரு நல்ல வாய்ப்பு. இப்ப அவனவன் பிராந்தி கடைக்கு எதிராதான் பிரசாரம் பண்றான். அதுதான் டிரெண்டாவும் ஆகிப் போச்சு.... சோ... நானும் அதே ரூட் புடிகறேன். இந்த உண்மைக் கதைல ஒரு பெண் தன் கணவன் குடிச்சே செத்துப் போனதில என்ன செய்யறதுன்னே தெரியாம விபசாரத்துக்கே போய்ட்டாங்கற தீமோடு இந்தப் படம் வெளிய வந்தா.... லைக்ஸ் பிச்சுக்கும்... விவாதம் பட்டைய கிளப்பும்... ஆட்டமேடிக்கா என் பேர் வெளிய வரும்... அப்புறம் பாருண்ணே நம்ம லெவெல்லே வேற..." என்றவன்... அண்ணே.. நீ கண்டுக்காம ஒதுங்கிக்கோ....என்றபடியே *1000* ரூபாயை எடுத்து நீட்டினான்.

பபியன்... ஏதோ சொல்ல வந்து வாய் அடைத்துப் போயே விட்டான்.

நான்கு நாட்களுக்குப் பின்....

ஓடி வந்த பபியன்.... அர்ஜுனின் முகத்தில் பளார் பளார் என்று அறைந்தான்.

"போச்சு.. எல்லாமே நாசமா போச்சு.... உன் புகழ் மோகத்துக்கு ஒரு குடும்பத்தயே காவு வாங்கிட்டியேடா...... துரோகி.."- என்று கத்தினான்.

"அஞ்சலி தேவி... மேட்டர் ஊரு முழுக்க தெரிஞ்சுடுச்சுடா..... அம்மா புள்ளைங்க மூணு பேருமே தூக்கு மாட்டி செத்துடுச்சுங்க.... நானும் இதுக்கு உடந்தையா இருந்துட்டேனே..... இந்த பாவத்த எங்க போய் கழுவ...." கத்திக் கொண்டே புரண்டு அழுதான் பபியன்.

நினைவுகளின் மீட்சியில் இருந்து... திக் என்று விழித்து எழுந்தான்... அர்ஜுன்.. அவன் விழியோரம்... நீர்க்கசிவுகள்... ரத்தத்தைப் போல பிசுபிசுத்தது.

அவன் உடல் நடுங்கிக் கொண்டே இருந்தது. எல்லாம் நடந்து இரண்டு வருடங்கள் ஆன பின்னும்.. நேற்றுதான்.. இதழோரம் அறியாமை புன்னகையைத் தேக்கிக் கொண்ட அஞ்சலிதேவி பேச பேச தெரியாமல் பேனாவில் மறைத்து வைத்த கேமராவில் படம் பிடித்தது போல இருந்தது. இரண்டு வருடங்கள் ஓடிய பின்னும் ஆறவே முடியாத தழும்புகளின் தேக்கமென மனதுக்குள் அழுந்திக் கொண்டிருக்கும்... மிக நீண்ட... தொடர் வெட்டுக்களின் நடுவே ஒரு குழந்தையைப் போல வீரிட்டுக் கொண்டிருக்கும் அவன் மூளை எங்கும்... பாலியல் தொழிலாளிகளின் சுவாசம் நிறைந்து கொண்டே இருந்தது.

ஆயிரம் காரணம்.. ஆயிரம் பேருக்கும் மாறுபடும். மாறுபடாத ஒன்று கைப்பிடி சோறு. அரைசாண் வயிறு. மௌனம் ஸ்தம்பிக்க குலுங்கி அழுதவனைக் கலைத்தது அலைபேசி.

எதிர்முனையில் பபியன்.. நாளை அர்ஜுன் போக வேண்டிய பாலியல் தொழிலாளியின் வீட்டு முகவரியைக் கூறிக் கொண்டிருந்தான் .... ஒரு முடிவற்ற சிறுகதையைப் போல.... அர்ஜுன் குறித்துக் கொண்டிருந்தான்.

மீண்டும் சில வெண்ணிற இரவுகள்

இந்தக் கதை எல்லாருக்கும் தெரிஞ்ச கதைதான். தாஸ்தாவெஸ்கியோட "வெண்ணிற இரவுகள்" படிச்சிருந்தீங்கனா இன்னும் சுலபம். கிட்டத்தட்ட அதே கதை தான். சரி அதே கதையை ஏன் திரும்ப எழுதணும்னு கேக்க தோணுதுல்ல. அது அப்டித்தான். சித்தார்த்தன் ஏன் அந்த நேரத்துல வீட்டை விட்டு போனான்னு கேட்டா என்ன சொல்றது. அப்டித்தான். சில நியாயங்கள் சில நேரங்களில்..... சில கோபங்கள் சில நேரங்களில்..... சில கதைகள் சில நேரங்களில்.

நெடுந்தொலைவு பயணப்பட்டுக் கொண்டிருக்கிறான் அவன். பெயர் சித்தார்த்தன் என்றே வைத்துக் கொள்ளுங்கள். பெயரா முக்கியம். வாழ்வு தானே முக்கியம். அவனுக்கு புரிந்து விட்டது. ஒரு பெரு வெடிப்பு அவனை மூழ்கிக் கொண்டிருந்த துயிலில் இருந்து வெளிக் கொண்டு வந்து விட்டது.

நீலி. . .

"வெண்ணிற இரவுகள்" நாயகி நாஸ்தென்கா இங்கு நீலி ஆகி இருக்கிறாள்.

விளையாட்டா தான் சொன்னா. காதல் அப்படித்தான். பெரும் விளையாட்டில் சிறு ஓய்வை கூட அனுமதிக்காமல் மூச்சிரைக்க வைத்துக் கொண்டேயிருக்கும் என்பதில் புது மாலையை பொன்னிறமாக்கி அவள் வந்து சூடுகையில்...... அன்று வரை உடன் இருந்தவள் தானே என்று வரவேயில்லை காதல். சித்தார்த்தன்... புத்தனாகி விட்டான். துறவறமல்ல. நிலவரம். பொருளாதாரம் அவனை மேற்கு நோக்கி அனுப்பி விட்டது. அவள் போட்ட எந்த கடிதத்துக்கும் பதில் அனுப்பவில்லை. பதில் அனுப்ப தோன்றவில்லை. காதலால் ஆகி விட இன்னும் அவன் தயாராகவில்லை.

கவிஜி ஊதா நிறக் கொண்டை ஊசி கதைகள் 85

காலம் நிறுத்திய புள்ளியில்.... ஓர் அதிகாலை பொழுதொன்றில்... வேர்க்க வியர்க்க விழித்து கொண்டு ஓவென அழுதிடத் தோன்றியது. காரணம் ஒன்றுமில்லை என்று தானே சூனியம் சொல்லும். சூனியப் பிறழ்வில்....சிறகு தேடி தனிமை படபடத்தது. அவன் பட்டென்று நிலையை நினைத்துக் கொண்டான். நீக்கமற அவளின் உள்ளம் முழுக்க அந்த அறையை ஓர் ஆன்ம பலத்தோடு சுற்றிக் கொண்டிருந்ததை உணர்ந்த பொழுதில்....ஊருக்கு கிளம்பி விட்டான்.

ஆறு வருடங்களுக்கு முன் காதலித்தவள். கடைசி கடிதம் வந்து நின்று போனது 3 வருடங்களுக்கு பின். அவள் இன்னும் எழுதிக் கொண்டேதான் இருந்திருப்பாள். முகவரி மாற்றியது, நாட்டையே மாற்றியது அவளுக்கு தெரியாது. ஒரு கணம் ஒரே கணம்...அது வெம்மையை சுமந்து கொண்டு......இருக்கின்ற பனியையெல்லாம் உருக்கி கிறக்கி விட்டு தேகத்தில் ஊடுருவிச் சென்று நிஜத்தை முகத்தில் அறைந்து விட செய்தது. ஆழ் மனம் பற்றிக் கொண்ட எதையுமே ஆழ்மனமே ஒரு நாள் விடுதலை செய்யும். அவனுள் அவனால் விடுதலை செய்யப்பட்டுக் கொண்டிருந்தான். புறப்பட்டு விட்டான். வழியெங்கும் அழுகை. காரணம் முழுக்க அவளின் பெயரை சொட்டியது. அடைத்து வைத்திருந்த ஊற்று கொப்பளித்துக் கொண்டு வந்தது. எல்லா அழுகைக்கும் லாஜிக் இருக்க வேண்டிய அவசியம் இல்லை.... என்று எப்போதோ அவள் கூறியது நினைவுக்கு வந்தது.

நீலி...... இப்போது எப்படி இருப்பாள்...?

அதே பாவாடை சட்டை போட்டுக் கொண்டு வலப்பக்கம் வகிடு எடுத்து தலை வாரி அந்த நீல நிறக் கண்களில்... நட்சத்திரங்கள் சுமந்து கொண்டு வீதி முழுக்க நிறைந்து நிற்பாளே...இப்போதும் அப்படித்தான் இருப்பாளா... இல்லை.. புடவை கட்டிக் கொண்டு வேறு ஊருக்கு டீச்சர் வேலைக்கு எதுவும் போயிருப்பாளா.....? அவனுக்கு அவளை பற்றி எதுவும் தெரியவில்லை. அவன் மீது கோபம் கொண்டு வானத்தில் இருந்து குதித்த யாரையாவது கல்யாணம் கூட செய்திருக்கலாம். அதனாலென்ன. நானும் உன்னை காதலிக்கிறேன் என்று சொல்ல அவள் யாராக இருந்தால் என்ன?

அவளுள் கொஞ்சமேனும் பழைய நீலி இருக்கத்தானே செய்வாள். பைத்தியக்காரத்தனத்தோடு பேரழகு வழியும்.....வானம்

கொத்தி தின்னும் கண்கள் கொண்ட அவளாகத்தானே இருப்பாள். அவன் உடல் அவனை சுமையாக சுமந்தது. புத்தனாய் மாறுவது சுலபம். சித்தார்த்தனாய் மாறுவது அத்தனை சுலபமல்ல என்பதை உணரும் நொடியெல்லாம் அவளின் பெரும்பற்கள் அவனை கடித்தன. பெருங்கண்கள் அவனை திகைத்தன. கொரியா சாயல் கொண்ட யவனப்பெண்ணை போலொரு தோற்றம் கொண்டவள் அவள். அவளை நினைக்கையில் எல்லாம்.. ஒரு கப்பலும்.. அதன் தூரத்து உறுமலும் நினைவுக்கு வருவதை தடுக்க முடியவில்லை அவனுக்கு.

❖❖

அரேபிய இரவுகள் போல அந்த இலக்கிய விழா பாலைவனத்தில் நெருப்பை சுற்றி நடந்து கொண்டிருந்தது.

எல்லாரும் சொல்வதை எல்லாரும் சொல்வதாக கூற வேண்டும். நீலியின் எழுத்தில்... அவனின் எழுத்தும் அவனின் எழுத்தில் நீலியின் எழுத்தும் இருப்பதை ஊர் அறியும். சமீப காலமாக இருவரும் நெருங்கி பழகி வருவதை இருவருமே மறுக்கவும் இல்லை. மறைக்கவும் இல்லை. விழாவில் கவிதை அரங்கேற... வானம் நட்சத்திரங்களை அவர்கள் மீது தூவுவதாக இருவருமே கற்பனித்துக் கொண்டார்கள். அவளின் நீல நிற கண்களைக் கொண்டு அவனின்.. செந்நிற கண்களைக் கண்டெடுத்தாள். அவளின் பிங்க் நிற எண்ணங்களை அவனின் மஞ்சள் நிற பார்வையால் வென்றெடுத்தான்.

விழா முடிந்து மது நிறைய... மணல் வழிய... இரவின் குளிர்... பறந்து கொண்டிருந்தது பிசாசுகளின் வல்லினம் போல.

பாலைவனம் மணற்குன்றுகளால் நீண்டு நெளிந்து நிறைந்து வளைந்து மிதந்து புதைத்து கொண்டிருக்க.... இரவு பௌர்ணமியின் வெண்ணிறத்தை அலை அலையாய் வீசிக் கொண்டிருந்தது. ஆளுக்கொரு கண்களில்...நிறைந்து வழிந்தார்கள் இருவரும். மெல்ல மெல்ல கண்டு கவிதையாகி விட்டது போல இருவரும்.....கூடாரம் கடந்து சற்று தொலைவுக்கு வந்து விட்டிருந்தார்கள். எங்கேயாவது தொலைந்து போவது இருவருக்கும் பிடிக்கும். இலக்கிய உலகம் கண்டு கொண்டுதான் இருந்தது. அவள் அப்படித்தான் என்பது போல திரும்பி மதுவில் நீந்தத் துவங்கியது. மது வேண்டாத சில கூட்டம் கவிதை பேசிக்

கொண்டிருந்தது. வெறித்துக் கிடந்தது சில கூட்டம். நிகழ்த்துக் கலைக்குள் வட்டமிட்டது சில. வானம் பறிக்க சென்றிருந்தது சில.

"தான்தான்..... என்னிடம்.....என் மூலமாகத்தான் இங்கு எல்லாமே வருகிறது. எனக்கு என்னைப் பற்றி... நானொரு. நானெல்லாம்... நான் ஒரு பெரும் கவி....என்னிடமே இந்த உலகத்துக்கான விடுதலை இருக்கிறது' என்று தன் புராணம் பேசிக் கொண்டிருந்தது சில.

இரு கணம் ஒன்றாகிட நீலியும் அவனும்.. மெல்ல நடந்து கொண்டிருந்தார்கள். நடை பயின்று கொண்டிருந்தது தொடும் வானம்.

'நான் யார வேணாலும் தூக்கி போட்ருவேன்..... ஆனா உன்னை தூக்கி போட முடியல....."

"ஒரு மிகப் பெரிய இருள் என்னை சூழ்ந்திருந்துச்சு......நான் மொத்தமா காணாம போக இருந்தேன்.... "

"நீ வருகிறாய்.. காற்றோடு.. கவிதையோடு.. கனவோடு.. எனக்கான உயரத்தோடு...கலையான முகம் உனது. உன்னோடு வாழ விடாத இந்த உலகை நான் வெறுக்கிறேன்... உனக்கு எல்லாமே புரியுது. என்னைப்பற்றிய சுதந்திரம் எனக்கு கிடைக்கிறது. உன்னிடம் கேட்காமலே என்னால் எடுத்துக் கொள்ள முடிகிறது......"

"நீ ஆன்மாக்குள்ள போய்ட்ட..."

"எல்லாருக்கும் உன்ன பிடிக்கும்தான..."

ஒரு நீண்ட கவிதையை அவள் வாக்கில் எடுத்துக் கொண்ட முன்னுரையைப் போல இருந்தது அவள் பேச்சு.

"உன் நீல ஆக்கங்களில்....நித்திரை கடந்து விட்டேன். ஒரு ஈர்ப்பின் இரு துருவத்தை என் முகத்தை உன் முகத்தோடு பார்க்கிறேன்." என்றான் அவன்.

சொல்லத்தான் வேண்டும்.... காற்றில் வரிகள் மிதப்பதை இரவுக்குள் வெண்ணிறம் பூசி காட்சி படுத்துவதை. குளிர் திமிர்

பிடித்து ஆட.... கூட திமிர் குளிர் பிடித்து பார்த்தது. சற்று நடுங்கிக் கொண்டுதான் பார்க்க முடிந்தது. பாலைவன இரவு... எத்தனை காதல் போர்த்தினாலும்... குளிர் அடங்குவதில்லை. தொடுவானம் நோக்கி நடந்து கொண்டிருக்கும் இரு ஆதிகளின் ஆன்மாவைப் போல இருந்தது அவர்களுக்கான காட்சி. ஆதாமும் ஏவாளும் ஆதாமும் ஏவாளுமாக ஆவதற்கு முன் அப்படித்தான் சிறு இடைவெளியோடு இருந்திருப்பார்கள் என்று தோன்றியது. ஒரு பாலைவனம் வரைந்து முடித்த களிப்போடு காற்றின் கதவுகள் கண்கள் மறந்து ஓடிக் கொண்டிருப்பதை எங்கனம் விவரிக்க. அவளின் ஒரு 'அச்சோ' போதும். அவனின் ஒரு தோன்றுதல் போதும். அவளின் தலையில் செல்லமாக பொய்யாக அடிப்பதில் ஒரு ஹைக்கூ கிடைத்திருக்கலாம் நிலவுக்கு.

"நீ எங்கிருந்து வந்த....உன் கண்கள் என்னை தின்னுது..." என்று சொல்லி இரவைக் கிழித்துக் கொண்டு திரும்பி பார்த்தாள். இன்னும் கிழிய பெரிய இதயம் வேண்டும் என்று நம்பினான்.

"இந்த வாழ்க்கை என்னை தோற்கடிச்சிடுச்சு... உன்ன மாதிரி ஒருத்தன்கிட்ட எல்லாத்தையும் விட்டு சரணடைஞ்சறதுலதான் உண்மைக்கு நிகரா நான் இருக்கேங்கிற உண்மை இருக்கு...."

◆◆

மறுநாளும் இரவு வந்துதானே தீரும். வந்தது.

"இப்போ இல்ல... இன்னைக்கு இல்ல.. எப்போ லெட்டர் எழுதிகிட்டோமா.....அப்பவே கொஞ்ச கொஞ்சமா நான் தொலைய ஆரம்பிச்சிட்டேன்..."

"நானும்...."

அவள் மௌனித்தாள்.

"நீ ஏன் இவ்ளோ லேட்டா பொறந்த....சீக்கிரம் பொறந்திருக்கணும்..."- அவன் நின்று விட்ட பின்னும் அவள் சற்று கொஞ்ச தூரம் முன்னோக்கி சென்று நின்று மெல்ல திரும்பி பார்த்து இரவுக்கு நிறமூட்டும் அற்புத நிகழ்வை செய்து கொண்டிருக்கிறாள் என்று நம்பினான்.

ஓவியம் நின்று திரும்பும். சிரிக்கும். வெட்கப்படும் பெரும் பெரு வெடிப்பை அந்த இரவு நிகழ்த்திக் கொண்டிருந்தது. நீல நிற சட்டையை கிரீம் வண்ண பேண்ட்டில் இன் பண்ணியிருந்தாள். மூக்குத்தியின் நிறம் இன்று பச்சை மின்னியது. வானத்தில் இருந்து படக்கென்று எட்டிக் குதித்து வந்த வேற்று கிரக மனுஷியை ஒத்திருந்தது அவளின் பார்வையும்.. முக பாவனையும். காதில் இரு உலகை தொங்க விட்டுக் கொண்டிருந்தாள். தலை கலைத்துப் போன காற்றின் மெல்லிய நரம்புகளை விரல் கோர்த்து சரி செய்தபடி அவளை நெருங்கினான். அருகில் அவளின் சூட்டை உணர முடிந்த தருணத்தில் அவளின் வெக்கையின் தீர்க்கமாகவும் அந்த கணமே இருந்தது.

"நீ பிரிஞ்சு போய்டுவியா... பயமா இருக்கு.."

"நாம் பிரிவது இல்லை" என்றான்.

"எனக்கு கோபம் வந்தா விதவிதமா சமைச்சு சாப்பிடுவேன்..."

"எனக்கு கோபம் வந்தா.. உன்னை மாதிரியே நடந்து பார்த்து.... தூங்கிடுவேன்..."

காற்றினில்... குளிரினில் அவள் தேகம் கிட்டாரின் கம்பிகளை போல மெல்ல அதிர்ந்தன. ஒரு சிறு உலகம்... வெம்மை பூசிக் கொண்டு... அவளின் காதோரம் கதை கேட்டுக் கொண்டு வருவதை போல இருந்தது இருப்பது. சிரித்துக் கொண்டான்.

♦♦

மீண்டும் ஓர் இரவு இருந்தால் சுகமே. சுகம்தான் போல இரவுக்கும்...

"ஏன் சிரிப்பு......" என்றாள்.

செல்லமாக தலை தட்டி "நீ பேரலை" என்று கிசு கிசுத்தான்.

"பொய் சொல்லாத..." என்று வலப்பக்கம் கண்கள் உருட்டினாள். வலசைக்கு வந்த நிலா இரவை கண்களால் உருட்டுவது போல இருந்தது.

"உன் எழுத்து எனக்கு பேரெழுத்து" என்றான்.

அவள் அவன் எழுத்தை "ஜீவ எழுத்து" என்றாள்.

"கொஞ்ச காமம் அதிகமா இருக்கு" என்றாள்.

"காமம் தானே ஆரம்பம்" என்றான்.

"கனவுக்குள் நீ யார் எனக்கு. தினமும் வந்து இம்சிக்கிறாய்" என்றாள்.

"கனவே நீ தானே" என்றான்.

"உன்னை எப்டி கூப்பிடறது...?"

"இப்ப எப்டி கூப்பிடறயோ அப்டி..."

"ம்ஹூம்......என்னங்க" என்று கூறி நாக்கு கடித்துக் கொண்டாள்.

"இது தீரா சொந்தம்..." என்றான்.

"நீ என் மாமா பையனா பொறந்திருக்க கூடாதா..... அதோ தெரியுது பார் அந்த தொடுவானத்துல மணல் வீடு கட்டி விளையாடிட்டு இருந்திருக்கலாம்.." என்றாள்.

"இப்ப மட்டும் என்னவா.. விளையாடலாம். வானம் உனக்கு.... வண்ணம் எனக்கு. காலம் நம்மை தாலாட்டும். உன் கனவுக்குள் நானாக வந்து நீயாக மாறும் அற்புத நிகழ்வை நிகழ்த்துவோம் வா" என்றான்.

"நல்லா பேசறீங்க" என்றாள்.

"நல்லா காதலிக்கவும் செய்வேன்" என்றான்.

"கலையான முகம் உங்களுக்கு..."

"கொள்ளை அடிக்கும் பார்வை உனக்கு. கொரியாக்காரி மாதிரி மூக்கு...."

'ஏன் நல்லா இல்லயா...'' பொய் கோபம்.

''அதுதான் அழகு'' மெய் தீண்டியது மிச்சம்.

ஒரு கணம் உடைய...அவனும் அவளும் ஒரே நேரத்தில் ஒருவரையொருவர் அழைக்க.. இருவருமே சிரித்துக் கொண்டார்கள்.

''நாம ஏங்க இப்டி இருக்கோம்... அயோ செமயா இருக்கு... லவ் யூ...யு ஆர் மை டெஸ்டினி.

''எல்லாமே ஆகி விட்டவள் நீ... உன்னையன்றி நான் எப்படி......'' அவள் இரவை இழுத்து பூசி வெம்மை போர்த்தினான்.

''you are unbeatable idiot, but intelligence of era..'' என்று சொல்லி கண்களுக்குள் புக பார்த்தாள்.

சிறு மௌனம் சர்ப்பமென ஊர்ந்தது. மணல்வெளி நழுவி கண்களுக்குள் கொட்டி விட்டாற் போல அவளின் முகம் மெல்ல மாறியது.

''நீ இல்லனா நான் நார்மலா இருக்கறது இல்ல... நான் உண்மையா இருக்கேன்.. நீ அப்டி இல்லையோனு பயமா இருக்கு.......நான் தனியா இருக்கேன்.... எனக்கு யாரும் இல்ல.. வீட்டுல மாப்ள பாக்கறாங்க.... கல்யாணம் பண்ணிட்டு போய்டுவா...'' அவள் குரல் மாறி இருந்தது. அவளுள் இருக்கும் அவள் பேசத் தொடங்கி விட்டாள்.

''அப்போ......நான்?''

''அப்போ நீயே கல்யாணம் பண்ணிக்கோ.....வா...''

''சரி பண்ணிக்கலாம்...''

''எப்டி பண்ணிக்க முடியும்... இந்த உலகம் ஒத்துக்குமா.... நீ எனக்கு மட்டும் இருக்க முடியுமா.... உன் உலகம் வேற... இந்த உலகம் வேற... நாம் எப்படி சேர்ந்து வாழ முடியும்...''

அவள் மணல் அள்ளி வீசத் தொடங்கி விட்டாள். அது ஊழித் தாண்டவமென தொடுவானம் உடைக்க ஆரம்பித்தது.

◆◆

அடுத்த இரவில் வெடித்த நிலவு.

"அப்பப்போ உன்னை கடந்து போய்டணும்னு தோணும்.... நீ ஏன் இவ்ளோ லேட்டா வந்த... நான் உன்ன பார்த்திருக்கவே கூடாது..."

"ஆரம்பிச்சிட்டியா... நான் இருக்கேன்ல... அப்புறம் என்ன..."

வெண்ணிறத்தை தனித்த கழுகு ஒன்று கொத்தி தின்ன நெருங்குவது போல வட்டமடித்துக் கொண்டிருந்தது. பின்னிரவு காற்று... மாயத்தை பூசிக் கொண்டு திரிவது போல இருந்தது. நான்காவது இரவு சமநிலையில் இல்லை. அது திசைகளற்று முயங்கிக் கிடந்தது.

"அதுதான் பயமா இருக்கு. நீ தான் இருக்க. நான் எங்க இருக்கேன்... உங்கிட்ட நான் கொஞ்சம் கொஞ்சமா காணாம போய்ட்டிருக்கேன்.....நான் தப்பு பண்றேன்.. உன் வாழ்க்கை வேற.. என் வாழ்க்கை வேற.. இது சரியா வருமான்னு பயமா இருக்கு...."

'ஏன்டி இப்டி லூசுத்தனமா பேசற... என்னை தவிர உன்ன யாரும் பாத்துக்க முடியாதுடி... சொன்னா புரிஞ்சுக்கோ..."

"நாம ரெண்டு பேருமே கத்திங்க..... ஒரே உறைக்குள்ள எப்டி எத்தனை நாள் தாங்கும்னு தெர்ல...."

அவளின் கண்கள் இருட்டை கவ்வத் தொடங்கி இருந்தது. அதில் இருந்து வேக வேகமாய் வெப்ப சலனம் பாம்பின் இரைச்சலோடு மூச்சிரைத்தது.

"அதுமில்லாம உன் உலகத்துல...நீ பெரிய ஆளா வரணும் அதுக்கு நான் இடைஞ்சலா இருக்கேனோன்னு பயமா இருக்கு. நீ நிறைய சாதிக்கணும்..."

"அப்போ நீ கூட இருக்கணும்..."

கவிஜி ஊதா நிறக் கொண்டை ஊசி கதைகள் 93

“இல்லைங்க ...உங்கள நான் கடந்து போவேன் பாருங்க.... கண்டிப்பா ஒரு நாள் கடந்து போய்டுவேன்....”

“ஏன்டி இப்டி பேசுற... உனக்கு புரியவே புரியாதா...அடிக்கடி உன் வேதாளம் தொடுவானத்துல ஏறிக்கிட்டா நான் என்னதான் பண்றது...”

“நீ ஏன் வந்த.... நீ வந்துருக்கவே கூடாது..... உங்கிட்ட ஒரு ஹஸ்பண்ட் பீலிங் வருது...”

“அது நிஜம் தானே.. அதுக்கு ஏன் கவலைப் படற..”

“இல்லை... நிஜம் அது இல்ல.. நாம சேரவே முடியாது. நிஜம் வேற...”

“லூசு மாதிரி பேசாதடி....”

இருவரும் மௌனத்தோடு.. தொடுவானம் பார்த்தே நடந்து கொண்டிருந்தார்கள். தொடுவானத்துக்குள்தான் நடந்து கொண்டிருந்தார்கள்.

மௌனம்.... நொடிகளில்.. நிமிடங்களில்....

மீண்டும் மௌனம்...

“என்கிட்ட பேசாத... நான் தனியா இருக்கணும்.. நீ போய்டு” என்றாள் தீர்க்கமாக.

அதிகாலை சூரியனோடு மூச்சிரைக்க பேச்சற்று வந்து சேர்ந்திருந்தான் சித்தார்த்தன்.

யார் கண்ணுக்கும் தெரியாத அவன்.......தன் கண்ணுக்கும் தெரியவில்லை. நீலியின் கண்களில் அவன் வேண்டுமென்றே விழுந்தான். அழுதான். அரட்டினான்.

அவள் “போய்டு......போய்டு .... நீ உருவமற்றவன். நான் வாழ வேண்டியவள். சித்தார்த்தன் மனம் திரும்பி வந்திருக்கிறான். என் பதின்ம வயது காதலோடு வந்திருக்கிறான்... நாங்கள்தான்

சரி... நீயும் நானும் அல்ல. போய்டு ..... உன் உலகத்துக்கே போய்டு....." என்று ஜாடையில் கெஞ்சினாள்.

"நமக்கு இரட்டை பசங்க... அப்புறம் ஒரு பொண்ணு வேணும்னு கேப்பியே....அயோ எனக்கு பைத்தியம் பிடிக்குது..." அவன் மணல்வெளியில் துகள்களாகி புரண்டான். தன்னை கொல்லவும் முடியாத ஆத்திரத்தில்... தன்னையே அடித்துக் கொண்டான். "யார் கண்ணுக்கும் தெரியாத நான் ஏன் இவள் கண்ணுக்கு தெரிய வேண்டும்" என்று புலம்பினான்.

எங்கிருந்தோ வந்த காற்றில் மிதந்து வேகமாய் மிக வேகமாய் ஓடத் தொடங்கினான். காடு மலை காற்று கடல் வெளி என்று எங்கெல்லாமோ அவன் கடக்க வேண்டி இருந்தது.

அது எதிர் காலமோ... இறந்த காலமோ... காலமற்ற வெளியோ......ஒருத்தி சாலையோரம் நின்று கொண்டு யோனி பிடித்து மூத்திரம் போய்க் கொண்டிருந்தாள்.

மூச்சிரைக்க ஓடி வந்தவன் நின்று நிதானிக்க....."என்ன... வர்ற இவ்ளோ தாமதம்...?" என்றாள்... செய்யும் வேலையை தொடர்ந்து செய்தபடி.

"நான் உன் கண்ணுக்கு தெரியறேனா..." என்று கேட்டு கத்தி கூச்சலிட்டு சிரித்தான். ஒரு பைத்தியக்காரனைப் போல இருந்தது அவனின் அற்புத தோற்றம்.

"நல்லாவே தெரியற... வா போலாம்..." என்று அவன் கையைப் பற்றி நொடியில் பறக்கத் தொடங்கினாள்.

"உன் பேர் என்ன...?" என்று தூரத்தில் அவன் கேட்பதும்.. அதற்கு அவள் "நியந்தா" என்று கூறுவதும் வெளி எங்கும் இறகாய் மிதக்கத் தொடங்கியது.

"கதை சொல்ற சுவாரஷ்யத்துல ஒரு விஷயம் சொல்ல மறந்துட்டேன்.... இந்த கதையை உங்ககிட்ட சொல்லிட்டு இருக்கற நான்....... அந்த "வெண்ணிற இரவுக"ளை எழுதின அதே "தாஸ்தாவெஸ்கி" தான்...."

❖➤◀❖

இரவு சூரியன்

நேரம்...மாலை 6.30

அவர்கள் விளையாடிக் கொண்டிருந்தார்கள்.

மாலை மயக்கம்.... தயக்கம் உதறிய இரவை.....இன்னும் சற்று நேரத்தில் பரவச் செய்யும் மாயங்களை ஆங்காங்கே விதைத்துக் கொண்டிருந்தது. காற்றில்லா வெளி எங்கும்... தீர்க்கமற்ற உருவங்களை சுமந்த சப்தம்.... அவர்களின் பெரு மூச்சாகவும்..எதிர் வரும் டென்னிஸ் பந்தை ஓங்கி ஓங்கி அடிக்கையில் எழுப்பும்.... நுரையீரல், காற்றைத் தள்ளும் வார்த்தைகளற்ற மொழி கொண்ட சத்தமாய் மாறி கொண்டே இருக்க..... வித்ரனும்... மாயனும் விளையாடிக் கொண்டிருந்தார்கள்.

வேகம் கூடியது. இருவருமே சளைத்தவர்கள் இல்லை. எதிலும். அதுவும்.. இதில்.. ம்ஹும்.. விட்டுக் கொடுக்கவே முடியாத நண்பர்கள். படிக்க வந்த இடத்தில் சேர்ந்து கொண்ட இதயங்கள். இருப்பினும்.. சுயம் கொண்ட தனித் தன்மையுடையவர்கள். அடிக்க அடிக்க... கதறிய பந்தின் வலிமையில்.... அவர்கள்... வியர்த்து ததும்பி.. உற்சாகத்தை மண் மீது தெளித்து.. புதைத்து.. பண்பட்ட மண் கண்ட மேடுகளின் உயிர்ப்புகளை சுமந்தவண்ணம் தொடர்ந்து கொண்டிருந்தார்கள். வித்ரன்...அடித்துக் கொண்டேயிருந்தான். மாயனிடம் இருந்து வரும் பந்து..நொடிகளில் பந்துகளாய் ஆக.... ஆனாலும்.. கண்கள் சுருக்கி.. மூச்சு பிடித்து தொடர்ந்து அடித்துக் கொண்டிருந்த வித்ரன்..... சற்று கணத்தில் சோர்வடையத் துவங்கினான். எதிர்ப்பக்கம்.. நிதானமாக வந்த எப்போதும் போலான டென்னிஸ் பந்தை எப்போதும் போல அடித்து வெற்றி வாகை சூடும் நிலையில் இருந்தான் மாயன்.

நொடிக்கும் குறைவான நேரத்தில் வந்து விழுந்த பந்து.. ஒன்றாய்.... இரண்டாய்..... நான்காய்.... ஆறாய்.... எட்டாய்..... பத்தாய்.... அவன் மீது வழிந்து அவனை முழுக்க குறி வைத்து வந்து விழ.... சட்டென்று பேட்டை தவற விட்டு.. கத்திக் கொண்டே கீழே விழுந்தான் வித்ரன். எதிர் திசையில் கடைசியாக வித்ரனிடம் இருந்து வந்த பந்தை எப்போதும் போல... இயல்பாக அடித்த மாயன்...." என்னடா இவன்.... சோர்ந்து இப்டி விழறானே?" என்று முணு முணுக்கும் மூளையில் பர பரவென்று ஓடி வந்து எதிர் திசையில்.. அவன் அருகே நிற்க..... அப்போதும் தலையைப் பிடித்துக் கத்தி கொண்டிருந்தான் வித்ரன்.

"என்னடா.... மாப்ள.. என்னாச்சு..?... தலைல கீற பந்து பட்ருச்சா..?".. என்றபடியே அவன் அருகே காலை மடக்கி அமர்ந்த மாயன் அவன் தலையை மெல்ல பிடித்து பார்வையாலும்.. உடல் மொழியாலும் விசாரிக்க......அதற்குள் ஏதோ சத்தம் கேட்டு வீட்டுக்குள் இருந்து மிர்ணாளினியும் நிஷாந்தினியும் வெளியே ஓடி வந்தார்கள். நண்பர்கள் மூவரும் சுற்றி நிற்க..... மூவரையும் பார்த்து மனம் புரியாமல் கண்கள் சிவக்க... தலை சுற்றிய முகத்தை மேலும் சுற்றும்.. பார்வையோடு.. பேச்சிழந்து பார்த்துக் கொண்டேயிருந்தான் வித்ரன்..... பேயைப் பார்த்தவன் போல.

மூவரின் பார்வைக்கும்.....அவனே பதிலும் மெல்ல கூறினான். நா வறண்ட நொடியை எச்சிலால் நிரப்பிய கனத்தோடு.

"இல்....லடா... ஒ......ரு....... 20... 30 டென்னிஸ்................ பந்து என்னை பார்த்து உன்கிட்ட இருந்து வந்துட்டே இருந்துச்சுடா......" என்றான்.

பக்கத்து மரத்தில் இருந்து ஒரு கொத்து சருகுகள்... ஒவ்வொன்றாக தன்னை துண்டித்துக் கொண்டு காற்றினில் தவழத் துவங்கின. திடும்மென எங்கிருந்தோ வந்த காற்று... அவர்களை ஒரு நிழல் போல சுற்றத் துவங்கியது.

அடுத்த கணம் மூவரும் ஒருவரை ஒருவர் பார்த்துக் கொண்டும்.... "என்னடா இப்டி காத்து அடிக்குது" என்று முணங்கியபடியும்...வித்ரனை ஒருசேர பார்த்தார்கள்.

அங்கு சூழ்ந்த ஒரு மாதிரி, மௌனத்தை கலைக்கும் படியாக யோசித்த மாயன் பேசத் தொடங்கினான்.

கவிஜி ஊதா நிறக் கொண்டை ஊசி கதைகள் 97

“நத்திங்டா.... சம்டைம்ஸ் மூளை பண்ற குளறுபடி இது... ஒரு பஸ் தான் எதிரே வரும்.. ரெண்டு மூணு வர்ற மாதிரி காட்சி பிழை தோணும்.. அது சகஜம்டா.. சைண்டிபிக்கா பார்த்தா.. இந்த மாதிரி குளறுபடி நிறைய உண்டு...நீ ஜெய்க்கனும்னு வெறியா விளையாடின இல்ல... அதான்... ஸ்ட்ரெஸ் அதிகமாகி அப்டி தோனிருக்கு... லைட் வேற போய்டுச்சு.. சோ.. குழப்பம்..... நீ ரெஸ்ட் எடு.. சரி ஆகிடும்’- என்றபடியே அவனை நடக்க செய்து அவன் அறையை நோக்கி நடந்தார்கள்.

“எல்லாமே உன் பிரமைடா...”-என்ற மிர்ணாளினி.....வித்ரனை தோளில் தட்டிக் கொடுத்தாள்.

“டேய் சீக்கிரம்.. காத்து பலமா இருக்கு....” என்றபடியே நிஷா முன்னால் செல்ல.. மூவரும் வேக வேகமாய் பின்னால் ஓடினார்கள்.

நேரம்... மாலை 7.00

மிர்ணாளினியும்....நிஷாவும் ஹாலில் அமர்ந்து டிவி பார்த்துக் கொண்டிருந்தார்கள். வெளியே அடிக்கும் காற்று, ஜன்னல் தாண்டி ஒரு வித குளிர்ச்சியை அறை முழுக்க வியாபித்திருக்க செய்தது.

வழக்கம் போல.. சேனல் சண்டை.... சேனலுக்குள்ளும் சண்டை.... கை மாறிய ரிமோட்.. மாநிற மத்தாப்பு.....நிஷாவின் கைக்கு செல்ல....எப்போதும் போலான கன்னக் கிள்ளலுடன்..... எழுந்து தன் அறை நோக்கி செல்லத் துவங்கினாள் மிர்ணாளினி. காற்றுடன் மழையும் சேர்ந்து கொண்ட இரவாய் அது எதையோ மூடி வைத்துக் கொண்டு மூச்சு விட்டுக் கொண்டிருப்பது போல ஜன்னல் தாண்டிய சதுரக் காட்சி வெளிப்படுத்தியது.

ஹாலைத் தாண்டிய மிர்ணாளினி... மீண்டும் அதே ஹாலுக்குள் நுழைவது போல நுழைந்தாள்... பக்கவாட்டில் அமர்ந்து அதே டோராபுஜ்ஜியைப் பார்த்துக் கொண்டிருந்த நிஷா, கண்களில் விழ... சட்டென்று ஒரு சுற்று சுற்றியது போல தலைக்குள் நிகழ்ந்த மாயத்தின் சாயலை உடலின் சிறு ஆடுதலில் தள்ளி வைத்து விட்டு.. மீண்டும்..... நிஷாவை மனம் திறந்த விழி கொண்டு உற்றுப் பார்த்தாள்.... அந்த அறையை சுற்றி ஒரு கணம் அனிச்சை செயல் போல..பார்த்து....... தனக்குள்ளாகவே காலங்களின் முன்

பின் பயணத்தை.. ஒரு புள்ளியில் நிறுத்த முயற்சித்தபடியே எதுவோ திடமாக அவளை உந்தித் தள்ள.. சற்று பின்னோக்கி கழுத்தைத் திருப்பி, திரும்பி பார்த்தாள்..... அவள் பார்வையில் முன்பு கடந்து வந்த ஹாலும், டிவி பார்த்துக் கொண்டிருந்த நிஷாவும் முன்பிருந்ததைப் போலவே இருக்க..... திக்கென்று உணர்ந்த பயத்தோடு..... கழுத்தை திருப்பி கண்களை இப்போது பதறி நின்று கொண்டிருக்கும், அறைக்குள் படர விட... அங்கேயும்.... அதே அறையும், நிஷாவும் இருக்க... சட்டென்று பின்னோக்கி ஓடி.... முதலில் கடந்து வந்த அறைக்குள் சென்றாள் மிர்ணாளினி.

அங்கும் இங்கும்... கரப்பான் பூச்சியை துரத்தும் மன நிலையோடு இருப்பவள் போல நடந்து கொண்டிருந்த மிர்ணாளினியை கவனித்தபடியே - "ஏன்டி இப்டி பண்ற.... வேணும்னா.... இந்தா.... நீயே பாத்துக்கோ.... இந்தா..... பாரு.. போகோ சேனல்தான..?... பாத்துக்கோ...... நான் போய் படிக்கறேன்...." என்றபடியே எழுந்தாள் நிஷா.

எதுவும் பேசமுடியாத பூட்டப்பட்ட குகையின் மூச்சடைத்தலுடன்.... முன்னோக்கி நாலு அடி எடுத்து வைத்து ஓடி நின்று பார்க்க...... அதே வசனத்தை இரண்டாவது தெரிந்த ஹாலில் அமர்ந்து டிவி பார்த்துக் கொண்டிருந்த இரண்டாவது நிஷா பேசினாள்.

இரண்டு ஹாலையும் எட்டி எட்டி ஒரே இடத்தில் நின்று பார்த்தபடியே, கணங்களின் சூழ்ச்சிக்குள் காலக் கோட்டில் நின்று கொண்ட மறுகணம் கத்திக் கொண்டே மயங்கி சரிந்தாள் மிர்ணாளினி.

மூன்று பக்கமிருந்தும் ஓடி வந்த மூவரும்.....அவளை சுற்றி.....அமர்ந்திருக்க.. அவள் நடந்தவைகளை மிக மெலிதான கோடுகளால் ஓவியம் போல பேசிக் காட்டினாள். மூவரும் ஒரே புள்ளியில் பார்வையை வைத்துக் கொண்டிருந்தார்கள். வலது பக்கம் முட்டி போட்டு அமர்ந்திருக்கும் நிஷாவை ஆழமாக பார்த்த மிர்ணாளினி.....அவளிடம் ஆரம்பித்த பார்வையோடு, "...இல்ல.... என்ன நம்புங்க.. ஒரே மாதிரி ரெண்டு ஹால்.. ரெண்டு நிஷா.... ரெண்டு டிவி.. ஒரே சீன் ரெண்டு முறை நடக்குது.. நம்புங்க....." என்று நடுங்கிக் கொண்டே முணங்கிய போது.... பார்வை.. வித்ரன் தாண்டி... மாயனிடம் முடிந்திருந்தது.

மிர்ணாளினியை மெல்ல எழுப்பி...கூட்டிசென்று கட்டிலில் படுக்க வைத்து விட்டு.. வித்ரனும் நிஷாவும்......யோசித்தபடியே அருகில் அமர்ந்திருக்க... "என்ன இது.. வியர்டா என்னென்னமோ நடக்குது... மழை வேற.... இவ்ளோ காத்து....டவர் வேற இல.... பவரும் போய்டுச்சு..." என்றபடியே மெழுகுவர்த்தி பற்ற வைத்துக் கொண்டு வந்தான் மாயன்.. அந்த வெளிச்சத்தில் மாயனே ஒரு பிசாசு போல இருப்பதாக தோன்றியது மிர்ணாளினிக்கு.

வித்ரன் ஏற்கனவே மனதுக்குள் மிரண்டு விட்ட, தொடர்பு படுத்திய நினைவுகளின் மெல்லிய மௌனமாக, சத்தமே இல்லாத வார்த்தைகளை பூட்டி..." நாம இன்னைக்கு நைட், ப்ரெண்ட்ஸ் வீட்டுக்கு போய்டலாமா...?..... எனக்கென்னமோ பயமா இருக்கு...!" என்றான்...முகம் வழிந்த சாரலை துடைத்தபடியே.

"நான் அப்பவே சொன்னேன்..! இவ்ளோ தள்ளி காட்டுக்குள்ள வீடு பாக்க வேண்டாம்னு..... இப்ப பாரு..... கொஞ்சம் வித்தியாசமா ஏதாவது நடந்தா கூட... என்னென்னமோ யோசிக்கத் தோணுது..... என்றபடியே மிர்ணாளினியின் கைகளைப் பற்றிக் கொண்டு....."பயப்படாதடி... இதுவும் பிரமை தான்..."என்று நிஷா சொல்ல சொல்லவே.....

"எனக்கும் ஸ்ட்ரெஸ்னு சொல்ல போறீங்களா.. அப்ப நான் பார்த்தது பொய்யா.....?.....இல்ல.... எனக்கென்ன பைத்தியமா....?... என்று அர்த்தத்தோடு ஆதங்கப்பட்ட மிர்ணாளினி, படபடப்பின் பிடிக்குள் பயந்து விட்ட குழந்தையின் மிரட்சியோடு பார்த்தாள்... உள்ளுக்குள் சுழன்ற காற்றுக்குள் கரைந்து போவது போல.

மூவரும் அமைதியாக பார்த்துக் கொண்டார்கள். மனதுக்குள் தெரியாத காடுகள் கட்டவிழ்க்கப் படுவதாக உணரும் நொடிகளுக்குள் மெல்ல மெல்ல போய்க் கொண்டிருந்தார்கள். இனம் புரியாத கட்டுக்குள் நால்வரும் இருப்பதாக ஒரு அழுத்தம் அந்த வீடு முழுக்க நிறைந்து வழிவதாக தெரிந்த வண்ணங்களில் நிறமற்ற மழை, மொழியின் சப்தங்களை காற்றுடன் கலந்து அடித்து வீழ்த்திக் கொண்டிருந்தது.

"ஒன்னு கவனிச்சிங்களா... இதுவரை மூனு முறை இந்த ஜன்னலை அடைச்சிட்டேன்.... ஆனாலும் திறந்துட்டே இருக்கு...."- என்ற மாயன்... மறுபடியும் நான்காவது முறையாக ஜன்னலை இழுத்து அடைத்தான். அவன் கைகள் நடுங்குவதை அவனால் நிறுத்த முடியவில்லை.

எச்சில் விழுங்கிய மிர்ணாளினி...படுக்கையில் சுவரோரம் சாய்ந்து ஒளிவது போல ஒதுங்கிக் கொண்டாள். நிஷாவின் பார்வை முழுக்க இப்போது ஜன்னலில்... அடித்துக் கொண்டு இருந்தது.... இமைக்க மறந்து.

"நான் தான் சொன்னேன்ல..... டென்னிஸ் பந்து நிறைய வந்து என் மேல விழுந்துச்சுன்னு.... அதும்.. ஒவ்வொன்னா ஆரம்பிச்சு.. அடுத்தடுத்து.. வேக வேகமா.. குண்டு விழுகற மாதிரி.. விழுந்துச்சே...அதையும் என் பிரமைன்னு சொன்னீங்க....இப்ப மிர்ணாளினிக்கு..... ரெண்டு ரூம் ஒரே மாதிரி தெரிஞ்சிருக்கு..... எல்லாருக்கும் ஒரே நேரத்துலயா பிரமை வரும்... எனகென்னமோ சம்திங் ராங்னு படுது....... பயமா வேற இருக்குடா" என்றபடியே வித்ரனும்.... அதே பெட்டில்.... ஓர் ஓரமாய் இறுக்கமாக அமர்ந்து கொண்டான். அவன் கண்களில் பயம் கலந்த தடுமாற்றம்... நிறமற்ற காட்சியாய்... உருண்டு கொண்டிருந்தது.

மூவரும் இப்போது.. கண்கள் விரிய மாயனைப் பார்க்க.. ஜன்னலோரம் நின்றிருந்த மாயன்... மெல்ல முணங்கத் துவங்கியிருந்தான்.

"என்ன ஆச்சு மாயா......!?"- என்று கத்திக் கொண்டே மூவரும் அவனை நெருங்க முயற்சிக்க...... முடியவில்லை.. அவனை சுற்றி நெருப்பாய் சுடத் தொடங்கியிருந்தது. அவன் உடல் வியர்த்துக் கொட்டியது. மூவரின் பார்வையும் பயத்தில் சிவந்து... என்ன செய்வதென்றே தெரியாமல்... தடுமாறி... நடுங்கும் உடல்களோடு, உள்ளக் கசிவின் ஓரமெங்கும்... பயத்தின் சாயலைக் கொண்டவாறே... அங்கும் இங்கும் ஓடி..மாயனை சுற்றி நெருங்க, முயற்சித்துக் கொண்டே இருக்க...

"தாங்க முடியலடா...... வித்ரா......நிஷா.....மிர்ணா.......என் உடம்பு கொதிக்குது. சூடு தாங்க முடில. ஏதாது பண்ணுங்க...."- என்று கத்திக் கொண்டே...சட்டை பேன்ட்டை அவிழ்த்து விட்டு உள்ளாடைகளையும் வேக வேகமாய் களைந்தான். நிர்வாணமாக அங்கும் இங்கும் உருண்டு புரண்டான். மூவரும்.. அவனை ஆசுவாசப் படுத்த, அடக்க.. எத்தனை முயற்சித்தும் முடியாமல் மாற்றி மாற்றி கத்த துவங்கினார்கள். அந்த அறை முழுக்க.... கெட்ட வாசத்தின் நறுமணம். கேட்கும் குரலின் கரகரப்பு.... உடல் கொள்ளும் கனம்... நகர முடியாத கால்களின் பிடிப்பு.. என்று ஈர்ப்பு விசை அற்ற உருளைக்குள் சுருள்வது போல.... நால்வருமே

உணர்ந்தார்கள். மாயன்... கொதித்துக் கொண்டு குதித்துக் கொண்டிருந்தான்.

"இங்க என்னமோ நடக்குது.. இங்க என்னமோ இருக்கு.. எதுவுமே சரி இல்ல.. யாரோ நம்மல பாக்கற மாதிரியே இருக்கு..."என்று கத்திக் கொண்டே அறை முழுக்க பேய்களைப் போல... ஓடினார்கள். ஒருவர் மேல் ஒருவர்...பைத்தியங்களைப் போல.... முட்டிக் கொண்டும்.. தாக்கிக் கொண்டும்... அழுது கொண்டும்.....சிரித்துக் கொண்டும்...விழுந்து புரள...... வீட்டில் இருந்த அனைத்து ஜன்னல்களும் திறந்து கொண்டன. கதவுகள் திறந்து கொண்டு, அடித்த காற்றில் 'படீர்...படீர்.....' என்று பியித்து கொண்டே வெளியில் மழைக்குள் விழுந்து சிதறின. வீட்டுக்குள் மழைச்சாரல்.. நெருப்பு துகள்களாய் வந்து விழ... வீடு முழுக்க மரண ஓலங்கள்.

எல்லாம்.. சட்டென...சற்று கணத்தில் சாந்தி அடைந்து நிற்க..... மழை இல்லா, காற்றும் இல்லா... எதுவும் நடக்காத போன்றதான வீடு அமைதியில் சூழ.. மூவரையும் அங்கு காணாமல்.. நிஷா மட்டும் தனித்து நின்றாள். அவள் தலை விரி கோலமாய்... வெளிர் நிறக் கண்களுடன்.....வேட்டைக்கு தப்பித்த மிருகம் போல...... எச்சில் ஒழுகும் வாயோடு... கழுத்து திரும்பிய பயத்தோடு.. வீட்டை விட்டு வெளியே ஓடத் துவங்கினாள். அது மாயங்களின் குளத்தில் இருந்து மேலேறிய மூச்சுக் காற்றாய்... வேதனை நிரம்பிய முணங்கலோடு.. பயம் விதைத்துக் கொண்டே சிதறியது.

அவள் ஓடிக் கொண்டேயிருந்தாள்.

தான் ஒரு மாயலோகத்தில் இருப்பதாகவே நினைத்தாள் நிஷா. அவளை சுற்றி பூத்திருந்த பூக்களில்...அந்த நந்தவனத்தை ஒரு கவிஞனே செய்திருக்க முடியும் என்று நம்பினாள். ஒரு விதமான நறுமணம் அங்கு கசிந்து கொண்டேயிருந்தது. பார்க்கும் இடமெங்கும், அழகிய கலைப் பாடுகள் பகிரும் வேளைகளாய்..... மிளிர்ந்து, இளம் மனதை தூண்டி விட்டன. நிலவுக்காரி.... தேவதைகளை கட்டவிழ்த்து விட்டதாகவே உணர்ந்தாள். ஒரு மேக மெத்தையில், தான் நின்று கொண்டும்.. நடந்து கொண்டும் இருப்பதாகவே நம்பினாள்.

அவன் வருவான்.... அத்தனை கம்பீரமான தேகத்தையுடைய ஒரு சாமுராய் வீரனைப் போல இருந்த அவன், மீண்டும் வருவான்..

தொட்டுத் தூக்கிய அவளின் வலிமையுடைய தோள்களின்.. தினவு... இன்னமும் உரசிய மார்புக்குள் வெட்கம் பூக்க வைக்கிறது..... சோடி கனவுகளை அவன் மீண்டும் விதைப்பான்... தோளில் புரண்ட அவனின் கூந்தலில்... இயற்கையாகவே ஒரு வித மணம் இருப்பதை... முயங்கி சரிந்து கிடந்த பொழுதுகளில்... அவன்... தெளித்து விட்டு போயிருந்தான்.. அவன்... பார்த்த பார்வைக்குள் நீலம் பூத்த வெண்ணிலாக்கள்....அகல விரிந்த மார்புக்குள், தான் ஒரு பூவைப் போல மலர்ந்து விரிந்து பூக் காடாக, மீண்டும் வேண்டும் அவன்....அவன் வருவான்.

காதில் கிசு கிசுத்தானே.....அவன் பெயரில் காதலும் காமமும்... பின்னிப் பிணைந்த புது மொழி போல... அவள் யோசித்தாள்.. யோசனை இனித்தது..... அவன் பெயர்...

வசீகரன்

தேக்கு மரத்தில் செய்த தேகம் கொண்டவன்... கன்னம் உரசிய வில்களில்.. அவனின் சாயம் கொண்ட மருதாணி ஆன கதையை அவளுக்குள் அவள் மீண்டும் உள் வைத்தே சிவக்க செய்தாள். அவளின் உள் கொண்ட திறவுகளின் வசம், அவனின் அண்டாக்கா கசம்....விரல் கோர்த்துத் தூக்கிய அவனின் நிலை.. ஒரு மாயலோக கடவுளின் தீட்சண்யம் போல.. அத்தனை சாதுர்யமான வீச்சில் மெல்ல மெல்ல ஒரு குழந்தையைப் போல.. தூக்கி அனைத்து... அவனுக்குள் ஒரு பகுதியைப் போல அடைத்துக் கொண்டே இந்த மாட மாளிகையில் அவன் நடந்த நேற்றைய பின்னிரவு.... ஒரு கனவுக்குள் தெரியாமல் புகுந்து விட்ட வண்ணங்களின் ஆச்சரியங்களைப் போல அத்தனை ஆனந்தமானது..... அவள் தன்னை ஒரு தேவதையாக நினைக்கும் தருணத்தை அவனே சமைத்தான்.... நெற்றியில் ஆழப் பதிய வந்த முத்தத்தை... அதிகாலை சூரியனின்.... வெட்கமோ என, அவள் அவனைப் பார்க்க..

"இதோ வருகிறேன்.... கொஞ்சம் வேலை.. நீ மாளிகை சுற்றி பார்... எல்லா வசதிகளும்.. உனக்கு தானே நடக்கும்....."- என்றபடியே மிக அருகில் வந்து....மொத்தமாக அவளை உரிந்து விடுபவன் போல...அவளை சுவாசித்துக் கொண்டே, "இந்த கண்களின் வசம் நான் இழந்து விட்டது.... எல்லாவற்றையும் விட.... என்னையே என்பது தான்....தாகத்தின் சூட்சுமம்.."-என்று கிசுகிசுத்து சட்டென்று அவள் கண்கள் திறக்கும் முன் காணாமல் போனான்.

"காலைப் பனி உன் காலை பணிய உனையே சுற்றும்..."- அவன் சென்ற பிறகும் அவனின் குரல் ஓர் அசரீரியைப் போல... விரல் தொட முடியாத, விழி பட முடியாத..தூரத்தில்...மனம் பட்டு விட்ட மார்பில் உள் பொதிந்து மேலெழும்...மெழுகு சிலையென அவளை சிணுங்க வைத்து அவள் பெண்மையை சற்று நாணம் கொள்ள வைத்தபடியே அவன் ஸ்பரிஷம்... எங்கும் விரவிக் கிடக்க..புன்னகைத்துக் கொண்டே அவள் நடந்தாள். அவள் உடல் பூரித்து கிடந்ததை கண்ட சுவர்கள்... அவளை சற்று நிற்க வைத்தன. அவளே சுடரோ என்று போதித்த சுவற்றை அவள் கண்கள் காண, பூட்டிக் கிடந்த ஓவியங்கள் கண் திறந்தன.

சுவர் கண்டதில்.. முழுக்க ஓவியங்கள்... புரியா ஓவியங்கள்.. புணர்ந்து கிறங்கிய ஓவியங்கள்.. பாதி உடல் மறைத்து மீதி மனம் துளிர்க்க வைக்கும் ஆண் பெண் முக ஓவியங்கள்... கலைகளின் உச்சமென.. கலவிகளின் மிச்சமென அவைகளின் தீர்க்கம் அவளுள்.. மீண்டும் மீண்டும் அவனையே கோலோச்சியது...... சில ஓவியங்கள்.. அவளின் கண்களை மயக்க நிலைக்கு கொண்டு சென்றன..சில ஓவியங்கள் கோடுகளாலும்... ஆண் பெண் மாற்றிய உடல்களாலும்... கர்ப்ப வயிறுகளாலும்.. ரத்தச் சுவடுகளாலும்... கொலைக்களங்களாலும், சிவந்தும் மறைந்தும்..... மர்ம முடிச்சுகளாக இருக்க.... அவள் ஒரு வித மயக்க நிலைக்கு ஆட்ப்பட்டு.... . தன் ஆடைகளை களைந்துவிட்ட, ஒரு பதுமையாய்... ஈரம் சொட்ட சொட்ட.. பனிகளில் இறங்கி... துளிகளில் கிறங்கி... குளித்து... வந்தாள்... அவளை நனைத்த பனிகளோ நதியாய் ஆனது.. நனைக்க முடியாத பனி.. வருத்தி ஆவி ஆனது.

சூரியன் மேல் எழும்பி... ஒரு சாட்சியாய் பார்த்துக் கொண்டிருந்தான். இருப்பதிலேயே உயர் தரப் பூக்கள் கொண்ட ஆடை சுற்றிக் கொண்டாள். எந்த பூவில் அவள் அழகு என்று தெரியாத அளவுக்கு அவள் அழகு முழுக்க பூக்களால் நிரம்பிக் கிடந்த நினைப்பில், வசீகரன்.. மஞ்சள் குதிரையில் ஒரு வீரனைப் போல இதோ வந்து விட மாட்டானா.....? அதோ வந்து விட மாட்டானா...! பின்னாலிருந்து அணைத்து தூக்கி... சுவரோரம் வைத்து.. முதுகில் முத்தக் கோடுகள் வரைந்து விட மாட்டானா...?!!!!

அவள் ஏக்கத்தின் பிடியில்... சரிந்து... மாளிகையில் முகப்பில் இருந்த ஊஞ்சலில் அமர்ந்து. மெல்ல தன் உடல் அசைத்தாள்... அது அசையும் கவிதை என்று அங்கிருக்கும் புறாக்கள் அதன்

மொழியில்...பட படவென சொல்லிக் கொண்டே அங்கும் இங்கும் பறக்க.. அவைகளில் ஒன்று...அவளின் தொடை மேல்... வந்தமர்ந்து.... மார்பு கொத்தி தின்ன முயற்சிக்க......"அவனைப் போலவே தான் நீங்களும்..! அவன் வளர்க்கும் புறாக்கள் தானே..? பிறகெப்படி இருக்கும்.....!" என்று செல்லமாய் சிணுங்கிக் கொண்டு சிரித்தாள்....முதுகை மூடி இருந்த கூந்தலை... எடுத்துக் கொண்டையிட்டாள்... முதுகில் பட்ட இளம் வெயில்.. அவளுக்கு இன்னும் கொஞ்சம் நிறம் கூட்டின. மெல்லிய தென்றலின் அசைவில் அவள் தேகம் சூட்டுக்குள் குளிர் கொண்ட..... இதம் விதைத்தது. வெற்றிடங்கள் முத்தமிட்ட அவளின் முகம் முழுக்க வந்து மோதிய பட்டாம் பூச்சிகளின் சிறகசைப்பில் கவிதை செய்தது நேரங்கள். அவள், மெல்ல மெல்ல ஓர் அன்னப் பறவையாக..... மாளிகைக்குள் நடந்தாள். எத்தனை பெரிய மாடமாளிகை.. வெளியே அத்தனை பெரிய சுவர்கள்.. வெளி உலகமே தெரியாத, தெரிய வேண்டிய அவசியம் இல்லாத சொர்க்கபுரி அது. அத்தனை பெரிய வரண்டாவில் அவள் நடக்க நடக்க... பக்கவாட்டில் கண்ணுக்குள் பெரிய வடிவ தீப்பெட்டிகள் போல...வந்து விழுந்து கொண்டேயிருந்தன. அடுத்தடுத்து அடுக்கி வைக்கப் பட்டிருந்த அறைகள்...... கண்களை தூரம் வரை விட்டு எடுத்தவளுக்கு அவைகளின்... எண்ணிக்கை கணக்கில் அடங்காதவை...என்று புரிந்தது... அப்போதுதான் ஒன்று யோசித்தாள்..... "இதுவரை ஒரு வேலையாள் கூட அந்த மாளிகையில், தான் பார்க்கவில்லை என்பதும்... அதன் தொடர்ச்சியான யோசனையாக ... இத்தனை பெரிய அரண்மனையில் இவன் ஒருவன் மட்டும் எப்படி இருக்கிறான்...... "என்றும் வந்தது... ஆனால் அந்த நினைப்புகள் கூட.... மனதுக்குள் அவனை நினைக்க தோதுவாகத்தானிருந்தது.

நடக்க நடக்க கடக்க கடக்க அறைகளின் அடுக்குகளாகவே அந்த அரண்மனை இருக்க.. அங்கு யாருமே இல்லாமல் இருந்தது... ஒரு வகை... நிதானத்தை அவளுக்குள் விதைக்கத் துவங்கியது....... அவளை சுற்றி இருந்த புன் முறுவல் இப்போது மெல்ல களைவதாக ஒரு யோசனை அவளுக்குள் இருந்து வந்தது..... சுழன்ற கண்கள் ஒரு கதவில் நிற்க, அது கொஞ்சம் திறந்திருக்க, அந்தக் கதவை அனிச்சை செயலாய் தள்ளிக் கொண்டு நுழைந்தாள்.

இருட்டுக்குள் அந்த அறை... சுருண்டு கிடந்தது....தன் உள்ளம் இப்போது வேறு ஏதோ புரிந்து கொள்ள முயற்சிப்பது போல.... மனதுக்குள்... ஒரு ஓட்டம்... புரிபடுவது போல இருக்க.....

"நி......ஷா...இங்க இருந்து போய்டு......" என்று ஒரு ஈனக் குரல் அந்த அறைக்குள் நிரம்பி வழிந்தது.

திக் என்று நின்ற நிஷா..... கண்கள் விரிய.. எங்கோ விட்ட படபடப்பை.. மீண்டும் தொடர... மயக்கத்தில் இருந்து தெளிந்தவள் போல.. சுற்றும் முற்றும் பார்த்து....மிரட்சியின் செவிக் கூர்மையோடு.. மூளையில் பதிந்து விட்ட அந்த ஒற்றை வாக்கியத்தை மீண்டும் மீண்டும் கவனத்திற்கு கொண்டு வந்தவள்... சற்று தலை சுற்றி.. உடல் சுற்றி.. கதவில் 'ப.....டீர்' என்று சாய்ந்துக் கொண்டு... அது வித்ரனின் குரல் என்பதை யூகித்தபடியே...

"வித்.......ரான்........." என்று கத்தினாள்.

சுற்றும் முற்றும் பார்த்தபடியே தன்னையும் குனிந்து பார்த்துக் கொண்டு..... அரை குறை ஆடையில் தானிருப்பதைக் கண்டு நொடி நேர அதிர்ச்சிக்கு ஆளாகி...சட்டென்று ஆடையை சரி செய்தபடியே.... "ஓ... என்ன நடக்குது... நான்......... ஓ.... காட்... நான் எங்க இருக்கேன்.... இது என்ன இடம்.. வித்ரன்...... எங்க இருக்க.. இங்க எப்டி வந்தோம்......" என்று கத்திக் கொண்டே..... வேகம் பிடித்த பேய் மழை போல அறைக்குள் அங்கும் இங்கும் ஓடினாள்...தேடினாள்.. அந்த அறையே ஒரு குட்டி வீட்டைப் போல இருக்க.. அறை முழுக்க தேடுவதே... முயல் வேட்டையைப் போல இருந்தது.... பின் அறையின் இருட்டு கண்களுக்கு பழகத் துவங்க... அறையின் மூலையில் ஒரு பெட்டி இருப்பதை நடுங்கிக் கொண்டே பார்த்தாள் நிஷா.

வெளியே..... திடும்மென கொட்டத் துவங்கியிருந்தது.... கடும் மழை.... மழையின் நிறம் முழுக்க ரத்தம்....

ஒரு முறை திரும்பி கதவைப் பார்த்துக் கொண்டாள்.. பார்க்க தூண்டியது உள் மனம்... இனம் புரியா நடுக்கத்தின் தொடர் வண்டியைப் போல.. மெல்ல பெட்டியை நெருங்கினாள்... இருண்மையின் வெளிச்சத்தில் மேகம் மூடிய மாலை நேரம் போல அந்த அறையின் வெளிச்சம்.. அவள் கண்களை இன்னும் ஊடுருவி பார்க்க செய்தது......

பார்த்தாள்..... பார்த்தாள்... பார்த்துக் கொண்டே மெல்ல குனிந்தாள்...குனிந்து உற்றுப் பார்த்தாள்... உற்றுப் பார்க்க பார்க்க.. தலை சுற்றிய நிழல் அவள் முன் நின்று இதயம் பிசைவதாய்

தெரிந்தது.... அது ஒரு சவப்பெட்டி.....பயந்து கொண்டே உள்ளே ......எட்டிப் பார்த்தாள்... பெட்டியில் சதுரத்தை கண்களின் வட்டத்தில் முழுக்க அடைத்தாள்...உள்ளே......உள்ளே....... வித்ரன் படுத்திருந்தான்.

கணம் ஒன்றில் சுக்கு நூறாக வெடித்த மூளையின் மூலையில் திசுக்களின் வழிதலை சுவரோரம் ஓடி, சரித்தாள்.....கத்தி, அழுது.... அரண்டு மிரண்டு... மிரண்டு...சுருண்டு...... "ஆ..... ஹ்....... ஆஹ்.. அயோ.... கடவுளே.... என்ன நடக்குது... இங்க......... வித்ரான்........ வித்ரா......எந்திரி வித்ரா....உனக்கு என்னாச்சு...! ஏன் இப்டி படுத்திருக்க.....?" என்று தொண்டை கிழிய கத்தி, கூச்சலிட்டு... தட்டுத் தடுமாறி எழுந்து ஓடி...... சவப்பெட்டிக்குள் படுத்திருந்த வித்ரனை மிக அருகில் பார்த்து, நெஞ்சு சட்டையைப் பற்றி உலுக்கினாள்.... குளிர்ந்த நிலையில் அவன் அசையாமல் படுத்திருக்க... சட்டென்று எடுத்த கைகளை மிரட்சியோடு மூக்கின் அருகே கொண்டு சென்றாள்...மூச்சு இல்லை...'சுவாசம் அற்று பிணமாகி விட்ட அவனா சற்று முன் பேசியது........!!!!!' அவள் யோசித்துக் கொண்டே கையை வித்ரனின் நெஞ்சில் வைத்து... இதயத் துடிப்பு இருக்கிறதா என்று பரிசோதிக்க.... பரிசோதிக்க... கண்கள் மூடிய நிலையில் உதடு திறக்காத வித்ரன்,

"நிஷா.... இங்கிருந்து போய்டு...."என்று வாய்க்குள்ளேயே மீண்டும் பேசினான்.... தூக்கி வாரி போடப் பட்ட நிஷா, ஒரு அடி பின்னால் வேகமாக நகர்ந்தாள்... எங்கிருந்தோ வேகமாக வந்த காகம் ஒன்று ஜன்னலில் மோதி மயங்கி விழுந்தது... ஒரு சூறைக் காற்று....." ம்......ம்ம்.......ம்ம்ம்.....ம்ம்ம்ம்"......... என்று கீழ் நோக்கி வந்து விட்டு அந்த மாளிகையை சுற்றி மேல் எழும்பி போனது.

"அவன் வரதுக்குள்ள போய்டு..... நீ நினைக்கற மாதிரி.. அவன் இல்ல... அவன் வேற.... நீ போய்டு....." வித்ரன் தொடர்ந்து வராத வார்த்தைகளோடு வாய்க்குள்ளாகவே பேச, கனமான கணத்தில் வாய் பொத்தி... வெளியே வந்து வந்து விழும் கண்ணை உள்ளிழுத்துக் கொண்டே.... இன்னும் ... பின்னோக்கி வேகமாய் நகர்ந்து, சுவற்றில் மோதி... சுவரோரம்.. சரிந்து விழுந்து சுவற்றில் தன்னை சாய்த்தபடியே.. மூச்சு விட முடியாமல்... வாய்க்குள்ளேயே கத்தினாள்.

பைத்தியம் பிடித்தவள் போல உருண்டு எழுந்து... என்ன செய்வதென்று தெரியாமல், கதவைத் திறந்து கொண்டு

வெளியே ஓடியவள், நடுக்கத்தின் பதற்றமாய்... எதிரே இருந்த அறைக்குள் முட்டி மோதி உள்ள நுழைந்து விழுந்தாள்... அந்த அறையின் குளிர்ச்சி.... பூஜியத்திற்கும் குறைவாக இருக்க.. கணத்தில் உறைவதாகப் பட்டாள். அங்கே கால்களில் தட்டுப்பட்ட சவப்பெட்டியில்......மிர்ணாளினி....... அதே போல... பிணமான பின்னும் பேசினாள். வாய் திறக்காத வார்த்தைகள், கல்லறையிலிருந்து பேசுவது போல இருந்தது.... அது கல்லறையே பேசுவது போல இருந்தது.

"நிஸ்ஸ்ஸ்ஸ்ஸ்ஸ்ஸ்...........ஷா......ஆஹ்.........போ........ ய்ய்..... டு....... இது கல்லறை கோட்டை...... அவன் வந்துடுவான்..... மயக்குவான்..... மயங்குவான்..... அப்புறம்..... அப்புறம்........ அப்புறம்........."

"அய்யோ....... அய்..........யோ...." என்று கத்திக் கொண்டே...... மீண்டும் வெளியே ஓடி வந்த நிஷா... பக்கவாட்டில் இருந்த அறைக்குள் ஓட.....அங்கே... மாயன்.....அதே போல..... சவப்பெட்டிக்குள் படுத்துக் கொண்டு சிரித்துக் கொண்டிருந்தான்.

"இப்போ வந்துருவான்.. என் தலைவன்... உன்ன விடமாட்டான்....ஓடிடு....ஓடிடு ......ஓடிடு ......ஓடிடு ...."...-மாயன் மீண்டும் சிரித்தான். ஆனால் இம்முறை அது அழுவது போல் இருந்தது.

கால்கள் பலமிழந்து.. மூச்சு வாங்க.. உடல் நடுநடுங்க... உள்ளம் வெடித்தே விடுவது போல சூடாக... மூளைக்குள் ரத்தமே கசிவது போல.... அங்கும் இங்கும் மாளிகை குழம்பியவளாக ஓடத் துவங்கினாள்..... ஒவ்வொரு அறைக்குள்ளும் ஒவ்வொரு சவப்பெட்டி.. ஒவ்வொரு உடல்... பார்க்கும் அறையெங்கும் உடல்கள்..... அது பிணங்களின் தேசமாக... கல்லறைகளின் துண்டுகளாக மிதந்து கொண்டிருந்தது...... வெளியே பெய்யும் மழை முழுக்க சிவப்பாய், ரத்தம் பொழிந்து கொண்டிருக்க....... கூந்தல் தளர்ந்த தலையை பிடித்துக் கொண்டு... கொலை செய்யப் பட்ட தேவதையாக.....உருண்டு புரண்டு.... புரண்டு மிரண்டு...... காணும் இடமெல்லாம் முட்டி மோதி.. உடலில் பல இடங்களில் காயம் கொண்டு...மரணத்தின் பயத்தை வாயில் கவ்விக் கொண்டு.......ஒரு பேயைப் போல ஓடினாள் நிஷா...

"ஓடிடு........ ஓடி.......டு.........ஓ.............டிடு........." என்று எல்லா

பிணங்களும் மொத்தமாக கத்த... அந்த ஒலிகளின் நாற்றம் அவள் செவியிலிருந்தும் மூக்கிலிருந்தும் ரத்தம் கசிய வைத்தது.... அங்கும் இங்கும் தடுமாறினாள் ..... எல்லா வழிகளும் அவளை, அங்கேயே கொண்டு வந்து சேர்த்தன..... வாயில் கதவைத் தாண்டவே முடியாத தூரத்தில் அது வானம் பாதி மறைத்து நிற்க.... மாளிகையை சுற்றி மதில் சுவர்கள் முக்காடு போட்ட பிசாசுகளாக நிற்க.. அவளால் அங்கிருந்து தப்பிக்கவே முடியாது என்று புரிந்த நொடியில் கீழே விழுந்து அழ மட்டுமே முடிந்தது..... அழுது மனம் புலம்பும் பயத்தின் நடுக்கம் அவளை சூழ்ந்து கொண்டே இருந்தது.... அவள் நம்பிக்கை இழந்த மன நிலையில்.... "ஏன் இப்டி.... என்ன நடக்குது.... யார் அவன்.. எதுக்கு இப்டியெல்லாம் பண்றான்... ஒரு வேளை இது எல்லாமே கனவோ....?"- அவள் தலையை சுவற்றில் வைத்து அழுந்திக் கொண்டு... ஈனக் குரலில் தானாகவே புலம்பினாள்....புலம்பி ஓய்ந்த ஒரு தருணத்தில்... அழுத கண்களில்....எதிரே இருந்த சுவற்றில், குதிரையில் தோள் புரளும் கூந்தலோடு வசீகரன், ஓவியமாய் மெல்ல புன்னகைத்துக் கொண்டிருந்தான்....உற்றுப்பார்த்த விழிகளின் மூளையில்.... சட்டென ஞாபகம் வந்த நினைவுகளாய்.... நேற்றிரவு....நேற்றிரவு.... நேற்....நே....

மூவரையும் காணாமல் அங்கும் இங்கும் தேடி பித்து பிடித்தவள் போல....."காப்பாத்துங்க........யாராவது வாங்க.... ப்ளீஸ்.... காப்பாத்துங்க....." என்று கத்திக் கொண்டே வீட்டுக்கு பின் புறம் இருக்கும் சந்தன மரக் காட்டுக்குள் ஓடுகையில்தான்...... இதே போல அவன் குதிரையில் வசீகரமாய் நின்றிருந்தான்...... அவன் கண்களில் இரவை மீறிய சூரியன்கள் இரண்டு... சூட்சுமக் கவிதைகள் சொல்ல.... இதழில் குருதியை மதுவாக சேமித்த நுட்பமான புன்னகையில் பழக்கப்படாத பூ ஒன்று விரிய...அடித்து முடிந்த காற்றில்... மழையில்.... மேலாடை இல்லாமல்... பட்டும் படாமலும்... தாமரை இலையில் தவழும் துளிகளென மழை-கள் அவன் மேனியில் உருட்டு விளையாட.... அவன் செய்யும் மாயங்களின் நீட்சியில், மிச்சமென... அவள் தன்னை மறந்து கைகள் விரித்துக் கொண்டு ஓடிச் சென்று அவனை அணைத்துக் கொள்ள, அவன் தேவதை செய்தவன் போல அள்ளி அணைத்து....தூக்கி குதிரையில் அமர்த்திக் கொண்டு ஒரு காட்டு ராஜாவைப் போல.. மழைக்குள் சென்று துளிகளாய் சிதறி மறைந்தது, இப்போது ஞாபகத்தில் உரைத்தது.. இப்போது அந்த புன்னகையில் வீசிய ரத்த வாடை அவளின் ஆழ் மனம் உணர்ந்தது...... குமட்டிக் கொண்டு வந்தது.

மனம் ஒரு மாதிரி சீரான நிலைக்கு வந்தது போல உணர்ந்தாள்.... 'இங்கிருந்து தப்பிக்க வேண்டும்..'-என்று அவள் மனம் கணக்கு போடத் துவங்கியது.... நண்பர்கள் மூவரும் இறந்து விட்டதை இப்போதுதான் மூளை நம்பியது......தானும் செத்து விடக் கூடாது...என்று திடப்படுத்திய மனம்....''அவன்கிட்ட ஏதோ மாயம் இருக்கு...''-என்றபடியே, அவன் வந்தது.. பேசியது.. பழகியது என்று எல்லாவற்றியும் மனக் கண்ணில் ஓட்டிப் பார்த்தாள்... ..''யார் இவன்... ஏன் இதெல்லாம் பண்றான்.. அவன் முன்னால.. நாம செயல் இழந்து போறோமா...?''- .. என்று பல மிரட்சியான கேள்விகளோடு யோசித்த அவளை, கண்கள் மீண்டும் பக்கத்தில் இருந்த சுவற்று ஓவியத்தைப் பார்க்க செய்தது... மீண்டும் ஒரு அனிச்சை செயலைப் போல.......

சற்று முன் பார்க்கையில் புரியாத ஓவியங்களின் கதை இப்போது மெல்ல விளங்கத் துவங்கியது. அவள் ஆழமாக கவனித்தாள். மழையும் காற்றும்... போட்டி போட்டுக் கொண்டு.. மாளிகையை சுற்றி காவல் இருக்க... மாளிகை முழுக்க...... குளிரின் வேகம் அதிகப்பட்டுக் கொண்டே இருந்தது. சூரியனை மறைத்து விட்ட கரு மேகங்களின் ஊடாக.... பட்சிகளும்... பறவைகளும்... விழி தொலைத்த பாதங்களைத் தேடி அழுது கொண்டே சிறகடித்தன. அந்த வராண்டா முழுக்க ஒரு நகரும் படமாய் அந்த ஓவியங்கள் கதை சொல்லத் துவங்கின.

அந்த ஓவியத்தில் ஒரு அழகிய மென்மையான வாலிபன்.. ஒரு கட்டிலில் படுத்திருக்கிறான். அருகே ஒரு மருத்துவர் நின்று கொண்டிருக்கிறார். அடுத்த ஓவியத்தில் அவன் வயிறு சற்று பெரியதாக இருக்கிறது. முகம் அழுகிறது... மருத்துவர் ஏதோ பேசுவது போல பார்க்கிறார்.

''டாக்டர் எனக்கு என்னாச்சு...ஏன்..... என் வயிறு பெருசாகிட்டே போகுது....?''-படுத்திருப்பவன் கேட்கிறான்.

டாக்டர் சொல்லி முடிக்கிறார்.

அவன் அழுது கொண்டே கேட்கிறான்...''டாக்டர் இது உங்களுக்கே நியாயமா இருக்கா..... உங்க பரிசோதனைக்கு என் வாழ்க்கைய பலி குடுக்கறீங்களே........''

அவன் முகம் கோணியது...... உதடு அழுதது... உள்ளம் புரண்டது.

பரிசோதனைகள் இல்லாமல் இந்த உலகம் இல்லை... இன்று இருக்கும் எத்தனையோ நோய்களுக்கு மறந்து எப்படி கண்டு பிடித்தோம்..?.... சோதனை செய்துதான். சில மருந்துகளை மிருகங்கள் மீது செய்து சரியான விடையைக் காண முடியாது. ஒர் ஊர் அழிந்தால்தான் ஒரு நாடு நன்றாக இருக்கும் என்றால் அந்த ஊரை அழிப்பதில் தவறில்லை. இதில் நியாய தர்மத்துக்கு இடம் இல்லை. ஒவ்வொரு அடுத்த கட்டமும் பலிகள் இல்லாமல் நகர்வதில்லை. நாட்டைக் காப்பவனும் பலி ஆகிக் கொண்டுதான் இருக்கிறான். வீட்டைக் காப்பவனும் பலி ஆகிக் கொண்டுதான் இருக்கிறான். எத்தனையோ ஆராய்ச்சிகளுக்கு எத்தனையோ உயிர்கள் பலி கொடுத்துதான்.. இன்றைய அறிவியல் இந்த வளர்ச்சியை அடைந்திருக்கிறது. அதில் ஒரு கட்டம்தான்....... ஆண் வயிற்றில் குழந்தை வளருமா என்பது.......... இதோ வளரும் என்று இன்றைய தொழில் நுட்பமும்... அறிவும் அறிவியலும் சாதித்திருக்கிறது.

நாட்கள் நகர.. குழந்தையும் வளர்ந்தது...... அவனோ மனதளவில் மிக மோசமான நிலைக்குள் இருந்தான். கிட்டத்தட்ட பித்து நிலைக்குள் அவன் விழுந்து கிடந்தான். தன்னை ஒரு பெண்ணாக அவன் பாவிக்கத் துவங்கினான். மன உளைச்சலும்.... உடல் பிரச்சினைகளும்.... அவனை.... கடுமையாக பாதித்தன. கோபமும்... உறுமலும்.. அவனை ஒரு வித மிருக நிலைக்குத் தள்ளின.... . அந்த சிற்றூருக்குள் விஷயம் பரவியது.... குழந்தையும் பிறந்தது.

"ஏன்டா தேவிடியா பசங்களா....இதே பரிசோதனையை ஒரு பணக்காரன் மேல பண்ண வேண்டியதுதாண்டா.....?.உங்களால பண்ண முடியுமா....? நாய்ங்களா...."-என்று கத்திக் கொண்டே மூளை வெடித்து செத்துப் போனான்.

அந்தக் குழந்தை அநாதை ஆசிரமத்தில் வளர்ந்தது. அது ஆரம்பத்திலேயே விநோதமான குழந்தையாக தெரிந்தது. மற்ற குழந்தைகள் அந்த குழந்தையிடம் நெருங்க முடியாமல் ஒரு வகை... முரட்டு குணம் அதற்கு இருந்தது. கிடைக்கும் பொருட்கள் கொண்டு... அடிப்பது.... தூங்கும் சக பிள்ளைகள் மேல் தட்டைத் தூக்கிப் போடுவது...நகம் கொண்டு கண்கள் கீறி விடுவது... விரலைக் கடித்து துப்புவது...என்று இன்னும் பல விதமான மன நோய்க்கான அனைத்து செயல்பாடுகளும் அதனிடம் இருந்தது.

கடுமையாக தண்ணீர் தாகம் ஏற்பட்ட ஒரு நாளில்.... தண்ணீர் வருவதற்குள்.. பக்கத்து சிறுவனின் கழுத்தைக் கடித்து ரத்தம் உறியத் துவங்கியது. மிரண்டது ஆசிரமம். சங்கிலியால் கட்டி வைத்தார்கள். ரத்தத்துக்கு ஏங்கத் துவங்கினான் சிறுவன். தன் கையையே கீறி ரத்தம் குடித்தான்.

"இங்க இருக்காதே.... ஓடி விடு மகனே.... உனக்கு நிறைய வேலை இருக்கிறது..." என்று சிறுவனிடம் ..... செத்துப் போன பாவப்பட்ட அப்பா... கிசுகிசுக்க... தப்பி ஓடினான். பிச்சை எடுத்தான். கிடைக்கும் வேலையை செய்தான். சிரிக்க சிரிக்க பேசி பழகி..... கிடைக்கும் சந்தர்ப்பத்தில் கழுத்தைக் குதறி ரத்தம் குடித்து ஓடி விடும் சிறுவன், மெல்ல மெல்ல வளர்ந்தான். அவன் ரத்தம் குடிக்கும் காட்சியைக் கண்டவர்கள்... அவனுக்கு, ரத்தம் குடிக்கும் சமயத்தில் வாய்க்குள் இரண்டு பற்கள் கீழ் நோக்கி வளருகிறது என கூறினார்கள். சந்தேகமே இல்லாமல் அவன் ரத்தக் காட்டேரிதான் என்று ஊர்ஜிதப்படுத்தினார்கள் மருத்துவர்கள். ஆண் வயிற்றுக்குள் நடந்த ரசாயன கலவையோடு ஏற்பட்ட வேதியியல் மாற்றம்... அவனை மனித குலத்திலிருந்து பிரித்திருக்கிறது என்பதை உணர்ந்தார்கள். இனி அவனை எப்படி அடக்குவது என்று கூட்டம் போட்டு பேசினார்கள்... இன்னமும் பேசிக் கொண்டிருக்கிறார்கள்.

"எப்போதெல்லாம் இயற்கைக்கு எதிராக மனித குலம் முன்னேறுகிறதோ அப்போதெல்லாம்.. அது அழிவை நோக்கியே போகும் என்பது மீண்டும் உறுதி செய்யப்பட்டிருகிறது...." என்று புலம்பினார்கள். விஷயம் ஊருக்குள் பரவியது. நிறைய பலிகள் கேட்டான் ரத்தக் காட்டேரி. ஒவ்வொரு பக்கமும் ஒவ்வொரு உரு கொண்டான். பெயர் கொண்டான். இம்முறை வசீகரன். விரைவாக காட்டேரிகளின் தலைவன் ஆனான். மாயங்களாலும் தந்திரங்களாலும் அவன் தன்னை நிலை நிறுத்திக் கொண்டான். பெரிய பெரிய பணக்கார முதலைகளை வஞ்சகமாகக் கொன்றான். செல்வங்களை எடுத்துக் கொண்டான். ஹிப்னாடிசம்..... மெஸ்மரிஷம்.... பில்லி சூனியம்.... ஆவிகளோடு பேசுதல்.... மந்திர தந்திரங்கள்.... மாயா ஜாலங்கள்... என்று அவன் இருண்மை உலகின் அனைத்து வித்தைகளையும் கற்றுக் கொண்டான். பசிக்கு அழுத போது தண்ணீர் தராத சமுதாயத்தின் ரத்தத்தை அவ்வவ்போது உறிவதே அவனின் பொழுது போக்கு.. வேலை... அதைதான் செய்து கொண்டிருக்கிறான்.

சட்டென்று, கதை சொல்லிக் கொண்டிருந்த ஓவியங்களின் மீதிருந்து பார்வையை விலக செய்தது.. எங்கிருதோ வந்து மாளிகை

முகப்பில் அமர்ந்த வௌவால்...... திக் என்று திரும்பினாள் நிஷா........ .... சூரியனைக் காணவில்லை... இரவு விரிந்து கிடந்தது.

வசீகரன் வந்து விட்டான்.

அவளுக்கு ஒன்று விளங்கியது. தாங்கள் நால்வருமே மருத்துவர்கள்..... என்பதை அப்போது அழுத்தமாக உணர்ந்தாள். இருள் சொல்லும் அந்த மாளிகையில்... காகங்களும்.. கழுகுகளும்.. வௌவால்களும்... இரைச்சலின் வழியாக நிறைந்து வழிந்தது. வெளியே தெறித்துக் கொண்டிருந்த

மழைக்குள்ளும் காற்றுக்குள்ளும் ஒரு தேவதூதன் போல.. இருட்டால் செய்யப்பட்ட வசீகரன்...தன் கோரப் பற்கள் நீள... தரையில் கோட்டின் பின் பக்கம் புரள இறங்கி வந்து கொண்டிருந்தான். உள்ளுக்குள் இருக்கும் பிணங்கள் எல்லாம் ஆரவாரத்தோடு கத்திக் கூச்சலிட்டன.. மாளிகைகளின் கதவுகள் அனைத்தும் மாற்றி மாற்றி அடைத்துக் கொண்டும் திறந்து கொண்டும் ஆர்ப்பரித்தன. பேய்களின் மரண ஓலங்களின் அந்த மாளிகையே... ரத்தம் கக்கி... சிவப்பு நிறம் பூசிக் கொண்டன.

அவள்.. மிரண்டு.... சுவரோரம்.. தன்னை சாய்த்து... வேறு வழியில்லாமல்.. நடுங்கிக் கத்திக் கொண்டு......"வராத.. போய்டு.... போய்டு.. பிசாசே.. போய்டு.." என்று சபித்துக் கொண்டிருந்தாள். அவன் புன்னகை மாறாமல்... ராஜ நடையில் கம்பீரமாக.. அவளை நெருங்கினான். ரத்த வாடை குமட்டிக் கொண்டு வந்தது அவளுக்கு. கோட்டை கதவு பட்டீர் என்று சாத்திக் கொண்டது.

அவன் அவளை மிகவும் நெருங்கி விட்டான்....அவள் தன்னை எத்தனை குறுக்க முடியுமோ அத்தனை குறுக்கினாள். பலமான கைகள் கொண்டு... சில்லிட்ட உடல் கொண்டு...... அவளைப் போர்த்தினான்.. அவளோ....உடல் தடுமாறி.. உள்ளம் அழுது.... "ப்ளீஸ்.. என்னை விட்ரு.. நான் உன்ன ஒன்னும் பண்ணலியே.. எதுக்கு இப்டி பண்ற.. நான் வேணும்னா இனி டாக்டர்க்கு படிக்கல.... ... ப்ளீஸ்... விட்ரு..."-மனமும் உடலும் சோர்ந்து... இனி அழக கூட முடியாது.....என்றபடி... தடுமாறி.. இரண்டு கைகளாலும் அவனின் மார்பை குத்தி... கத்தி... ஒன்றும் முடியாமல்... அவனுள் அடங்கினாள்.

அவன் தன் கோரப் பற்களை..........." கர்...................... ர்ர்..................ர்......" என்று வெளியே நீ..............ட்ட்டி அவளின் கழுத்தில் பதித்தான்.

மழையும் காற்றும்.... மூச்சுக் காட்டாமல் அடங்கின. பிணங்களின் பெருமூச்சு மட்டும்.... கோடி பாம்புகளின் சுவாசமாக கேட்டன.

சற்று நேரத்துக்கு பிறகு...

வசீகரன்... அந்த மாளிகையின் மேல் தளத்தில் இருந்து வெறும் பிணமாய்... கீழே விழுந்தான்.

சற்று தூரத்தில் இருந்த, இன்னும் ஒரு காட்டுப் பங்களாவில் இருவர் செஸ் விளையாடிக் கொண்டிருந்தார்கள்.

அந்த பங்களாவின் பின் புறம்.... கோரப்பறக்கள்.. வெளியே நீட்ட... நீல நிறக் கண்களில்.. கூந்தல் காற்றினில் பறக்க...... கருங்கோட் கதகதவென மின்ன.....மஞ்சள் குதிரையில்.... அமர்ந்து வெறிக்கப் பார்த்துக் கொண்டிருந்தாள் நிஷா... இல்லை... வசீகரி.

இரவு இன்னும் இருக்கிறது....

இரவுக் காட்டில் திராட்சை தோட்டம்

கதவை உடைத்துக் கொண்டு உள் செல்கையில் எல்லாம் முடிந்திருந்தது.

வாசுவை மெல்ல இறக்கி.. கழுத்தில் இருந்த கையிற்றை அவிழ்த்தார்கள். ஊர் கூடி நின்றது.

"அவனும் எத்தன நாள்தான்... போராடுவான்...? முடியல...! அதான்... கதையை முடிச்சுகிட்டான்....." என்றபடியே...அவனை நீட்டி படுக்க வைத்துக் கொண்டிருந்தவர்கள்... புலம்பினார்கள். அவனின் பாட்டி ஒப்பாரி வைக்கத் துவங்கியது.

இது பெரும்பாலோர் எதிர்பார்த்த முடிவுதான். இருந்தும்.... அவன் எப்படியாவது மீண்டு விடுவான் என்றே ஒரு நம்பிக்கை அந்த வீட்டை சுற்றி ஒரு ஆன்மாவைப் போல சுற்றியது. ம்ஹும். நடக்கவில்லை. அப்படித்தான் அது முடிய வேண்டும். வினைகளின் எதிர்... என்றாவது வந்தே தீரும். பாவங்களின் மன்னிப்பை மரணங்களே சிலபோது தருகின்றன.... இப்போதும் அப்படியே.

இன்றிலிருந்து சரியாக இரண்டு வருடங்களுக்கு முன்.

ஒரு சனிக்கிழமை இரவு.

அது ஒரு திராட்சை தோட்டத்தின் முகப்பு வாசலைப் போலதான் இருந்தது. நரிகளின் கொண்டாட்டத்தைப் போல குழுமியிருந்த மனிதர்கள்..... துளிகளின் புளிப்புக்குள் காணாமல் போவதைக் காணவே கண் கோடி வேண்டும்.

"என்னடா... இங்கையும் கவிதயா...?"-என்ற விவேக்.... "அண்ணே, என்ன சொல்ல ?".... என்றபடியே அருகே வந்த

வேலையாள் சிறுவனிடம், ".... ...... ஹாப்...ரெண்டு டம்ளர்... அரை லிட்டர் சோடா... ரெண்டு முட்டை பொரியல்...." அவன் சொல்லிக் கொண்டிருக்கும் போதே...எதிரே அமர்ந்திருந்த வாசு... "மச்சான்.. ஊறுகாய் ஒன்னு..." என்று சொல்லி நாக்கை சப்புக் கொட்டினான்... கவிதையை விட்டு விட்டு.

சற்று நேரத்தில், எல்லாம் வந்தது..வேக வேகமாய் முதல் ரவுண்ட் போனதில் கொஞ்சமாக போதையும் வந்தது.

"கொஞ்சம் உள்ள போனாதான்.... அது சனிக்கிழமை மாதிரியே இருக்கு.... இல்ல...? மச்சான்..." என்ற வாசு...கொஞ்சம் முட்டையை எடுத்து... உள்ளங்கையில் படாமல் வைத்து படக்கென்று வாய்க்குள் போட்டுக் கொண்டான்.

"ஸ்பூனு சுத்தமா இருக்காதுடா"என்ற முணங்கலை கண்டு கொள்ளாத விவேக்....."இல்லடா... கொஞ்சம் அதிகமாவே உள்ள போனாத்தான் சனிக்கிழமை மாதிரி இருக்கு....." என்று கூறியபடி அடித்தொண்டையில் எப்போதும் போல சிரித்தான்.

"ஹ ஹஹா.. ஹ்ஹா......" என்று கூட சேர்ந்து சிரித்த வாசு...."மதுவும் மாதுவும்.. எப்போதும் போதைதான்.... அதும் அப்பப்போ மனுஷனுக்கு வேணுந்தான்...."என்றான்... அந்த 'தான்' சொல்லும் போது கொஞ்சம் அழுத்தம் கொடுத்துக் கொண்டான். அது எதுகை மோனைக்கான சந்தமாம்.

கொஞ்சம் சத்தம் போட்டே பேச வேண்டி இருந்தது.. அலை கூட்டமாய் மோதினார்கள் மனிதர்கள். ஆங்கங்கே இரண்டு பேர்.... மூன்று பேர்..... தனி..... என்று மனிதர்கள்... மதுக் குவளையாக, கவலையாகவே இருந்தும் சிரித்தார்கள். வெற்றிடம் முறைத்தார்கள். கண் கலங்கும் காட்சிகளும் உண்டு. அலைபேசும் பேச்சுகளும் உண்டு.

"வேற..." என்று கேட்டபடியே, சிறுவனிடம்...."இன்னும் ஒரு கோட்டர்..."என்று கூறிக் கொண்டே விவேக்கைப் பார்த்து, அதே நேரம் மேசையின் மீது இன்னும் சற்று நேரத்தில் காலியாக போகிற பாட்டிலையும் பார்த்து..."பத்....தா......து மத்சான்......' என்று புன்னகைத்த வாசு... திரும்பி சிறுவனிடமே கேட்டான் சட்டென முகம் மாற்றி சீரியஸாக ..." தம்பி நீ படிக்கலியா...?...

"இல்லண்ணே...... படிக்க....முடியல... வசதி இல்ல..

“என்றபடியே... “சாப்பிட....?” என்று கேட்டான் சிறுவன்.... மறு கேள்வியை ......அனிச்சை செயலாய்...

“அதெப்படி... எல்லாரும் படிக்கறக்கு......”என்றவன், சட்டென... வாக்கிய போக்கை தடுத்து நிறுத்திய வாசு.... கேள்வியை மனதில் கொண்டு வந்து”...ஓ. சாப்ட.... ம்ம்ம்... ம்ம்ம்.... முட்டைப் பொரியல்...என்று ஆரம்பிக்க..”டேய்.... இப்போதான... சாப்டோம்.. தம்பி.. நீ...வேர்கடலை கொண்டு வா...”-என்று இடையினில் கூறிய விவேக்... அவனைப் பேச விடுவது போல அடுத்து அமைதியானான்,..... மறுபடியும்... பழைய பேச்சைத் தொடர்பவனாக, வாசு “..அதே... அதெப்படி... எல்லாரும் படிக்கறக்குதான நாம ஓட்டு போடறோம்.. இல்லையா மச்சான்...?”-என்றான்.... ஒரு மிடரை வாய்க்குள் கவிழ்த்தியபடியே.

“ஆமாண்டா... இவ்ளோ சின்ன வயசுல வேலைக்கு வந்துட்டா..பெரியவனாகும் போது, அவன் மனநிலை என்னாகும்.....?... அதும் இல்லாம.. சின்ன பசங்கள வேலைக்கு வைக்க கூடாதுன்னு இந்த பார்காரனுக்கு தெரல பாரு...... ஒரு நாள் சரக்கு போடாம வந்து இவுனுங்கள சாவடிக்கனுண்டா.... சின்ன பசங்கள வேலைக்கு வைக்கறானுங்க.. பழைய முட்டைல ஆம்லெட் போடறானுங்க.... எல்லா சரக்குக்கும் அஞ்சு ரூபா, பத்து ரூபா ஜாஸ்தி வைச்சு விக்கறானுங்க... கேட்டா.. கூலிங்கு..... அது இதும்பானுங்க...”-என்ற விவேக், முட்டையை ஒரு வாய் எடுத்து வாய்க்குள் போட்டு வேக வேகமாய் மென்று கொண்டே....” அப்டி எல்லாம் எதும் இல்ல... என்ன ரேட் போட்ருக்கோ அதுதான் ரேட்டு.. மற்றபடி கொள்ளைதான்......”-என்று சொல்லி முடித்து ஒரு மிடறு எடுத்துக் குடித்துக் கொண்டான்...

“எவன்டா.. ஒழுங்கா இருக்கான்.. அரசு பண்ண வேண்டியத தனியார் பண்ணுது.....தனியார் பண்ண வேண்டியத அரசு பண்ணுது.. ஆஸ்பத்திரியும்.. ஸ்கூலும் தனியார்ட்ட.... போனா.. உருப்படுமா நாடு..... கியூபா மாதிரி பண்ணனுண்டா..”-என்ற வாசு....மீண்டும் பாட்டிலில் இருந்து சரக்கை அளவாக இரண்டு பிளாஸ்டிக் டம்ளரிலும் ஊற்றிக் கொண்டே ஆதங்கத்தைக் கொட்டினான்.

வாசு பேசுவதைக் கேட்டுக் கொண்டே, அளவும் பார்த்துக் கொண்ட விவேக்... அவன் பாட்டிலை அந்தப் பக்கம் எடுத்ததுமே தன் டம்ளரை எடுத்து இரண்டு மிடறு கபக்கென்று குடித்து விட்டு “அதுக்கு நீயும் நானும்தான் துப்பாக்கி தூக்கணும்...ரோட்ல

கவிஜி ஊதா நிறக் கொண்டை ஊசி கதைகள் 117

ஒருத்தன் அடிபட்டுக் கிடந்தாக் கூட இங்க போட்டோ எடுத்து பேஸ் புக்ல போடத்தான் முண்டி அடிக்கறானுங்க... இவுனுங்கள வெச்சு.. போராட்டம் பண்ணி......" என்றவன் வாயைத் துடைத்துக் கொண்டான்.

"தே தம்பி...."-என்று கூப்பிட்டபடியே இரண்டு பக்கமும் தேடிய வாசுவை பார்த்து... "அவன் போய்ட்தான்..."என்றான் விவேக்.... நன்றாக காலை மடக்கி அமர்ந்து கொண்டே.

"அதா...ன......நல்லது பேஸ்.....னா எவன் கேக்றான்..?"- வாசுவின் கண்கள் சின்னதாகி விட்டன...முகம் பூத்தது போல உப்பிக் கொண்டு கன்னம் தள்ளியது.

"தம்பி........ கொஞ்சம் கத்தாம பேசுங்....... காது கொய்... ங்து" என்று சத்தமாக சத்தம் வந்த பின் பக்கம் பார்த்து முகம் வீங்கிய சிரிப்பை இன்னும் இழுத்து.. "சாரி சார்.. சாரி,.... அது முதலாளித்துவத்த பேச ஆரம்பிச்சாவே... கோபமா வந்த்ருது..... அதான் ஸ்சார்.. மனிசுகாங் சார்.. ப்ளீஸ்..."-என்று விவேக் பேச பேசவே....

"இப்டி விட்டுக் குடுத் போகணும் மச்சான்...."என்று கட்டை விரலை உயர்த்திக் காட்டிக் கொண்டே... பைக்ல போனா கூட பக்கத்துக்கு பைக்காரன விரோதியா பாத்து முறைசுகிடே முந்தறவன்தான் அதிகம்.. இது ஜனநாயக நாடா.. இல்ல வெறும் 100 ரூபாய்க்கு ஓட்ட விக்கிற..."-என்று கத்தி பேசும் வாசுவை கையமர்த்தி அடக்கிய விவேக்... "தேய்.. மெதுவா பேசு..." என்று கண்ணடிக்க.. சட்டென்று வார்த்தையின் வேகத்தை குறைத்துக் கொண்டே, ஒரு கட்சி காசு குடுக்குது... ஒரு கட்சி... டிவி குடுக்குது.....ஒரு கட்சி ரேட்ட ஏத்துங்குது ...ஒரு கட்சி சண்டை போட்டுகிட்டே திரியுது. ஒன்னும் விளங்கல மச்சி...ஆனாலும் நான் களங்....கல மச்சி "என்ற வாசுவின் முதுகில் வியர்வை கோடு இழுத்துக் கொண்டு உருண்டது.

"அட.. முடிக்கும் போது கூட கவிதைடா..... மச்சான் நீ ட்ரை பண்ணுடா..... ஒரு பெரியா ஆள் சொல்றான்... முயற்சியும் அதுக்கான பயிற்சியும் இர்ந்தா எத வேணா பண்ணலாமாம்..."என்று ஆச்சரியத்தோடு கூறினான் விவேக்.

மேலே ஓடாத மின்விசிறியைப் பார்த்துக் கொண்டே பார்வையை கீழே, எதிரே இறக்கிய வாசு..."அதான் கொலைய

கூட ஈசியா பண்றானுங்க.... எல்லாத்தையும் முறையா கத்துக் குடுத்த அமெரிக்காவுக்கே ஆப்பு வெச்சான் பாத்தியா....”என்ற வாசு ஒரு கையில் மேல் இன்னொரு கையைக் கொண்டு அடித்துக் கொண்டான்...வெற்றியின் களிப்பைக் காட்டுபவனாக... லேசாக மேசை ஆடியது...’ பாத்த்.....த்து....” என்பது போல சம நிலைப் படுத்திய விவேக்... “அதான் அவனும் காலியாகிட்டான்ல...”என்றான்....வாயை கோணித்து ஸ்டைலாக சிரித்துக் கொண்டே.

“அதான்டா மத்சான்.. அதிகார வர்க்கம் சண்டை போட்டு சாவட்டுன்டா.... எவன் வேண்டான்னா..... அப்பாவி மக்கள் ஏன்டா சாகனும்....?..எப்பாது ரெண்டு நாட்டு ஜனாதிபதி.. ரெண்டு நாட்டு பிரதமர்... ரெண்டு நாட்டு முதல் அமைச்சருங்க சண்டை போட்ருக்கானுங்களா..... சண்டை போட்டு சாகறவனெல்லா மிலிட்டரிக்காரனும்... பொது மக்களும்தான்.... மேல் தட்டு கீழ் தட்டுனு எத்தன குளறுபடி.. ஊருக்கு நடுவுல செவுத்த கட்றான்... ஊர்க்கோடிய சேரிங்றான்....லவ் மேட்டர ஊர் பிரச்சனை ஆக்றான்... கொலைய தற்கொலைங்கறான்.......தற்கொலைய விபத்துங்கறான்.. இந்த செல்போனு வந்தாலும் வந்துச்சு.... அதுதான் இப்போ எல்லா தப்புக்கும் பேசே.........”-என்று பேசிக் கொண்டே போன வாசுவை இடை மறித்த சிறுவன்.

“அண்ணே.. டைம் ஆச்சு.. மணி பத்தே முக்கால்... இப்ப போலிஸ் வரும்.. கிளம்புங்க......”-என்றான்.. பொதுவாக இருவரையும் பார்த்துக் கொண்டே.

“என்ன போலிஸ்..ஆங்..... வந்தா... வரட்டும்.. எங்ககிட்ட ஆளுக்கு 100 ரூபாய் இருக்கு..” என்று சீரியஸாக பேசி விட்டு சட்டென்று இருவரும் குலுங்கி ஒருவரோடு ஒருவர் சரிந்து சாய்ந்து கொண்டு வாய்க்குள்ளேயே சிரித்துக் கொண்டே வெளியேறினார்கள்...வாசுவும்....விவேக்கும்.

லாலி ரோடு வரை ஒன்றாக பைக்கை ஓட்டி வந்தவர்கள், “சரி மச்சான் பார்த்து போ....”. என்றபடியே வாசு தடாகம் சாலையில் பயணிக்க...கெளலி பிரவுன் சாலையில் பயணிக்கத் துவங்கினான் விவேக்.

“ராமென் ஆன்தாலும் ராவண ஆன்தாலும் எனக்கொரு கவலை இல்லே... நான்தாண்டா மனசுக்கு ராஜா.. வாங்குங்கடா தஞ்சாவூர் கூஜா ....” திரும்ப திரும்ப பாடிய விவேக், மங்கிய

மூளைக்குள், வழியில் எங்கும் போலிஸ் இருந்து விடக் கூடாது என்று அழிக்க அழிக்க எழுதிக் கொண்டே இருந்தது. கோட்டுக்கு அந்தப் பக்கத்துக்கான பயம்....மணி 11க்கு மேல் ஊர்ந்து கொண்டிருப்பது போல அவனின் பைக்.. சாலையில் ஏறி இறங்கி, இறங்கி ஏறி என்று கவுண்டம் பாளையம் நோக்கி போய்க் கொண்டிருக்க... சற்று தூரத்தில் ஒரு போலிஸ் வண்டி வந்து கொண்டிருப்பதை.... அதன் தோற்றத்தை, இரவைக் கிழிக்கும் பளிச் பளிச் சிவப்பு விளக்கு வைத்தே கண்டு கொண்ட விவேக், சட்டென இடது பக்கம் பிரிந்து போகும் கொய்யா தோப்பு வழியாக வண்டியை விட்டான்...அந்த நேரத்தில் அப்படித்தான் தோன்றியது...

"நல்ல வேளை.... மாட்டிருந்தா மப்ப இறக்கி விட்ருப்பானுங்க...." என்று மனதுக்குள் தெளிவாக முணங்கிக் கொண்டே சென்று கொண்டிருந்தான்... பாதையில் ஆங்காங்கே கொஞ்சம் வெளிச்சம் இருக்க, தோப்புக்கான் சூழலில்.. இருட்டு இன்னும் சற்று அதிகமாகவே வியாபித்திருந்தது...... இன்னும் கொஞ்ச தூரம் இந்த வழியாக போனால் பிறகு இடையர் பாளையம் சாலையை பிடித்து.. டிவிஎஸ் நகர் வழியாக கவுண்டம் பாளையம் போய் விடலாம் என்பது அவனின் தொலை நோக்கு திட்டம்....திட்டத்தை கரகரவென அழித்தது போல.. சட்டென்று இடது பக்கம் இருந்து யாரோ வண்டியை உதைத்தது போல இருந்தது......

திக் என்று தடுமாறிய வண்டி, மண்ணில் சரித்து... முகம் திருப்பி... வலது கால்... இடது கால் என்று, அப்படி......இப்படி....... என்று சாய்ந்து.... நன்றாக சரிந்து இடது பக்கமாகவே கீழே போட்டான்...விழுந்த வேகத்தில் உதறி எழுந்த படியே...'என்ன நடந்தது' என்று மீண்டும் ஒரு முறை கண்கள் தேய்த்து முகத்தில் ஏதோ வழிவதைத் துடைத்துக் கொண்டே, மங்கிய வெளிச்சத்தில் அவனை சுற்றி மூன்று பேர் நிற்பதை இப்போது பார்க்க முடிந்தது..... மூன்றில் நடுவில் இருந்தவன் கையில் வைத்திருந்த பீர் பாட்டிலில் இருந்து குபுக்கென்று ஒரு குண்டா பீரை வாய்க்குள் முழுங்கி அப்படியே விவேக் மீது முகத்தில் மீண்டும் கொப்புளித்தான்.... புளிப்பும் கசப்பும்.. அவனின் எச்சிலும் அருவருப்பை தந்த உடல் மொழியோடு..முகம் திருப்பிக் கொண்டும்...... "ஏய்... ஏய்.. கிறுக்கா..... லூசாடா நீ.. கேன...." என்று கத்திக் கொண்டே....கை கொண்டு முகத்தை வழித்துக் கொண்டே... தள்ளாடியபடி ஒரு வழியாக நின்று

மூவரையும் உற்றுப்பார்த்தான்....என்ன வேண்டும் என்பது போல...'பைக்கையும் உதைத்து விட்டு விழ விழவே பீரை முகத்தில் துப்பி இருக்கிறான்... 'என்று அந்த போதையிலும் அவனால்... ஒரு வழியாக யூகிக்க முடிந்தது ..மீண்டும் துப்பியதில்... சரியாகவும் இருந்தது யூகம்...கோபமும் தலைக்கு ஏறியது.

மாலை 7 மணிக்கு மேல்....விவேக்கும் வாசுவும் குடித்துக் கொண்டிருந்த அதே பாரில் இடது மூலையில் மூளைக் கறியோடு குடித்துக் கொண்டிருந்த அதே மூவர் தான்... இவர்கள்.

“ஒன்னும் பிரச்சினை இல்லை.. சிம் காடு, மெமரி காடு எடுத்துட்டு செல்போன குடுத்துட்டு போயிட்டே இரு...” என்று ஒருவன் சொல்ல சொல்லவே...நிலைமையை புரிந்து கொண்ட விவேக், சுற்றும் முற்றும் பார்த்துக் கொண்டே....உடலைத் திடப்படுத்தி.... ஆடிக் கொண்டிருக்கும் போதை மனதை ஒரு வழியாக சமன் படுத்தி...படும் நிலையில்.. சில மணித்துளிகள் நிறுத்தி...வலது காலை ஓங்கி நடுவில் நின்றவன் வயிற்றில் ஒரு உதை வைத்தான்.

“யாருகிட்த.... நான் ப்ளக் பெல்ட்ரா..........” என்று சொல்லிக் கொண்டே... வலது பக்கம் நின்றவனை,அவன் சுதாரிப்பதற்குள் கண நேரத்தில்...காதோடு இழுத்து ஒரு அறை வைக்க...அவன் ஒரு சுற்று சுற்றி காதைப் பிடித்துக் கொண்டு.. தடுமாறினான்.... அப்போதுதான் அதைக் கவனிக்க முடிந்தது.. இடது பக்கம் இருந்தவன்.. .. நடுவில் இருந்தவனை... எழுப்பிக் கொண்டும்.. தூக்கிக் கொண்டும்....”டேய்.. மாப்பு......என்னாச்சு.....? எந்திரிடா..!... என்னடா வயித்துல இருந்து ரத்தமா வருது”- என்று புலம்பிக் கொண்டே....உதை வாங்கி சரிந்து கிடந்தவனின் சட்டையை தூக்கி பார்க்க.. உள்ளே பாட்டில் உடைந்து வயிற்றில் குத்தி ரத்தமும். மதுவுமாக வழிந்து கொண்டிருந்தது......குத்துப்பட்டவன் மது பாட்டிலை வாங்கி வயிறுக்குள் சொருகி வைத்த காட்சியை மனக்கண்ணால் பார்த்த இடது பக்கக்காரன்... “எத்தன தடவ சொல்லிருக்கேன்.. இப்டி வயித்துக்குள்ள வைக்காத வைக்காதன்னு...... கேட்டானா....?” என்று கேட்டுக் கொண்டே அவனும் கீழே உட்கார்ந்து குத்துப் பட்டவனை தொட்டுப் பார்த்தான்.

வயிற்றில் எட்டி உதித்த காட்சியை விவேக் ஒருமுறை யோசித்துப் பார்த்தான்.

“ ச்சே....... பாவி.... அயோ....” என்று கத்திக் கொண்டே நிலைமையை புரிந்து கொண்டவனாய்......கீழே விழுந்தவனை நெருங்கினான்....விவேக்.

“என் நண்பனைக் குத்திட்டியேடா..” என்று ஒருவன் திரும்பி... விவேக்கை ஓங்கி ஒரு உதை வைக்க.... விவேக் சற்று தூரத்தில் மண்ணோடு புரண்டு... மூச்சு வாங்கி விழுந்தான்.

கீழே வயிற்றை பிடித்துக் கொண்டு ரத்தத்தில் மிதந்து கொண்டிருந்தவன் கால்கள் மேலும் கீழும் தரையில் கோடு போட்டு அடங்கியது.... அவனை மடியில் வைத்திருந்தவன்... குத்துப்பட்டவனை நன்றாக உற்றுப் பார்த்து விட்டு....இருளைக் கிழிக்கும்... விழிகள் போல.. கீழே கிடந்த விவேக்கையும்... அவனுக்கு சற்று அருகே நின்று கொண்டிருந்த தன் நண்பனையும் மாறி மாறி பார்த்துக் கொண்டே “ டேய்.... செத்துடான்டா.... டேய்... கொன்னுட்டயேடா........ மாப்ள.. அவன கூறு போடாம விடக் கூடாதுடா....” என்றபடியே வேகமாய், வெறி பிடித்தவனாக கத்திக் கொண்டே எழுந்தான்...அதற்குள், இன்னொருவன்.... விவேக்கை சரமாரியாக தாக்கத் துவங்கினான்.

“அண்ணே சொன்னா கேளுங்க.... நீங்கதான் வம்பிலுத்தீங்க.... அவரு வயித்துக்குள்ள பாட்டில வெச்சிருப்பான்னு எனக்கு எப்டி தெர்யும்....” என்று கேட்டுக் கொண்டே பயந்து புலம்பி வாங்கிய அடியில் தடுமாறவும் செய்தான்...அவர்கள் சரமாரியா அடித்துக் கொண்டிருந்தார்கள்...திருப்பி அடிக்க முடியாதபடி அவன் மனம், அவன் கொலை செய்து விட்டதாக நம்பியது. அவன் பலம் முழுக்க ரத்தமாய் சற்று முன் சிதறி விட்டதாக நம்பினான்.... “அயோ கொலை பண்ணிட்டேனே... பிலீஸ்..... நான் வேணும்னு பண்ணல.... நீங்கதான வம்பிலுத்தீங்க...விட்ருங்க... விட்ருங்க... அண்ணே.... வலிக்குது... என்.....ன ...... புரிஞ்சுக்கோங்க...” என்று புலம்பிக் கொண்டும்.. கத்தக் கூட முடியாமல்... தவிப்பின் ரகசியமாய்.... மண்ணில் புழுவைப் போல.. நெளிந்து கொண்டே கெஞ்சினான்.

பாக்கெட்டில் வைத்திருந்த பாட்டிலைத் திறந்து சற்று ஓய்ந்திருந்த இருவரும்... மாறி மாறி கப கபவெனக் குடித்தார்கள்....”மாப்ள... மச்சான் செத்துட்டான்டா... இவனைக் கொல்லாம விடக் கூடாதுடா....” என்று ஒருவன் அழுது கொண்டே மீண்டும் குடிக்க.. இன்னொருவன்..பற்களை நற நறவென கடித்துக் கொண்டே ...”ஆமா மச்சா...விடக் கூடாதுடா...” என்று அவனிடம்

இருந்து பாட்டிலை வாங்கி மிச்சம் இருந்த சரக்கை வேக வேகமாக குடித்தான்.....இருவரும் போதையின் உச்சியில்... வெறி கொண்ட மிருகத்தைப் போல.. திரும்ப,....அங்கே.. விழுந்த இடத்தில் இல்லாமல் போயிருந்தான் விவேக்.

“எங்கடா போனா.... விடக் கூடாதுரா ... அவன கொல்லாம விடக் கூடாது.....” என்று மிருகத்தின் பசி கொண்ட இரவைப் போல காடு தேடி அலையத் துவங்கினார்கள் அந்த வேட்டை மனிதர்கள் இருவரும்.... சந்து பொந்து என்று கொய்யா தோப்பு ஊர்... ஒரு வித இருண்மைக்குள், இடைஞ்சலுக்குள்... புதிரின் கோலம் போல திரும்ப திரும்ப, எல்லா வழியும் ஓர் இடத்தையே சுற்றிக் கொண்டிருப்பது போல இருக்க...... விவேக், தள்ளாடி தள்ளாடி ஓடிக் கொண்டிருந்தான்...... மனதுக்குள் வேர்த்து துளிர்ந்த துளிகளெல்லாம் ரத்தம் சொட்டுவதாகவே நினைத்தான்...... எங்கிருந்தோ வந்த அழுகையை... விழி தாண்டும் வழி கொண்டு அடைத்தான்... ஆனாலும் வந்தது.... அழுகையாய்...... பாக்கெட்டில் கைவிட்டு செல்போனை எடுக்க முயற்சித்தான்..... நடந்த அடிதடியில் அது தெறித்து விழுந்தது, இப்போதுதான் நினைவுக்குள் எட்டியது, தடுமாறி வந்த அலைக்கற்றை பாதை போல.

“கொலை கேசுக்கு ஆய்சுக்கும் ஜெயில்லதான்......! கடவுளே.. என்ன பண்ணுவன்.... பைக் வேற அங்க கிடக்கு.... மாட்னா கொன்றுவானுங்க... கொன்னு இங்கயே பொதைச்சா கூட யாருக்கும் தெரியாதே..... என்ன பண்ண.... யோசி... யோசி.. தப்பிக்கணும்..எப்டியாது இங்கிருந்து தப்பிக்கணும்...”-அவன் மனம் புலம்பலில்.... முன்னே, எங்கேயோ ஓடிக் கொண்டிருக்க... அவன் கால்கள் ஒரு காம்பவுண்டுக்குள் வந்து நுழைந்து விட்டிருந்தன.... இனி ஓட முடியாது... களைத்த கால்களின் வலிமை அந்த வீட்டோடு முடிந்தும் போயிருந்தது...நின்று மூச்சிறைக்க தன்னை மெல்ல தனக்குள்ளாகவே அடக்கிய விவேக்..வந்த வழியை ஒரு முறை குனிந்த தலை கொண்டு நிமிர்ந்து பார்த்துக் கொண்டே மெல்ல முன் இருந்த கதவை தட்ட யத்தனித்தான்... அது தட்டுவதற்கு பட்ட கையின் தொடலிலேயே திறந்து கொண்டது..... திறக்க திறக்க கதவோடு உள் சென்று தடுமாறி கீழே விழுந்து, விழுந்த வேகத்தில் எழுந்தும் கொண்ட விவேக்கின் கண்ணில்,உருவ பிம்பமென உணர்ந்த அறிவின் ஒரு மொழியில் தலை விரி கோலமாக ஒரு பெண் சுவரோரம் அமர்ந்திருந்தது தெரிந்தது...சட்டென ஒரு அடி பின்னால் நகர்ந்த விவேக்...

கணம் ஒன்றில் விரிந்த கண்கள் கொண்டு அவளையே உற்று நோக்கினான்...அழுது சிவந்த கண்களுடன் முகம் எல்லாம் அடி வாங்கப் பட்ட தடிப்புகளுடன் அமர்ந்து அவளும் அவனையே வெறித்துப் பார்த்துக் கொண்டிருந்தாள்.

அந்த வீடு நிசப்தத்தின் மொழியாக இருட்டும் வெளிச்சமும் கலந்த மஞ்சள் வண்ண முயக்கத்தில் தலை விரித்துக் கிடந்தது... பேச்சு எழாத பரிதவிப்பு ஒன்றில்.. தடுமாறிய விவேக்கை.... முதலில் அந்த தோற்றம் மிரட்டுவதாக இருந்தாலும்.. வெளியில் நடக்க போகும் கொலைக்கு முன்னால், தான் செய்து விட்ட கொலைக்கு முன்னால் அது தன்னை கூட்டுக்குள் இழுத்துக் கொள்ளும் ஆமையைப் போல ஆகி விட... சட்டென, அத்து மீறி வீடு புகுந்து விட்ட காரணத்தை, பயம் கொண்டு விவரித்தான். நா குழறியது. வார்த்தைகளை நிதானமாக்கி துடைத்துக் கோர்த்தான்.

“ஏங்க .... என்ன காப்பாதுங்க...வெளிய..... ரெண்டு பேர் என்னை தொரத்திட்டு வாராங்க.... நான் ஒண்ணுமே பண்லங்க.. செல்போன குடுன்னு அடிக்கரானுங்க... ...நடந் சண்டைல... நான் ஒருத்தன அட்ச்சு, தெரியமா அவன் வயுத்துல இருந்த பீர் பாட்டில் குத்தி அவன் செத்துப் போய்ட்டா.. அதுக்கு நான் என்னங்க பண்றது.. இப்ப என்ன கொல்ல வாரானுங்க.....காப்பாதுங்க....”- தடுமாறி.. இடையிடையே மூச்சு வாங்கிக் கொண்டும்... வியர்த்துக் கொண்டும்..அங்கும் இங்கும் நடுங்கும் உடல் மொழி கொண்டு விவேக் பேசிக் கொண்டிருக்க, அவள் சட்டென எழுந்து வந்து தன் வாய் கொண்டு அவன் வாயை மூடினாள்....... அவன் உடல் சட்டென்று தடுமாறி....தடுமாறி... தவித்து.... புரியாமல்... கண்கள் பிதுங்கி பார்த்து.... ‘என்ன..... என்ன.... ஏ.. ஏங்க ...” என்று வாய்க்குள்ளாகவே எச்சிலின் வடிதலோடு ரத்தமும் கசிந்து திமிர.. அவள் இறுக அணைத்துக் கொண்டே அவனை உடல் கொண்டே தள்ளிக் கொண்டு பக்கத்தில் இருந்த படுக்கையில் சரித்தாள்....வேக வேகமாய் ஒரு மோகினியைப் போல.. அவள் அவனைத் தழுவத் துவங்கினாள்... மூர்க்கத்தின் வலிமைக்குள் அவனால் திமிரக் கூட முடியவில்லை. ஒரு கொலையை செய்பவள் போல... அவள் அத்தனை தீர்க்கமாக அவனை எடுத்துக் கொண்டிருந்தாள்.

“அயோ..என்னங்க.... இது...... இப்டி பண்றீங்க.. நான் ஒன்னும் பண்ணலீங்க... கொலை நான் பண்ணல.. அயோ... இது தப்புங்க.... இடம் குடுத்தா போதும்.. நான் இல்ல.. அயோ......” கொலைக்கு அடங்கிய இருந்த குடித்த மனம்... பிழைக்கு மெல்ல தன்னை தயார் செய்தபடியே அவளை அணைத்தது.

திடுக்கென எழுப்பி விட்டது செல்போன்.

கண்களைத் திறக்க முடியாமல்... திறந்த வாசு...கலைந்து விட்ட போதையை போல... போனை உற்றுப் பார்த்தான்........ 'விவேக் அம்மா' என்று எழுத்து மின்னியது.

"என்ன அம்மா செல்லருந்து கூப்டறான்...." என்று முணங்கியபடியே போனை ஆன் பண்ணி.." சொலு மத்சான்.." என்றான்.

"வாசு...எங்க இருக்கீங்கடா.... அவன எங்க.... இன்னும் வரல.. கூப்டாலும் போன்னு சுவிட்ச் ஆப்னு வருது..." என்ற அம்மாவின் அதட்டல் குரல் ...சொருகிய கண்களை சட்டென திறக்க வைத்தது.... அவன் பதில் சொல்ல யத்தனிக்கும் முன்பே,, "சனிக்கிழமையானா இதே வேலை.... அடங்கி இருக்கவே மாட்டிங்களாடா...." என்று கத்தினார் அம்மா.

"என்ன இன்னும் வரலியா...." என்று வாய்க்குள்ளேயே முணங்கிய வாசு... "அவன் அப்பவே கிளம்பிட்டாம்மா.... இன்னும் வரலியா..." என்று கூறிக்கொண்டே தலை மேட்டில் சுழன்று கொண்டிருந்த கடிகாரம் பார்த்தான்.....மணி 12.

மைக்ரோ நொடி யோசனையோடே,"வந்துருவான்ம்மா.. நீங்க வைங்க... நான் ட்ரை பண்ணிட்டு பேசறேன்" என்று சொல்லிக் கட் பண்ணினான்.

"எங்க போயிருப்பான்....?.... இங்க இருந்து, அங்க போக இவ்ளோ நேரமா....!" யோசித்துக் கொண்டே...... மீண்டும் போன் பண்ணினான்.. அதே சுவிச் ஆப்.

"எங்க போயிருப்பான்....?.. ஒரு வேளை போலீஸ்ட்ட மாட்டிருப்பனோ...?ஓ காட்.... என்ன பண்றது.....?" என்று யோசித்துக் கொண்டிருக்கும் போதே... மீண்டும்... விவேக்கின் அம்மா போனில் அலைத்தார்... .. இம்முறை அவனின் அப்பா பேசினார்.

"இருங்ப்பா நான் பேசறேன்...."- என்று சொல்லி சட்டென முடிவெடுத்தவனாய் வண்டியை எடுத்துக் கொண்டு கவுண்டம் பாளையம் நோக்கி சென்றான்...... வழி எங்கும் சுற்றும் முற்றும் பார்த்துக் கொண்டே சென்றான்... மனதுக்குள்.. போதை

வழி தெரியாமல் அலைந்து கொண்டிருந்தது..... சாலையில்.. மனித நடமாட்டம் ஆங்காங்கே ஒன்று இரண்டு என்று தென் பட... சாலைவாசிகள்.... சாலையோரத் தூக்கத்தில் வல்லரசு இந்தியாவை கேள்வி கேட்பது போல கேள்விக்குறியாய் வளைந்து கிடந்தார்கள்....... சாலை முழுக்க மஞ்சள் வெளிச்சம் சீறிக் கொண்டு தனிமையில் உதிர்ந்து கொண்டேயிருப்பது போல.. அவன் அதைக் கண்டும் காணாமல் கடந்து சென்றான்.

தேடிக் கொண்டே போனவன், கவுண்டம்பாளையமே போய் விட்டான்......ஆனால், விவேக் மட்டும் கண்ணில் படவேயில்லை....."என்னடா இது..?"- என்று யோசித்துக் கொண்டே மீண்டும்... போன அதே வழியிலியே பின்னோக்கி வந்தான்...வர வர.. கொய்யாத் தோப்பு வழியைத் தாண்டும் நொடியில்...சட்டென்று ஒரு யோசனை வந்தது....வண்டியை நிறுத்தி விட்டு ஒரு கணம் போதையை தெளிய வைப்பதாக தலையை சிலுப்பிக் கொண்டே ஆழமாக யோசித்ததை, திரும்ப நினைவு படுத்திப் பார்த்தான்.

"ஒரு வேளை, சார்ட் கட்ல போறேன்னு இந்த வழியா போயிருப்பானோ...?"-என்று கிட்டத்தட்ட ஒரு முடிவுக்கு வந்தவன்.. மூளைக்குள் பளீரென வெட்டியது.... அடுத்த யோசனை.

"அதான பார்த்தேன்... டிஎஸ் நகர்ல 'வெற்றி' இருக்கான்ல.... அவன் வீட்டுக்கு போயிருக்கான்.....வெங்காயம்.... இதே வேலை... குடிச்சா வீட்டுக்கு போக பயந்துகிட்டு வெற்றி வீட்டுக்கு போய் படுத்துக்கறது...... இருடி....... இன்னைக்கு உனக்கு இருக்கு.. லூசுப்பய.. போறவன் சொல்லிட்டாவது போகணும்....மனுஷன் தூக்கத்தைக் கெடுத்துகிட்டு..."-என்று புலம்பிய மனதோடு... வண்டியைத் திரும்பி கொய்யாத் தோப்புக்குள் விட்டான்.

அதே இருட்டு... வெளிச்சம்... குளிர்... தோப்புக்குள் அடங்கிய ஏதோ ஒன்று அவனைத் துரத்துவதாகவே உணர்ந்தான்..... மனதுக்குள் படரும் பயம் ஒன்று, ஒரு மூடு பனியைப் போல... அவனை சூழ்வதாக அவதானித்தான்.... ஏதோ சரி இல்லை என்று ஒரு வகை உள் உணர்வு அவனை சூழ்ந்து ஒரு வகை பிடிக்குள் அவனைப் பிடித்துக் கொள்ள... அவன் மெல்ல இரு பக்கமும் பார்த்துக் கொண்டே வண்டியை ஓட்டினான்... அது நடுங்கிக் கொண்டே சென்றது...தலை வேறு.... கிண்ணென்று வலிக்கத் துவங்கியிருந்தது.

வேர்த்து புழுங்கி.. வெறி பிடித்த மிருகம் போல.... அங்கே.. ஒரு திண்ணையில் அமர்ந்திருந்த ஒருவனையும்...... அவன் அருகே ஒரு பைக் கீழே கிடந்ததையும் கண்ட வாசு..நெற்றி சுருக்கி, கண்கள் விரித்து நன்றாக கூர்ந்து பார்த்துக் கொண்டே வண்டியை நிறுத்தினான்... அதே சமயம்.. ஒரு பைக் வந்து நிற்பதையும்..அதிலிருந்து ஒருவன் இறங்கி வருவதையும்.. திண்ணையில் அமர்ந்திருந்தவன்... தலையை தூக்கி அர்த்தத்தோடு பார்த்தான்...''இது விவேக் பைக்கேதான்...''என்று மனதுக்குள் முழுமையாக ஒப்புக்கொண்ட சந்தேகத்தோடு...வேகமாக அந்த ஆளின் அருகே கிடந்த வண்டியியை நோக்கி வாசு ஓடுவதற்கும்... பக்கத்து வீதிக்குள் இருந்து இன்னொருவன் ''மச்....சா.....ன்..... ஆள் எஸ்சுடா.. எங்கயும் காணல..'' என்றபடியே தள்ளாடிக் கொண்டு வந்தான்.

''என்ன....டா நடக்.......குது...'' என்று யோசித்த வினாடியில்.. சட்டென்று ஓட்டத்தை நிறுத்தி.. மெல்ல ஒரு வித தயக்கத்தோடு..... நடந்தபடியே அவர்களின் அருகே சென்றான்.. வாசு... அவனை உற்றுப் பார்த்துக் கொண்டிருந்த அமர்ந்திருந்தவனும்.... பேசிக்கொண்டு வந்து... ஒரு ஆள் தங்களை நோக்கி வருவதைக் கண்டு கவனம் திரும்பிய வந்தவனும்... ஒரு சேர ஒருவரையொருவர் பார்த்துக் கொண்டும்.. இப்போது வாசுவை இன்னும் அழுத்தமாக பார்த்தார்கள்.

சட்டென்று வாசுவை நோக்கி இருவரும்..''யார்ரா நீ.. இங்க எதுக்கு வர்ர.. கிளம்பு கிளம்பு...'' என்று மிரட்டிக் கொண்டே வாசுவை நோக்கி முன்னேறினார்கள்.

''அண்ணே.. என் ப்ரெண்ட்டோட பைக் இது.. அவன் இங்கதான் எங்கயோ இருக்கான் போல.. என்னாச்சு.... இன்னும் அவன் வீட்டுக்கு வரல... இங்க எதுக்கு வந்தான்னும் தெரில..... நீங்க அவனையா தேடறீங்க......ஏதும் பிரச்சினையா....என்ன பண்ணினான்.......'' என்று சுற்றும் முற்றும் பார்த்தபடியும் அவர்களை நோக்கி தயக்கத்தோடு பேசிக் கொண்டே நெருங்கியும் விட்டான் வாசு. அவன் உடல் தடுமாறியது. உள்ளுக்குள் எதோ விபரீதம் என்று மெல்லிய பயம் கூட சூடாக புகையத் துவங்கியது.

மூவரும் ஒரு புள்ளியில் அக்கு போல நின்றார்கள்...இரவும்.. காற்றும்....இணைந்து கொண்ட புள்ளியில... கண் சிமிட்டிக் கொண்டிருந்த மஞ்சள் வெளிச்சம், கண்கள் மூடும்.. இருண்மையை சுமந்து கொண்டே விரவிக் கிடந்தது.

“ஓ அந்த நாயி...உன் பிரெண்டுதானா....வா.... வா.... உன்னையும் சேர்த்து,போட்டாதாண்டா.... மனசு ஆறும்.. எங்க கண்ணு முன்னாலயே உன் ப்ரெண்ட் எங்க நண்பனைக் கொன்னுட்டான்டா...விடியறதுக்குள்ள அவன போடாம விட மாட்டோம்..”-என்றபடியே ஒருவன் பாக்கெட்டில் வைத்திருந்த சரக்கு பாட்டிலை எடுத்து திறந்து கப கபவென குடித்தான்.

எதிர்பாராத கணத்தில் பளார் என வாசுவை அறைந்த இன்னொருவன் அடுத்த நொடியில் ஓங்கி வயிற்றோடு மிதிக்கவும் செய்தான்... சற்றும் எதிர் பார்க்காத வாசு.. நிலை கொள்ளாமல் பின்னால் சறுக்கி கொண்டு போய் விழுந்தான்...அவன் கை அன்னிச்சை செயல் போல..வயிற்றைப் பிடித்துக் கொண்டு சுருண்டது... குடித்தவன், பாட்டிலை இப்போது அடுத்தவனிடம் கொடுக்க.. அவன் அதை வாங்கி குடித்துக் கொண்டே “மாப்ள அவன சாவடிடா.... அந்த நாய் வெளிய வரட்டும்...” என்று அடித் தொண்டையில் ஒரு நரியைப் போல... உள் நோக்கி கத்தினான்... அவன் சொல்ல சொல்லவே.... பாட்டிலைக் கொடுத்தவன்...முது பக்கமிருந்து ஓங்கி ஒரு உதை வைத்தான்...ஏற்கனவே போதையில் இருந்த வாசு.. சுருண்டு கிடந்த நிலையை மாற்றி நிமிர்ந்து சுருண்டான்.... வில்லின் இருபக்கமும் வளைவதைப் போல..... அடிபட்ட பாம்பு வளைவதைப் போல... சர சரவென நெளிந்தான்.. கத்தவும் முடியாமல்... வாய்க்குள் காற்று புகுந்த அடைக்காத நிலை ஒன்றில் ஒரு தவம் செய்து நின்றது வலியின் கொடுமை.

“அவன் வரணும்.. அழுகனும்...உன்ன பார்த்து கதறனும்... டேய் பாடு... வெளிய வாடா.. பயந்தாகொள்ளி........” என்று திட்டிக் கொண்டே சராமாரியாக அடித்து உதைத்த இருவரின் தலையும் ஒரு இடத்தில் நிற்காமல் போர்களின் வாளைப் போல அங்கும் இங்கும் ஆடின....இனம் புரியாத வன்மம்.... நுரை தள்ளிய கோபமாய் சுற்றிக் கத்தியது.

தட்டுத் தடுமாறிய வாசு.. கண நேர கைகலப்பில்....எப்படியோ எழுந்து, முட்டித் தள்ளி...மீண்டும் விழுந்து உருண்டு எழுந்து ஓடத் துவங்கினான். அவர்களும் தட்டுத் தடுமாறி வெறி கொண்டு விரட்டத் துவங்கினார்கள்.

அடுத்த வீதியில் இருளுக்குள் வெளிச்சம் கிழித்தவன் போல.. ஒருவன் மது பாட்டிலின் கழுத்தை பெரு விரலுக்கும் ஆள்காட்டி விரலுக்கும் இடையே திருகுபவன் போல பிடித்துக் கொண்டே..... காற்றில்..... ஊஞ்சல் ஆட்டிக் கொண்டு.. ஒரு ராஜா நடையில்..

திராட்சை தோட்டம் கடக்கையில் மிதிப்பவன் போல நடந்து கொண்டே வாசு ஒளிந்து கொண்ட வீட்டை நோக்கி சென்றான்.

அவன்... வாசுவும் விவேக்கும் குடித்துக் கொண்டிருந்த பாரில் ஒரு மூலையில் போனில் யாரிடமோ ஏதோ கோபமாக பேசிக் கொண்டும்.. டேபிளை கையால் குத்திக் கொண்டும்...கத்திக் கொண்டும் குடித்துக் கொண்டிருந்தவன்தான்.

எதிர் சுவரோரத்தில் படுத்துக் கிடந்த நாய் ஒன்று அவனை உற்றுப் பார்த்தது... ஓங்கி கழுத்தோரம் மிதித்து விட்டு கண்களாலே காற்றில் எதையோ எழுதிப் போனான்... நாய் சத்தமிடாமல் முணங்கிக் கொண்டு...இன்னும் சுவரோரம் தன்னை இறுக்கிக் கொண்டது... குறுக்கிய உடலோடு.

கடக்க முடியாமல் தத்தளித்துக் கொண்டிருந்த மணித்துளிகளை பெரும் கோபம் கொண்டு அள்ளி வீசிக் கொண்டே சென்றவன் ஓங்கி உதைத்ததில்... ஏற்கனவே அவசரத்துக்கு திறந்திருந்த கதவு... மீண்டும்.. அவசரமாகவே திறந்து கொண்டது... திறந்த கதவுக்கு நேராக இடப்பக்கம் நீட்டிக் கிடந்த கட்டிலில் இருந்து .. திக்கென எழுந்தமர்ந்தார்கள்... விவேக்கும்.. அந்த பெண்ணும்.

இருவரும் என்ன செய்வதென்று புரியாமல் பார்க்க... பார்க்க... இருவரையும் மாறி மாறி பார்த்த... அவன்... நொடிக்கும் குறைவான யோசனை கொண்டு..... கையில் வைத்திருந்த பாட்டிலால்... அவளின் மண்டையில் ஓங்கி சலாரென அடித்தான்... அடித்து எடுத்த நொடியில்..உடைந்த பாட்டிலை விவேக்கின் கழுத்தில் குபுக்கென்று ஏத்தினான்....விவேக்கும் அந்தப்பெண்ணும்.. ஒன்றும் புரிய முறற்படாமலே.. ரத்த வெள்ளத்தில் ஆளுக்கொரு பக்கம் பிரிந்து சரிந்தார்கள்.... பீறிட்ட ரத்தம் கண்டு.. பின் வாங்கிய அடித்தவன்... தலையை பிடித்துக் கொண்டு அந்த அறையே சுற்றுவதாக சுற்றினான்.... சுயம் திரும்பிய ஏங்கல் போல... குபுக்கென்று வாந்தி எடுத்தான்....அவன் கோபங்களைப் போலவே சற்று முன் வரை குடித்த மது.. நிறம் மாறி தெறித்தது.... அழுகையை முட்டிக் கொண்டு அடக்கினான்.... பயத்தை முடிந்த மட்டும்... பிதற்றினான்...அறை முழுக்க கத்தும் நிர்வாணங்களை மது கொண்டு தெளித்திருந்த அவன் நடை கடக்கவே முடியாமல் ... சுழன்றது....அவன் உடல் நடுங்கிக் கொண்டே இருந்தது.. தொடர்ந்து வாந்தி எடுத்துக் கொண்டேயிருந்தான்... உற்றுப்பார்க்க முயற்சிக்கும் கண்களில் இரு பிணங்கள் ரத்தம் சொட்டிக்

கொண்டேயிருக்க.. டேபிளில் கிடந்த அவளின் புடவையை சட்டென்று எடுத்து கழுத்துக்கு சுருக்கு போட்டு மின்விசிறியில் கட்டி தொங்கி விட்டான்.......கால்கள் உரசும் வலி கொண்ட வழியில்... பல்லைக் கடித்து பல் உடைந்து தெறித்து கீழே சரிந்து கிடக்கும்...அவன் மனைவியின் காலுக்கடியில்... ஒரு முத்தைப் போல உருண்டது. பின் அடங்கியது. அந்த அறை பிணங்களில் நிறைந்தது.

அப்படி இப்படி என்று கொய்யாப் தோப்பு விட்டு வெளியே ஓடி வந்த வாசு.. சரியாக, எதிரே வந்து கொண்டிருந்த போலிஸ் பைக்கில் மோதி சரிந்து சாய்ந்தான்...

விழுந்தவன் சற்று தன்னை சரி செய்து கொண்டே பின்னோக்கி எழுந்து.. நிற்க முயற்சிக்க..அதற்குள் வண்டியை விட்டு இறங்கிய, பின்னால் அமர்ந்திருந்த போலிஸ்...அவனை உற்றுப் பார்த்தபடியே "டேய் இங்க வா.... குடிச்சிருக்கியா.. குடிச்சிட்டு... இந்த நேரத்துல இங்க என்ன பண்ற..?".என்ற படியே வாசுவின் அருகே போனார்.

நிழலைப் போல விழுந்த கண்கள் திறக்க.... மனதுக்குள் பயம் கொண்டு...படபடப்பும். பரிதவிப்பும்...கலந்து...." சார்.. என் பிரெண்டு...... அங்க..... உள்ள... மாட்டிகிட்டான்... அடிக்கறாங்க சார்.. கொலை பண்ணப் போறேன்னு மிரட்டறாங்க. சார்.. காப்பாத்துங்க.. சார்....'-என்று வாசு தள்ளாடிக் கொண்டு... மிரண்டபடி சொல்ல சொல்லவே...."நான் என்ன கேக்கறேன்.... நீ என்ன உளர்ற..." என்றபடியே பளார் என ஓர் அறை விட்டார்.... அருகே போன போலிஸ்கார்.

வண்டியியை ஓட்டிக் கொண்டு வந்த சக போலீசிடம்...."சார்... நல்லா குடிச்சிருக்கான் சார்... உளர்றான்...... ஸ்டேசனுக்கு கூட்டிட்டு போய்...விடியற வரை ஜட்டியோடு உக்கார வெச்சாதான் சரியாகும் சார்..."என்றபடியே வாசுவின் கழுத்தைப் பிடித்து ஒரு தள்ளு முன்னோக்கி தள்ளினார்... காவல் தெய்வம்.

"அயோ இல்ல ... சார்... உங்களுக்கு புரியல...என் பிரெண்டு... உள்ள மாட்டி....."அவனை அதற்கு மேல் பேச விடாமல்..."அடிங்...... புரியலையா....?யாருக்கு...?" என்றபடியே பைக்கில் உட்கார்ந்திருந்த போலிஸ், உட்கார்ந்தபடியே எட்டி, கையை நீட்டி 'பளார்' என ஒரு அறை விட.....தலை சுற்றி கன்னம் ஜிவ்வென்று வீங்குவதை தடவிக் கொண்டே உணர்ந்த வாசு... சொல்லாததையும் மறந்தவன் போல... அழுகை அடக்கினான்.

மனதுக்குள் ஒரு வகை இருள் மிதந்தது. இருள் அப்பிய குதர்க்கத்துள் நிர்வாணம் சுமந்த மனதோடு அவனையே நொந்து கொண்டு ஒரு திருட்டுப் பூனையைப் போல குறுகி நின்றான் வாசு.

போலிஸ் ஸ்டேசனுக்குள்... ஜட்டியோடு உட்கார்ந்திருக்கும் காட்சியை முடிந்தளவுக்கு நினைவுக்குள் கொண்டு வர கூடாது என்று தடுத்த பின்னும் அது அங்கேயே போய் நிற்க... மனதுக்குள் இருந்த திராட்சை தோட்டத்தை இல்லாத நரிகள் கடித்து குதறின.

"சார்.. இல்ல சார்.. நிஜமாவே என் பிரெண்டு..."

மீண்டும் விழுந்தது.. அடி.... ஒருவர்.. போனில் பேசிக் கொண்டிருக்க.. ஒருவர். தண்ணீர் குடித்துக் கொண்டே.. அறையை பிசகாமல் கொடுத்தார்.

"நைட் ஒரு மணிக்கு குடிச்சிட்டு நடு ரோட்ல ஓடிகிட்டு திரியற..நாயி, பிரெண்டு.. ஆட்டுக்குட்டின்னு கதை விட்டுகிட்டு இருக்க.. அடிச்சே கொன்னுடுவேன்... மரியாதையா இருக்கறத குடுத்துட்டு ஓடிப் போய்டு....... இல்ல...பின்னால ஜீப் வருது... அள்ளிட்டு போய்டுவாங்க....கிறுக்குப்........."-என்று முடித்தும் முடியாமலும்... பாட்டில் நீர் கொண்டு முகம் கழுவினார்...காவல் தெய்வம்.

அப்போதுதான் புரிந்தது வாசுவுக்கு.... பாரில்... விவேக்கும் தானும்... ஆளுக்கொரு நூறு ரூபாயை போலிசுக்கென்று பின் பாக்கெட்டில் எடுத்து வைத்தது ஞாபகம் வந்தது...வேக வேகமாய் எடுத்து... எட்டாய் மடித்து வைத்திருந்த நூறு ரூபாய் தாளை... பிரித்தும் பிரிக்காமலும் நீட்ட..... சுற்றும் முற்றும் பார்த்துக் கொண்டே....' மரமண்டை...' என்று முணங்கிக் கொண்டு.. "ஓடு... ஓடி போய்டு.....காலைல வந்து கம்ப்ளைன்ட் குடு"-என்று வாங்கிய பணத்தை கசக்கி பேன்ட் பாக்கெட்டில் வைத்தபடியே, வாய்க்குள்ளேயே பேசினார்.. காவல் தெய்வம்.

காவல் தெய்வத்தை உற்று பார்த்த வாசு...விழுந்த கண்ணீரைக் கண்டு கொள்ளாமல் அங்கிருந்து... தப்பித்தோம்.. பிழைத்தோம் என்று வேகமாக ஓடினான்...... சற்று முன் நடந்த தள்ளு முல்லுவில், தன்னுடைய செல்போனும்.. எங்கோ விழுந்து விட்டதை மீண்டும் நினைவு படுத்திக் கொண்ட வாசு.."இப்போ.. டிவிஎஸ் நகர்க்கு போய்...பிரெண்ட்கிட்ட சொல்லி பசங்கள கூட்டிட்டு வரணும்.. விவேக்குக்கு என்ன ஆச்சுனு தெரியல...

அவன காப்பாத்தனும்.... விடியறதுக்குள்ள இந்த பிரச்சனையை சால்வ் பண்ணனும்...... ஓ கடவுளே.. இந்த சனிக்கிழமை இப்படியா இருக்கனும்...'' மனதுக்குள் வார்த்தைகள்... பயத்தை நினைவுகளாக விதைத்துக் கொண்டே...இருக்க...,நடந்து கொண்டும்... ஓடிக் கொண்டும்... சுற்றும் முற்றும் பார்த்தான்.... கண்ணில் ஒரு வண்டி.. கூட தென்படவில்லை... ஒரு மனித தலை கூட தெரியவில்லை.... அந்த இரவு ஒரு காடு போல.. விரவிக் கிடந்தது....திறந்திருந்தும் கட்டியது போல இருண்டது கண்கள்.... அவமானம்... அசிங்கம்.. பயம்... கொலை மிரட்டல்... இந்த பூமியே அவனை உதறியது போல.. நம்பிக்கை இல்லாத புள்ளியில்... அவன் மட்டும் சுழல்வது போல நுரைத்துக் கொண்டே இருந்த மூளையோடு நடத்து கொண்டே இருந்தான்.

''டிவிஸ் நகர்...க்கு மீண்டும் கொய்யா தோப்பு வழியாக போக முடியாது.... கவுண்டம் பாளையம் போய்தான் போக முடியும்.. இன்னும் ஐந்து கிலோ மீட்டர் நடந்து போவது சத்தியம் இல்லை இப்போது.... பக்கத்தில் ஏதாவது ஒரு வீட்டைத் தட்டி விட வேண்டியதுதான்.... திருடன் என்று அடிக்க வந்தால் வந்து விட்டால் என்ன செய்ய''- என்று யோசிக்க யோசிக்க... கடவுள்... வழியைக் காட்டி விட்டார்... சாலையோரம் ஓர் ஆட்டோ ...நின்றிருந்தது....ஆட்டோவைக் கண்ட கண்களில் சிறு பிரகாசம்... வேகமாய் மூச்சிரைக்க அருகில் சென்று உள்ளே பார்த்தான்...வாசு.

ஆட்டோகாரரர்... தலை கவிழ்ந்து தூங்கிக் கொண்டிருந்தார்.

எழுப்பினான்.. எழுப்பினான்.. எழுப்பினான்.. எழுப்பினான்.

அதே பாரில் ஓர் ஓரமாய் நின்றபடியே குடித்துக் கொண்டிருந்த ஆட்டோக்காரரர்தான்.... அவர்.

எத்தனை எழுப்பியும்... ஆட்டோக்காரரால் எழ முடியவே இல்லை... கெஞ்சிப் பார்த்தான்.. கேட்டுப் பார்த்தான்... சொல்லிப் பார்த்தான்.

அவருக்கு கேட்கவே இல்லை... பிணம் போல தூங்கிக் கொண்டிருந்தார்.

சட்டென வந்த யோசனைக்கு பின் அந்த ஆட்டோக்காரரை, ஆட்டோவிலிருந்து மெல்ல இழுத்து வெளியே படுக்க வைத்து விட்டு...அவனே ஆட்டோவில் அமர்ந்து ஓட்டத் துவங்கினான்.

ஓட்டி அனுபவமில்லாத வண்டி... அப்படி இப்படி என்று உறுமி.. கத்தி ஒரு வழியாக அலைபாய்ந்து, போக போக..... சற்று குழி போல இருந்த இடது பக்கம் அவனையும் மீறி நுழைந்து விட்டது.. போக, போக இடது பக்கம் முழுக்க கட்டுப்பாடின்றி போய் விட்ட ஆட்டோ எதிலோ ஏறி ஏறி ஏறி..... ஏறி...... ஏறி........ இறங்கிக் கொண்டு பின் ஒரு வழியாக வலது பக்கம் தடுமாறி கீழிறங்க..அதற்குள்... உயிர் போகும் ஓலங்கள்... அங்கே, அந்த இடத்தில் காற்றில் கரைய... வண்டியை ஒரு கம்பத்தில் முட்டி நிறுத்தி விட்டு..கவிழ்ந்த தலையை கஷ்டப்பட்டு மேல் தூக்கி கண்களைத் திறந்து கொண்டு.. கீழே இறங்கி தடுமாறிக் கொண்டே அதே ஆட்டோவில் சரிந்து நின்றபடியே, என்ன நடக்கிறது என்று கவனத்தை குவித்துப் பார்த்தான். இடது பக்கம்.. சாலையோரத் திண்டில் படுத்திருந்த ஒரு குடும்பம் கத்திக்கொண்டும் செத்துக்கொண்டும் இருந்தது. அப்போதுதான் உணர்ந்தான்.

அந்த, ஏறி..... ஏறி.... ஏறி.....இறங்கியது, தூங்கிக் கொண்டிருந்த உடல்கள் மேல்... ஆட்டோ ஏறி இறங்கியது என்று.

நெஞ்சில் கை வைத்து கத்திக் கொண்டே சரிந்தான் வாசு... ஒரு குடும்பத்தின் மரண ஓலம்... நிறமற்ற இரவை இருட்டாக்கியது போல...ஓர் அசரீரியாய் தெறித்தது.

அதன் பிறகு, கேஸ்... போலிஸ் ஸ்டேசன்... நண்பன் மரணம்... செய்தி...... விவாதம்... வீட்டில் நிம்மதி இல்லாமை.. மன உளைச்சல்... என்று இந்த இரண்டு வருடங்களில் வாசு...செத்தே போயிருந்தான். இன்று உறுதி செய்து கொண்டான். அவன் தூக்கில் தொங்கிக் கொண்டிருக்கும் அறையில் ஒரே ஒரு பாட்டிலில்... பாதி மது இன்னமும். ரத்தமாய் உறைந்து இருந்தது...ஒரு ரத்தப் பசியைப் போல.

திராட்சை தோட்டம்.. இன்னும் இரவுக்காட்டில் ஒளிந்து கொண்டுதான் இருப்பதாக மஞ்சள் வெளிச்சம்... சொல்லிக் கொண்டே இருக்கிறது....... பசியின் நீட்சியைப் போல...

யுத்தன்

கதவு தட்டப் பட்டது.....

கண்கள் எரிய... மெல்லத் திறந்தவன்... கதவு விரிய பார்த்தான்..... திரும்பி மேசையில் இருந்த கடிகாரத்தில் நேரம் பார்த்தான்...

"ஓ...வெண்பனி வந்துட்டா போல....."- என்று மனதுக்குள் துள்ளிய காலத்தை திறந்தபடியே எழுந்து ஓடிச் சென்று கதவைத் திறந்தான்..... ஒரே மூச்சில்.

கதவைத் திறந்த கனவைப் போல.. காலை மலரென பூத்து நின்றிருந்தாள் வெண்பனி...

"இவள் மட்டும் எப்போதும் எப்படி இத்தனை மலர்ச்சியாக இருக்கிறாள்"- என்று நொடிக்கும் குறைவான நேரத்தில்...... புன்னகை அள்ளி அணைத்து..... தூக்கி வந்து கட்டிலில் போட்டான்.

"கனவு மாதிரி இருக்குடி......"- என்றான் யுத்தன்.

"சரி.... கனவா இருந்தாலும்... பல்லு விலக்கனும்.. பேபி.... முதல்ல போய் குளிச்சிட்டு வா..."என்றாள்.... வெண்பனி, சிரித்துக் கொண்டே.

காலை வெயில்......ஜன்னல் தாண்டி தன்னை சிதறலாக்கிக் கொண்டிருந்தது. அதே சூரியன்...... அதே வெயில்...... ஆனாலும் புதுக் கீற்று. மனம் பொங்க.. அவளையும் தூக்கிக் கொண்டு குளியலறைக்குள் சென்றான்....யுத்தன்.

"அய்.....யோ.... இப்பவே ஆரம்பிச்சா.. இன்னைக்கு பகல் முழுக்க நான் செத்தேன்.." என்றாள், உடலை விரித்து......

அதன் பின்னான வார்த்தைகளை ஷவர்..... பேசிக் கொண்டது. கதவின் அசைவு..... கேட்டுக் கொண்டது. காதலின் சொர்க்கத்தை அவர்கள்.. குளியலறையிலிருந்து திறப்பதாக அறைக்குள் அரசல் புரசலாக அலையும்... காமம்.....காது பொத்திக் கேட்டுக் கொண்டது... அல்லது வாய் பொத்தி பேசிக் கொண்டது.

தலை துவட்டியவள்... தாடி பிடித்திழுத்தாள். கூந்தலுக்குள் நுழைந்த கைகளில்...மலர் கூட்டம்.. விதைத்தான்.

பார்த்த நான்கு கண்களும்... பதறியது... திடும்மென முளைத்த கண்ணீரின் சூடு.....இறுக அணைத்துக் கொள்ளத் தூண்டியது... யுத்தனின் நெஞ்சில் சாய்ந்து கொண்டாள், வெண்பனி. சாய்ந்த அவளை.... இன்னும் சாய்த்துக் கொண்டான் யுத்தன்.

"சரி... நாமளும் கேட்டுப் பார்த்தோம்.. கெஞ்சிப் பார்த்தோம்... உங்க வீட்ல ஒத்துக்கற மாதிரி தெரியல..... வேற வழியில்லாமதான் இந்த முடிவுக்கு வந்ருக்கோம்...... இல்லையா...?"-என்று அவளின் முகம் தூக்கி நெற்றியில் நிறங்களின் கனவைப் போல முத்தம் வைத்தான் யுத்தன்.

சத்தம் இன்றி தனை எக்கி அவன் கன்னம் கடித்தவள்......."ம்ம்ம்......" என்று தலை ஆட்டினாள்.

மௌனம் புரண்ட நொடிகளைக் கலைத்தான் யுத்தன்...

"வீட்ல என்ன சொல்லிட்டு வந்த....?"

"கல்யாணம் பண்ணிக்க போறோம்னு சொல்லல... சென்னைல தங்கச்சி கூட தங்கி வேலை தேடிக்க போறேன்னு சொன்னேன்..."

"நம்புனாங்களா....?"

"நம்பற மாதிரிதான் இருந்தாங்க...பாப்போம்...... சரி.. எப்போ என்னை கட்டிக்க போற....."-என்று கேட்டாள்..... இதழை சுழித்து.

"இப்பவே கட்டிட்டுதான இருக்கேன்....." என்றான் பட்டென்று அந்த இதழைக் கடித்து.

"என்ன அம்மாவாக்காம விட மாட்ட போல..."என்று சொல்லி முகம் பொத்திக் கொண்டாள்.... வெண்பனி.

"அதுக்குதான இந்தப் பிறவியே....... பெண்ணே ..... வா... பகல் முழுக்க சம்போகித்துக் கிடக்கலாம்... எவனாது ஒளிந்து நின்று பார்த்து கவிதை செய்யட்டும்" என்று சொல்லி செந்தமிழ் கண்ணடித்தான்.

"பா.....வி.... இரு........!?"-என்று போலியாக நாக்கு கடித்தபடியே எழுந்து சென்று கொஞ்சம் திறந்திருந்த ஜன்னலையும் இழுத்தடைத்தாள்.

"வீடு மாதிரியா இருக்கு.. லூசு.. பாரு...." என்று வீட்டை ஒரு முறை தன் உடலால் சுற்றிப் பார்த்தாள்.

"ஒட்டடை அடிப்பது பிறகு......" என்று சொல்லி...காதுக்குள்.. ஏதோ கூற ...."அயே.. சீ போடா...."-என்று சிரித்துக் கொண்டே... வெட்கம் தாங்காமல்... சமையல் அறைக்குள் ஓடினாள் வெண்பனி.

வெங்காயம் வெட்டினாள்....காய்கறிகள் வெட்டினாள். அந்த வீடே மணம் வீசியது. பெண்ணின் வாசம் புகுந்து விட்டால் வீட்டுக்குள் சொர்க்கம் வந்து விடும் என்று எழுதி குவித்த வரியின்...... தொடர்ச்சியை அவளின் முதுகில் விரலால் வருடி சொன்னான். நெளிந்து திரும்பியவள்.. அவனின் தோள் சரிந்து...... கேரட்.. துண்டை தன் வாயால் அவன் வாயில் திணித்தாள்... இருவரின் கண்களும் இன்னும் ஆழமாக பார்க்க பார்க்க... அவளின் முகம் மெல்ல ஏதோ ஒரு வட்டத்துக்குள் சுழலுவதைப் போல அவள் உணர உணர..... பட் பட்டென்று கதவு தட்டப் பட்டது...

கதவு வேகமாய் தட்டப் பட்டது.....

கண்கள் எரிய... பட்டென்று விழித்தவன்..."ஓ... எல்லாம் கனவா.....?" என்று முணு முணுத்தபடியே கதவு விரிய பார்த்தான்..... திரும்பி மேசையில் இருந்த கடிகாரத்தில் நேரம் பார்த்தான்.

"ஓ...வெண்பனி நிஜமா வந்துட்டா போல....."- என்று மனதுக்குள் துள்ளிய காலத்தை திறந்தபடியே....." எழுந்து ஓடிச் சென்று கதவைத் திறந்தான்..... ஒரே மூச்சில்.

"தம்பி..... தண்ணி வருது....."- என்று சொல்லிப் போனாள் வெளியே நின்றிருந்த பக்கத்து வீட்டு பாட்டி.

கணம் ஒன்றில்.. ஸ்தம்பித்து.... நிதானித்து...... தூக்கத்திலிருந்து முழுவதுமாக வெளியேறியவன்....." இன்னும் வரல பிசாசு....." என்று சாலையைப் பார்த்தபடியே தண்ணீர் பிடிக்க ஆயத்தமானான் யுத்தன்.

நேரம் ஓடத் துவங்கியது.. அதன் போக்கில்....

நேரம் ஓட ஓட...... மனதுக்குள் ஏதோ சரி இல்லை என்பது தட தடத்து வலுத்தது. அலைபேசியை எடுத்து வெண்பனிக்கு அழைத்துப் பார்த்தான்.... நாட் ரீச்சப்ள்......

ஏதோ யோசித்தவனாக அவளின் குறுஞ்செய்திகளை........ ஒவ்வொன்றாக பார்த்தான். நேற்று...... மாலை அனுப்பிய செய்திகள்.. அவனின் பயத்தை உறுதி செய்தது.

"இரவு கூட பேருந்தில் இருப்பதாகவும்... இருவருக்கும் பிடித்த 'வண்ணம் கொண்ட வெண்ணிலவே' பாடல்.. பேருந்தில் ஒலிப்பதாவும் செய்தி அனுப்பினாளே... கணக்குப் படி பார்த்தால்.. அதிகபட்சம் 9 மணிக்குள்ளாவது வந்திருக்க வேண்டும்..... மணி 12 ஆகிறது... என்னாச்சு....?!"- அவனுக்குள் உதறல்... பின் பின்னாக யோசிக்க வைத்தது. புள்ளியற்ற வளைவுகளில் திரும்பவும் வளைந்து..... அங்கேயே வந்து விடுவது போல உணர்ந்தான்.

பட்டென்று... சென்னையில் இருக்கும்... வெண்பனியின் தங்கை சைதன்யாவுக்கு அலை பேசினான்....

"இன்னும் வரலியா மாமா...ஏன் மாமா.. ஏதும் ப்ரோப்ளமா.... என்னாச்சு...."என்று அவள் படபடக்க......

"ஹே.. ஒன்னும் இல்ல... நான் பாத்துக்கறேன்...... ஒருவேளை பஸ் லேட்டாகிருக்கலாம்.... இன்னும் கொஞ்ச நேரம் பார்த்துட்டு... நானே லைன்ல வரேன்.. அதுக்குள்ளே நீ ஊருக்கு போன் பண்ணி... ஒருவேளை.. வீட்ல இருக்காளானு கன்பாம் பண்ணேன்...." என்றான், படபடப்பை அடக்கிக் கொண்டு.

அடுத்த பத்து நிமிடங்களில்.... சைதன்யா அழைத்திருந்தாள்.

"மாமா.. அவ சென்னை வர்றன்னு சொல்லி நைட் கிளம்பினது... நிஜம்.. ஆனா.. இங்க வராம உங்கள பார்க்க வர்றதுதான் அவளோடு திட்டம்... சோ........."

அதற்கு மேல் என்ன சொல்வதென்று தெரியாமல்...... மௌனமானாள், சைதன்யா.

நிலைமையை புரிந்து கொண்டவனாக........"சரி ஒன்னும் பயப்படாத..... அமைதியா இரு.... நான் பாத்துக்கறேன்.... எங்கியும் போயிருக்க மாட்டா.. எதோ விளையாடற மாதிரி தோணுது...... இப்போ போன் வை..... நான் மறுபடியும் பேசறேன்.." என்று அலைபேசியை அணைத்து விட்டு ஆழ்ந்த யோசனையில் மூழ்கினான்.... யுத்தன்...

"எங்க போயிருப்பா.. யாராவது கடத்திருப்பாங்களா.... ஏதும் அக்சிடெண்டா... இல்ல..... லூசு விளையாடுதா....?...... கடவுளே... பிரச்சினை பெருசானா கஷ்டமாச்சே... இப்ப என்னதான் பண்ண......?"- தானாக புலம்பியவன்....தன் நண்பன் ருத்ரனுக்கு அலைபேசி விஷயத்தைக்...கூறினான்...

"போன் பண்ணி பாத்தியாடா....." என்றான், ருத்ரன்... ஆரம்பத்தின் புள்ளியில் இருந்து.

"எல்லாம் பண்ணிட்டேன்டா.. நாட் ரீச்சப்ள்ன்னு சொல்லுது... எனக்கென்னமோ பயமா இருக்குடா.. கொஞ்சம் வீட்டுக்கு வாயேன்.." என்றான், யுத்தன்...படபடத்தபடியே...

"என்னண்ணே... ....யுத்தண்ணே வீட்டுக்கு டிஸ்டப் பண்ண போற மாதிரி இருக்கு........."- என்று நமட்டு சிரிப்பு சிரித்த சைக்கிள் கடைக்கார பையனைப் பார்த்து......சற்று நின்று... அவன் கூறியதை மீண்டும் ஒரு முறை அசை போட்டு..."என்னடா..... டிஸ்டப்"- என்றான் ருத்ரன், குழம்பிய ஆவலுடன்.....

"சும்மா தெரியாத மாதிரி கேக்காதிங்க..."-என்று முணங்கிக் கொண்டே..."காலையிலயே ஒரு பொண்ணு யுத்தண்ணே வீட்டுக்குள்ள போச்சில்ல...தெரியாதாக்கும்...."என்று சொல்லி கண்ணடித்தான்......

கணத்தைக் கடந்த வேகத்தில்.. இன்னும் வேகமாய் குழப்பத்தோடு ஓடி வந்து வீட்டுக்குள் நுழைந்தான் ருத்ரன்...

விஷயம் கேட்டதும்... மீண்டும் இருவரும் சைக்கில் கடைக்கார பையனை நோக்கி ஓடி வந்து மூச்சிரைக்க நின்று...

பர்சில் இருந்த போட்டோவை காட்டி... “இவளையா வீட்டு வாசல்ல பார்த்த.....”என்று கேட்டான் யுத்தன்...

அவன் மூளை...மடிப்புகளை விட்டு எட்டிப் பார்ப்பது போல உணர்ந்தான்...

சற்று உற்றுப் பார்த்த பையன்......”ஆமாண்ணே இவுங்கதான்... அதும் இதே ட்ரெஸ்லதான் இருந்தாங்க...”என்றான் கண்கள் விரிய...

“நானும் உன்னோடு சேர்த்து நீல வண்ண பைத்தியம் ஆகிட்டேன்டா”- என்று வெண்பனி என்றோ கூறியது சட்டென நினைவுக்குள் வந்து மினுங்கியது.... நீல வண்ண விரிப்புகளாக......

இருவரும்.... வீட்டுக்குள் அங்கும் இங்கும் தேடினார்கள். வீதியில்...... வேறு யாரின் வீட்டிலாவது இருக்கிறாளா...என்று நோட்டம் விட்டார்கள்.. விளையாடுகிறாளோ... இல்லை ... ஏதாவது குழிக்குள் விழுந்து விட்டாளோ.... ?...எங்கு போயிருப்பாள்......!

வீட்டுக்குள் நுழைந்ததாக அவன் சத்தியம் செய்து கூறுகிறான்.... அவன் பொய் சொல்ல வேண்டிய அவசியம் இல்லை..

யுத்தன் குழம்பி சோபாவில் சாய்ந்து அமர்ந்தான்...

“மச்சான் பயப்படாம இரு.. நான் வீடு வரைக்கும் போயிட்டு வந்தறேன்... பாப்போம்... கொஞ்சம் வெயிட் பண்ணி பாரேன்..... வேற பிரெண்டு யாரையாவது பாக்க போயிருக்கலாம்..... சாயந்தரத்துக்குள்ள வரலன்னா அப்புறம் வேற ஏதாவது யோசிப்போம்”-. என்றபடியே வெளியே கிளம்பி சென்றான்... ருத்ரன்...

அலைந்து திரிந்த மனதுக்குள் பயம் அரூபம் விதைக்க... அவனையும் அறியாமல் அசந்து தூங்கி போனான்....யுத்தன்...அது ஒரு பேய் தூக்கம்....

வெண்பனியும்.. யுத்தனும் வீட்டில் ஒட்டடை அடித்தார்கள்.. அவ்வப்போது கட்டிப் பிடித்துக் கொண்டார்கள்.. முத்தமிட்டார்கள்.. அலமாரியில் புத்தகங்களை அடுக்கி

கவிஜி ஊதா நிறக் கொண்டை ஊசி கதைகள் 139

வைத்தார்கள்... வீடு முழுக்க. வெண்டைக்காய் புளி குழம்பு வாசம்... கம கமத்தது......

நீல வண்ண உடையில்.... ஓடை கடந்த வெயிலென வேர்த்து.. முத்துக்கள் கொட்டினாள் வெண்பனியும்...

"இன்னைக்கே இதெல்லாம் பண்ணனுமா......" கொஞ்சலோடு கேட்டான் யுத்தன்..

"வீடுங்கறது கோயில் மாதிரி இருந்தா தான்..... காதலும்.. கலவியும் கடவுள் மாதிரி நிரம்பும்"- என்று சொல்லி நாக்கு கடித்தாள் வெண்பனி...

வீடு முழுக்க ஓடிப் பிடித்து விளையாடியதில்.. யுத்தன் கீழே விழ அவன் மீது.. ஏறி அமர்ந்த வெண்பனி.. அவனின் கழுத்தில் கை வைத்து அழுத்தினாள்...

"உன்னைக் கொன்று தின்ன போகிறேன்.....மனிதா'- என்று காதுக்குள் கிசுகிசுத்து...தன் முகத்தை இன்னும் பெரிதாக்கி அவன் அருகே வந்து ஆ..... "என கத்த கழுத்திறுகி.... மூச்சு திணறி...கால் உதறி... உடல் அசைக்க முடியாமல்..... புரண்டு.. நீருக்குள் இருந்து வெளியே வந்து மூச்சு கொட்டுபவன் போல படக்கென்று எழுந்து அமர்ந்து அடித் தொண்டையில்..... வறட்டு சப்தத்தை சிதற விட்டான்...

அந்த அறை எங்கும்..... நிஷப்தம் அவனை நெருக்குவதாகப் பட்டது.... சுற்றும் முற்றும் பார்த்தான்.... வெண்டைக்காய் புளிக் குழம்பு வாசம்.. இன்னும் அடித்துக் கொண்டிருந்தது. பட்டென்று ஏதோ தூண்ட.... எழுந்து சென்று அறை முழுக்க பார்க்க.. நேற்று வரை கலைந்து கிடந்த புத்தகங்கள் அலமாரியில் அடுக்கி வைக்கப் பட்டிருந்தன. வீடு முழுக்க தொங்கிக் கொண்டிருந்த ஒட்டடைகள்.. சுத்தமாக்கிப் பட்டு.. பளிச்சென இருந்தது வீடு......

"என்னடா சொல்ற..... அப்போ.. கனவுல நடந்தது நிஜம்ங்ரியா" என்றான்.. ருத்ரன்...அவன்... தலை சுற்றுவது போல.. உணர்ந்தான்...

நிஜமா பொய்யான்னு தெரில..... ஆனா.. இந்தக் கனவுக்கும்.. வெண்பனி காணாம போனதுக்கும் ஏதோ சம்பந்தம் இருக்கு... பாரு... கனவுல சுத்தம் பண்ணி வீடுதான் இது... நான் ஒட்டடை அடிக்கவே இல்லையே... கனவுல அடுக்கி வெச்ச புத்தகம்தான்

இது....பாரு... நான் அடுக்கி வைக்கவே இல்லையே.... பாரு... பாரு "-என்று வீட்டையும் அலமாரியும் சுற்றி சுற்றி சுட்டிக் காட்டினான்... யுத்தன்.. அவன் முகம் பட படத்துக் கொண்டிருந்தது...

'என்னடா நடக்குது' என்று சுற்றும் முற்றும் பார்த்தபடி யுத்தனையே பார்த்துக் கொண்டிருந்தான் ருத்ரன்...

"அதுமட்டுமில்ல. கனவுக்குள்ள வெச்ச வெண்டக்காய் குழம்பு வாசம் வெளியவும் எப்டிடா வீசும்.. என்னால உணர முடியுதே.... சம்திங் ராங்டா.... ஏதாவது பண்ணு..."- பயத்தில் சோபாவில் ஓரமாய் அமர்ந்து வீட்டையே வெறித்தான் யுத்தன்...

சற்று நேரம் மௌனமாய்.... நடந்த எல்லாவற்றையும் வரிசையாக உள்ளுக்குள் அடுக்கி யோசித்த ருத்ரன்.. ஒரு முடிவுக்கு வந்தவனாக..."சரி டா.. நான் நம்பறேன்..... சரி... கனவுல...... வேற என்னெல்லாம் பார்த்த சொல்லு"- என்றான்.... அவனின் கேள்விக்குள்.. அதீத ஆர்வத்தின் தேவையும் இருந்தது.. ஒரு துப்பறிவாளன் போல... அவனின் ஆய்வு மொழியும் இருந்தது...

"ம்ம்ம்..."-என்று தலை கவிழ்ந்து யோசித்த யுத்தன்...."வேற எதுவும் ஞாபகம் வரலடா..." என்றான் இயலாமையின் காகிதமாக...

அவனின் காது விடைத்து.....திரும்பிய நொடியில்... ... கனவுக்குள் ஓடிய வெண்பனியின் கொலுசொலியை நன்றாக அவனால் கேட்க முடிந்தது..

"பாரு பாரு.. கேளு கேளு.. கொலுசொலி கேக்குதே" என்றான், பதட்டத்துடன்......

சுற்றும் முற்றும் காதால் பார்த்த ருத்ரன்..... அவனும் பதறி.. ஆனால் அடுத்த நொடியே நிதானத்தை வலுக்கட்டாயமாக வரவழைத்துக் கொண்டு..."டேய் கொஞ்சம் அமைதியா இரு. நீ ரெம்ப குழம்பிருக்க....கொஞ்சம் ரெஸ்ட் எடு..... நாம மார்னிங் பேசுவோம்.. ஆனா நைட் கனவு வந்தா கொஞ்சம் கவனி.. உத்து கவனி..."என்றான்.... ஏதேதோ சிந்தித்தவனாக...

சட்டென அவனை உற்றுப் பார்த்த..... தலைக்குள் ஏதோ ஓடுவதாக உணர்ந்த யுத்தன்..."என்னது...கனவை கவனிக்கறதா.... கனவை எப்டிடா கவனிக்கறது...?!!"- என்றான்.. குழம்பிய பாஷையில்...

"முடியும்.... லூசிட் ட்ரீம்ஸ் மாதிரி... கனவை உன் கட்டுப்பாட்டுக்குள்ள எடுத்துக்கறது...... நீ பிளான் பண்ணி கனவு காண்பது..... அதாவது... கனவுக்குள்ள ஏற்கனவே பார்த்த உன்னையும்... வெச்சு... ஒரு சினிமா மாதிரி நீயே பாக்கறது...... அப்போ ரெண்டு பேரோட உடல் மொழி கவனி..பின் புலத்துல என்னெல்லாம் இருக்குனு பாரு.. இந்த வீடு தானா..எந்த சூழல்ல வீடு இருக்குனு பாரு... வேற அமானுஷ்யங்கள் உணரப் படுதான்னு பாரு.... அதாவது உன் கனவை உன் தூக்கத்தோட விழிப்பு நிலையில இருந்து கவனி...... அந்தக் கனவுல கண்டிப்பா ஏதாவது க்ளு கிடைக்கும்..... கண்டு பிடி.."என்றான்.. ருத்ரன்..ஒரு மனோதத்துவ மருத்துவன் போல...

யுத்தன்... வெறுமனே பார்த்தான்.. அப்போது அதை மட்டும்தான் செய்ய முடிந்தது...

"என்ன பாக்கற... எவ்ளோ இங்கிலீஷ் படம் பாக்கறோம்... கத்துக்க வேண்டியதுதான்.... பயப்படாம ட்ரை பண்ணு.... நீ கனவ பத்தி அவ்ளோ அழுத்தமா சொன்னதுனாலதான் நான் இப்டி ஒரு முயற்சிய பண்ண சொல்றேன்... வொர்க்கவுட் ஆகலைனா போலிஸ்ட்ட போய்டலாம்.... சரியா....?" என்றான் ருத்ரன்.... ஒரு முடிவுக்கு வந்தவனாக......"நானும் இன்னைக்கு இங்கயே இருக்கேன்... பார்த்துடுவோம்..... வெண்பனிய கண்டுபிடிக்காம விடக் கூடாது..."-என்றான்... நம்பிக்கையாக....

கனவு திறந்தது.....

மூச்சு திணறி எழுந்தான்... யுத்தன்...

"என்னாச்சுடா......?.... என்ன பார்த்த.....!?"-ஆர்வத்தின் விளிம்பில் நின்று பதறியபடியே கேட்டான் ருத்ரன்....

"மச்சான்.... கூட இருக்கறது...........நானே...... இல்லடா........." என்றான் யுத்தன், சற்று நிதானித்து... அழுத்தமாக.......

அறை முழுக்க ஸ்தம்பித்த தடுமாற்றம்.. அவர்களை சுற்றி ரீங்காரமிட்டு... குலுங்குவது போல உணர்ந்தான்... ருத்ரன்.

யுத்தனின் உடல் இன்னும் நடுங்கிக் கொண்டே....வியர்த்துக் கொண்டிருந்தது....

“எஸ்டா... இதே வீடு...... நல்லா தெளிவா இருக்கு..... என் முகம்தான்.....ஆனா என் பார்வை இல்ல... என் உடல்தான்... ஆனா என் நடை இல்ல...”-புதிர் அவிழ்ப்பவன் போல... பேசினான்.... யுத்தன்...

“என்னடா குழப்பற...” -புதிருக்குள் இருப்பவன் போல கேட்டான் ருத்ரன்

“இல்லடா... நான் குழப்பவும் இல்ல... குழம்பவும் இல்ல...”-தெளிவாக ஒரு அதீத ஆர்வத்தின் வெளிப்பாட்டின் சுவடாக யுத்தனின் உடல் பேச உள்ளம்... தெரிவதைப் போல இருந்தது...

‘சரி.... என்னாச்சு... மேல சொல்லு...”- ஆர்வத்தின் நரம்புகளில்.. அவன் ஒரு கரப்பான் பூச்சியின் பரிதவிப்பைக் கொண்டவனாக கேட்டான் ருத்ரன்...

“கனவுக்குள்ள என்ன மாதிரியே இருக்கறவன் ஒரு கவிதை எழுதி வெண்பனிகிட்ட குடுத்தான்..என்னால நல்லாவே படிக்க முடிஞ்சது... பார்த்தா அது என் கவிதை....... ஆனா கையெழுத்து என்னுதில்ல..... இன்னும் சொல்லப் போனா அவன் கையில..... ஏதோ பேரை பச்சை குத்திருந்தான்...... எவ்ளோ ட்ரை பண்ணியும்.. அந்த அந்தப் பச்சைய படிக்க முடியல.......... அவன் அவகிட்ட ரெம்ப அன்பா இருக்கான்டா... அவளக் கொண்டாடறான்..... வெண்பனியும் அது நாந்தான்னு நினைச்சு...நெருங்கிட்டு இருக்கா...... எப்போ கல்யணம் பண்ணிக்கலாம்னு கேக்கறா... வீட்டுக்கு போன் பண்ணி கல்யாண மேட்டர சொல்லனும்னு சொல்றா....நல்லா தெரியுது... அது வெண்பனியேதான்... ஏதோ ட்ரேப்ல மாட்டிருக்காடா......”- மனப்பாடம் பண்ணியதை ஒப்பிப்பது போல...பட படவென கொட்டித் தீர்த்தான் யுத்தன்.

ருத்ரன் மௌனமாக அவன் கூறியதை எல்லாம்... அசை போட்டான்... அந்த வீட்டை நகர்த்துவது போல.. வெளியே காற்று பலமாக வீசிக் கொண்டிருந்தது...இருண்மைக் காடுகளின் வெளிகளின் விழிகளின் வெளிச்சமென நிகழ்வுகள்.... தன்னை விஸ்தரித்துக் கொண்டிருந்தன...வீடு நிறையும் சாயலோடு... துக்கத்தின்....விரிசல்களை உணர முடிந்தது.

திடீரென நினைவு வந்தவனாக.......”ஆமா.....வெண்பனி நீல கலர் ட்ரெஸ்தான்....போட்ருக்கா.... அவன் கொண்டு வந்த பேக் இதே வீட்லதான் இருக்கு... வெண்டைக்காய் புளிக் குழம்பு

வெச்சிருக்கா..... ரெண்டு பெரும் சாப்ட்டாங்க......எனக்கு ஒன்னும் புரியல......என்னடா நடக்குது..இங்க.. இது என்ன மாதிரி சூழ்ச்சி.....அவன் யாரு.. என்னை மாதிரியே இருக்கற அவன் யாரா இருக்கும்......."-கத்திய யுத்தன்....தலையில் கை வைத்து தடுமாறி.... தவித்தான்..

எல்லாவற்றையும் உற்றுக் கேட்டுக் கொண்டு அமர்ந்திருந்த ருத்ரன்........ "மச்சான் எனக்கு விஷயம் புரிபடத் தொடங்குது...... சரி. நான் கேக்கற கேள்விக்கு பதில் சொல்லு......"என்று தன்னை சுதாரித்துக் கொண்டவன்...." இந்த வீடு எப்போ கட்டினது".. என்றான்...கூரின் மொத்தக் குவிதலைப் போல...

சற்று யோசித்த யுத்தன்..."இருக்குன்டா.....200 வருஷம் இருக்கு...நாங்க ஜாமீன் பரம்பரைடா.. நான்தான் கடைசி வாரிசு.. என்றவன்.. சட்டென நினைவு வந்தவன் போல....." மச்சான்.. அந்த கையெழுத்த நான் எங்கையோ பாத்திருகேன்டா..."என்றான். இன்னொரு குண்டைப் போட்டவன் போல...

நடந்து கொண்டே வீட்டை சுற்றி சுற்றி உள் கட்டமைப்புகளை ராஜா காலத்து வடிவமைப்புகளை நோட்டம் விட்டுக் கொண்டிருந்த ருத்ரன்.. சட்டென நின்று...."என்ன சொன்ன.....கையெழுத்த பாத்ருக்கியா.....!..... எங்க பாத்ருக்க....... சொல்லு....எங்க பாத்ருக்க........ அது தெரிஞ்சாதான் வெண்பனிய நாம நெருங்க முடியும்..." என்றான்...பதட்டத்துடன்.....ஆனால் தெளிவாக...

யுத்தன் யோசித்தான்.. யோசித்தான்..... யோசித்தான்.. அவன் மூளை வலிக்கும் அளவுக்கு யோசித்தான்...

"எங்க பார்த்தேன்....... எங்க பார்த்தேன்........?..... 'ஆனா பார்த்திருக்கேன்....." -அவன் மூளைக்குள் மங்கலாக அந்த எழுத்து...அந்த எழுத்து...... தன்னை எழுதிக் கொண்டேயிருந்தது...

"நான் பாத்ருக்கேன்.. எங்க பார்த்தேன்....சின்ன வயசுல...... சின்ன வயசுல...... நான் பாத்ருக்கேன்...... இங்கதான்...... எங்கையோ... இங்கதான்......"- என்று யோசித்துக் கொண்டும்.. வாய் விட்டு புலம்பிக் கொண்டும்..... அங்கும் இங்கும் நடந்தவன். சட்டென பரண் மேல் இருக்கும் பழைய நோட்டு புத்தகங்களை எடுத்து கீழே தள்ளினான்...

அவனையும் அவன் செயல்களையும் உன்னிப்பாக கவனித்த ருத்ரன்... அவனின் தொடர் செயலுக்கு காத்திருந்தான்....

கீழே விழுந்த புத்தகங்களில்... நோட்டுகளில்..யுத்தன்... எதையோ அதில் தேடத் துவங்கினான்... பழுப்பின் வாசத்தில் தூசுகளின் நிறத்தில் கனவுக்குள் இருந்து வெளியே விழுந்த யோசனையைப் போல தன்னைத் திறந்து கொண்டு ஆ வெனக் கிடந்தன.. புத்தகங்களும்... நோட்டுகளும். தேட தேட..... தேட தேட... ஒரு நோட்டில் முதல் பக்கத்தில் பளிச்சென கண்கள் சிமிட்டிக் கிடந்தது அந்த எழுத்து.....கணம் ஒன்றில் ஆழமாக மூச்சிழுத்துப் பார்த்தவன்... அதை தடவி துடைத்தான். தூசுகள்... மெலிந்து......வார்த்தைகள் தெரிய... காலத்தின் வாசம்.. மெல்ல கசியத் துவங்கியது....... தும்மல் வந்தது... துக்கம் வந்தது..... கண்கள் சுழல.... படித்தான்.. படித்த மாத்திரத்தில்... தலை சுற்றி தடுமாறி.... விழுந்தான்...

கவனித்துக் கொண்டிருந்த ருத்ரன் சட்டென அவனைத் தாங்கி பிடித்தபடியே ..."என்ன ஆச்சுடா.... "-என்று அவனை பிடித்து உலுக்கி கேட்க... கேட்க...... நொடி நேரத்தில்... யுத்தன் வேறு யாரோவாக.....தெரிந்தான்.

உலுக்க உலுக்க.. சுயம் வந்த யுத்தன்.......எங்கெல்லாமோ சுற்றிய நினைவுகளை ஒரு சேர இழுத்து வந்து ஒரு குவிதலின் புள்ளிக்குள் வைத்து...

"மச்சான்.. பார்த்தியா.....பாரு... பாரு'- என்று அந்த பழைய நோட்டில் இருந்த கவிதையைக் காட்டி....."இது என் கவிதையடா..." என்று மெல்லிய அதிர்வுகளினால் நெய்யப் பட்டவனின் உடல் மொழியில் கூறினான்.... ருத்ரன் கண்கள் எடுக்காமல் படிக்க.... படிக்கவே.. எழுந்த யுத்தன்.... தன் மேஜையின் மீதிருந்த தன் லட்டர் பேடை எடுத்து அவன் கடைசியாக எழுதி இருந்த கவிதையையும் காட்டினான்....

ருத்ரன் இரண்டு கவிதைகளையும் உற்றுப் பார்த்து அசை போட்டபடி..... அதிர்வுகளின் வசத்தோடு....." இது யார் எழுதின கவிதைடா" என்றான்.. பழைய கவிதையைப் பார்த்து...

இரண்டு கவிதைகளையும் பார்த்துக் கொண்டேயிருந்த இருந்த யுத்தனின் கண்கள் ருத்ரனின் கேள்வியில் அசைந்து மெல்ல தலை திருப்பி.. "அது என் தாத்தாவோட அப்பா எழுதினதாத்தான்

இருக்கும்.... எங்க தாத்தா சொல்லிருக்கார்.. அவுங்க அப்பா ஒரு கவிஞர்னு...”

ருத்ரன்... ஸ்தம்பித்து எதையோ யோசித்து எங்கயோ நிற்க..... யுத்தனே தொடர்ந்தான்...

“நான் எழுதிய அதே கவிதைய என்னைக்கோ என் தாத்தாவோட அப்பாவும் எழுதிருக்கிறார்.... எப்டிடா.....?.... அப்புறம்... இதே கையெழுத்த தான் கனவுலயும் பார்த்தேன்.... என்னமோ சரி இல்லடா... “-என்று சொல்லி பெரு மூச்சு விட்டான். அவனின் உடல் ஒரு நிலையில் இல்லாமல் தடுமாறிக் கொண்டிருந்தது...

சற்று ஆழ்ந்து யோசித்த ருத்ரன்...இரண்டு கவிதைகளையும் மாற்றி மாற்றி படித்தபடியே..... ஆரம்பித்திலிருந்து நடந்து கொண்டிருக்கும் எல்லா நிகழ்வுகளையும் மனதுக்குள் ஒரு முறை ஓட்டிப் பார்த்து அலசினான்....வீட்டை தன் கண்களால் சுழற்றினான்....

“நாங்க ஜமீன் பரம்பரைடா.... இந்த வீடு கட்டி 200 வருஷம் இருக்கும்.. இது எங்க தாத்தோவோட அப்பா எழுதின கவிதை.... வெண்பனி ஏதோ ட்ரேப்ல மாட்டிருக்காடா...” என்று சற்று முன் மூளைக்குள் சென்ற வார்த்தைகள் எல்லாம் மீண்டும் மீண்டும் தன்னை ஸ்திரப்படுத்தி வெளிப்படுத்திக் கொண்டேயிருந்தன... மீண்டும் மீண்டும் மனதால் கேட்டு....மனதால் படித்து.. ஒரு தீர்க்கத்தின் வளைவுக்குள் வந்து நின்ற..ருத்ரன்......”மச்சான்... இப்போ நான் ஒன்னு சொல்றேன்.... அது... கற்பனையா கூட இருக்கலாம்.... ஆனா... நிஜமாவும் இருக்க சாத்தியம் இருக்கு....” என்று பூதாகரமாக ஆரம்பித்தான்...

வெளியில் விடுபட்டவனைப் போல...அவனைக் கூர்ந்து கவனிக்கத் துவங்கினான் யுத்தன்...

“நீ உங்க பாட்டனோட மறு பிறவிடா.....அவர் எழுதிய அதே கவிதையைத்தான்... இந்த ஜென்மத்தில் நீ எழுதிருக்க...... இங்க நம்மள சுத்தி நடக்கறதப் பார்த்தா...இந்த ஜென்மத்து உன் காதலிதான்.. அவரோட காதலியாகவும் அந்த ஜென்மத்துல இருந்திருக்கணும். நீயா மறு பிறவியா பிறந்த பின்னாலும் உன் பாட்டனோட அந்த ஜென்மத்து ஆன்மா இன்னும் இந்த வீட்டுல அந்த உலகத்துலேயே இருக்குது. உன்ன பாக்க வந்த

உன் வெண்பனிய அவரோட அந்த ஜென்மத்து காதலின்னு நினைச்சு அவரோட உலகத்துக்கு இழுத்துட்டு போயிருக்காரு..... வெண்பனியும் உன்ன மாதிரியே இருக்கற உன் பாட்டன நீ தான்னு நினைச்சு அவர் கூட இருக்குது......ஆனா அங்க நடக்கறது எப்டியோ உன் கனவு மூலமா உனக்கு வெளிப்படுது... அது நமக்கு சாதகம் தான்...இதுதான் இங்க நம்மள சுத்தி நடக்கற கதை... கற்பனை மாதிரி இருந்தாலும்... அதுக்குள்ள நிஜமா ஒரு ஒரு கற்பனை தாண்டிய ஒரு நூல் இருக்கறத கவனி... இந்த உலகத்துல எதுவும் நடக்கும் மச்சான்... இங்க... ஆரம்பவும் முடிவும் மட்டுமில்ல... இடையில என்ன நடக்குதுங்கறதும் நம்ம கையில இல்ல....." என்று கூறி ஒரு புதிரை மீண்டும் இழுத்துக் கட்டினான்.. ருத்ரன்.

கூர்ந்து கேட்ட யுத்தன்... தலையை மெதுவாக ஆட்டியபடியே..."எஸ்டா.. எனக்கு புரியுது....... அவரோட ஆன்மா இங்கதான் இருக்கு..... பல நாள் நான் உணர்ந்திருக்கேன்...... என்ன தாண்டி இந்த வீட்ல வேற யாரோ இருக்காங்கன்னு நிறைய தடவ பீல் பண்ணிருக்கேன்......இப்போ நீ சொன்னத எல்லாம் வெச்சு பார்த்தா நிஜம்தான் போல..." என்றவன்..... சற்று மௌனமாகி பின் அவனே... தொடர்ந்தான்... "சரி... இப்போ வெண்பனிய எப்டி வெளிய கொண்டு வர. இதப் பத்தி யார்கிட்ட சொன்னாலும் யாரும் நம்ப போறது இல்ல. நாமதான் எப்டியாவது அவள வெளிய கொண்டு வரனும்.....அவ கூட இருக்கறது நான் இல்லன்னு எப்டி அவளுக்கு புரிய வைக்கறது...?" என்று கேட்டுக் கொண்டே....கனவைத் தேடும்.... நிறத்தின் மொத்தமாக தடுமாறிக் கொண்டிருந்தான்.....

இருவரும் அறைக்குள் பேய்களைப் போல நடந்தார்கள்... யோசித்தார்கள்.... இரவு... தன்னை இன்னும் அழுத்தமாக அந்த வீட்டின் மேல் போர்த்திக் கொண்டிருந்தது...

நிறைய யோசித்த யுத்தன்.. ஒரு புள்ளியில்... அகம் மலர்ந்தான் ....வழி கிடைத்து விட்ட தருணத்தை... அவன் இன்னும் மிக கெட்டியாகப் பிடித்துக் கொண்டவனாக... சட்டென மேசை மீது இருந்த காகிதம் ஒன்றில் எழுதத் தொடங்கினான் யுத்தன்.........

"வெண்பனி கவனி....... முதலில் புரியாதது போலத் தான் இருக்கும்... ஆனால் அதுதான் நிஜம்....குழம்பாமல் தெளிவாக கேள்...உன்னுடன் இருப்பது நான் அல்ல... என் முந்தைய ஜென்மம்.... என் பாட்டனார்.... நீ இப்போது அவரின் வேறு உலகத்தில் அடை பட்டிருக்கிறாய்......யோசிக்காமல் அவரைக்

கொன்று விட்டு வெளியே ... வாசலுக்கு வா... சந்தேகம் இருந்தால் கதவைத் திறக்க முயற்சி செய்....... அவர் விடவே மாட்டார்... புரிந்து கொள்...என்னை கவனி.... நான் உன்னைப் பார்த்துக் கொண்டுதான் இருக்கிறேன்..என்னை ஆழமாக உணர்.. நான் சொல்வதை பின் தொடர்...... வெளியே வந்து விடலாம்..." என்று ஆங்கிலத்தில் எழுதி....அந்தக் காகிதத்தை..... சமையலறைக்குள்...சர்க்கரை டப்பாவுக்கு பின்புறம் ஒட்டி வைத்தான்...

ருத்ரன் புரிந்து கொண்டான்... "டன் டா மச்சான்... ஓகே....நீ கனவு காணத் தொடங்கு...." என்றான் நம்பிக்கையாக.....

வேகமாக படுக்கைக்கு சென்ற யுத்தன்......படுத்துக் கொண்டான். கண நேரத்தில் கனவு திறந்தது. வெண்ணிறம் சூழ... அந்த வீடு... ஒரு மாளிகையின் கணப்பில்... பூக்களின் கொண்டாட்டத்தில்... குவிந்திருக்க.. அறையெங்கும்.. ஆன்மாவின் வாசம். சில்லிட்ட பனித்துளிகளின் ஸ்பரிசத்தில்..... யுத்தனின் முந்தைய ஜென்மம்.. தலை விரிந்து...... ஓர் அரசனைப் போல.. கம்பீரமாக அமர்ந்திருக்க....எதிரே வெண்பனி... குழல் அவிழ்ந்து.. ஒரு கானுயிர் இரவைப் போல... குளிர்ந்திருந்தாள்...

"எப்டி நினைச்ச உடன கவிதை எழுதற..."

"கவிதை அப்டி தான் வரும்..."

"எங்க இப்போ ஒரு கவிதை சொல்லு..."

"இப்போதும் கவிதை நீ...."

"அயோ கொல்றடா..."

"உயிரும் கொடுப்பேன்...

"எப்போ கல்யாணம் பண்ணிக்கலாம்..."

"எப்பவும் கல்யாணம் பண்ணிக்கலாம்..."

கண்கள் ..சுருக்கி.....முகத்தை மெல்ல ஆட்டி... வெட்கம் தந்து.... சட்டென....' சரி...விளையாட்டு போதும்' என்ற பாவனையில்..

"ஆமா... உன் குரல் கொஞ்சம் வித்தியாசமா இருக்கே..... என்னாச்சு........?... பீர் நிறைய குடிச்சியா...!" என்றாள் வெண்பனி......

"காலத்தின் தாகத்தில் குரல் மாறி இருக்கும்.. காதலின் வாசத்தில்... நீயாகி அணை வா...."என்று பேச்சை வழக்கம் போல மாற்றினான்... முன் ஜென்மம்...

"ஆள் செம ரொமாண்டிக் மூட்ல இருக்க போல..."- கண்ணடித்து புருவங்களை இரண்டு மூன்று முறை தனி தனியாக தூக்கி இறக்கினாள் வெண்பனி..

"வெண்பனி என்னை கவனி.... வெண்பனி... என்னைப்..... பார்.. அவன் நான் அல்ல. நான்.. இங்கிருக்கிறேன்.. திரும்பு...... திரும்பு..."- கனவுக்குள் விழித்த யுத்தன்... விடாமல் நினைவின் வழி துரத்திக் கொண்டேயிருந்தான்..... ஒரு கணத்தில் சட்டென யாரோ கூப்பிட்டது போல அவள் திரும்ப.. நம்பிக்கை பிறந்தது யுத்தனுக்கு...

"என்ன... என்னைத்தாண்டி கவனம் கலைகிறாய்.. பெண்ணே..."

"அயே... கவிதையா பேசறத நிறுத்துடா.. மாமா.. யாரோ கூப்பிட்ட மாதிரி இருந்துச்சு... அதான்..." என்று பேசியபடியே அவள் அவனை நெருங்கினாள்...

"போகாத.. அவனருகே போகாத.. போ.. சமையலறைக்கு போ...போ..... போ.. சக்கரை டப்பாவை எடுத்து விட்டு பார்.... படி..... போ.. வெண்பனி....போ... சொன்னால் கேள்.. போ..."- யுத்தனின் உதடு துடித்தது.....உள்ளம் சத்தமிட்டது...

ஏதோ உந்துவதை உணர்ந்தபடியே எழுந்தாள் வெண்பனி...

"ஏய் .. எங்க போற...?"

"இரு மாமா.. டி போட்டுட்டு வரேன்"- என்றபடியே... எழுந்து சமையலறை நோக்கி நடந்தாள்....வெண்பனி...

கண்கள் மூடிக் கிடக்கும்...யுத்தன் அருகில் தடுமாற்றத்துடன் என்ன நடக்கிறது...ஏது நடக்கிறது என்று புரியாமல் தவிப்போடு அமர்வதும்.. நடப்பதும்... இருந்தான் ருத்ரன்...

"டப்பாவை தாண்டி உள்ளே பார்... உள்ளே பார்... அதைப் படி.. அந்தக் கடிதத்தைப் படி..."

கனவின் வேகத்தில்.... அசுர பலத்தின் நினைவோடு....யுத்தன் மனதுக்குள் இட்ட கட்டளையை கணம் ஒன்றில்... கவனித்து விட்ட வெண்பனி......கவனம் நிறைந்த... உணர்வு பொங்க...கண்கள் விரிய பார்த்தாள்..... காலத்தின் நீட்சி நிறுத்திய நொடியில்.... உற்றுப்பார்த்து கடிதம் படிக்கத் துவங்கினாள்......"இங்கு எப்படி கடிதம்.. யார் வைத்தது..."போன்ற யோசனைகளின் ஊடாகவும் கடிதத்தின் ஆங்கில வரிகளை.. உள் வாங்கவும் முடிந்தது அவளால்....மீண்டும் ஒரு முறை வேகமாய் படித்தாள்... இரண்டாம் முறை அவளின் உடல் தடுமாறியது..... சட்டென திரும்பி ஏதோ சூனியத்தை நோக்க.........

"எஸ்....வெண்பனி...... நான் சொல்றது நிஜம்... நம்பு... உன் யுத்தன் நானே. அவன் இல்லை........ போ... வாசலுக்கு போ... வாசலுக்கு போ..."என்று மந்திரத்தைப் போல திரும்ப திரும்ப சொல்லிக் கொண்டேயிருந்தது யுத்தனின் மனது...

தடுமாறிய வெண்பனி.. குழப்பத்தோடு......என்ன நடக்கிறது என்று புரியாமல் ஆழத் தேடும் மனதோடு... தடுமாறும் உடல் மொழியோடு..... திரும்பி அவனிடத்தில் வந்தவள் அவனை உற்றுப் பார்த்தாள் ....சற்று முன் படித்த விஷயத்தை மனதுக்குள் மீண்டும் மீண்டும்... படித்தபடியே பொருத்திப் பார்த்தாள்...

அவளின் யோசனை விதமாக ......"என்னாச்சுமா.....டீ போடலையா......?" என்றான் முன் ஜென்மம்...

சட்டென சமாளிக்கும் விதமாக..."இல்ல வீட்டுக்குள்ளேயே இருக்க ஒரு மாதிரி இருக்கு.. கொஞ்சம் வெளிய போலாமா" என்றபடியே...அவனைப் பார்த்துக் கொண்டே..... வாசல் பக்கம் செல்ல முற்பட.. முன்ஜென்மம் ஓடி வந்து கதவைத் திறக்க விடாமல் அணை கொடுத்து நின்றான்..

இருவரின் கண்களும் நொடி நேரம் படு பயங்கரமாக சந்தித்துக் கொண்டன...

அவளின் பயந்த கண்கள்.... சிமிட்ட மறந்து நிலை குத்தி இருக்க......."அயே.. லூசு.... சாயந்தரம் ஆகட்டும் வெளிய போலாம்.. இப்போ வேண்டாமே..."- என்று சூட்சமத்தின் வழியாக முன் ஜென்மம் கூற......"அவன் அப்டிதான் பண்ணுவான்... நீ போ... அவன் கைய பாரு..... அவன் கையில் பச்சை குத்தி இருக்கறத பாரு...."என்று தொடர்ந்து அவளை கட்டுப் படுத்தும்

நோக்கத்தோடு... கனவு வழியாக யுத்தன் கத்திக் கொண்டிருக்க..... தூக்கத்திலிருந்து விழித்தவள் போல.... சட்டென நிதானம் வந்து......"ஹே கைய காட்டு... நீ பச்சை குத்த மாட்டியே... இதென்ன புதுசா? "-என்றபடியே சட்டென முன் ஜென்மத்தின் கையைப் பிடித்துப் பார்க்க..... அதற்குள் முன் ஜென்மம் கையை காட்டாமல்.. முழுக்கை சட்டையை.... இழுத்து விட... அதற்குள் அப்படி இப்படி என்று அவள் பார்த்தும் விட்டாள்.....படித்தும் விட்டாள்....

மனதுக்குள் பயம் மெல்ல பரவ...... பரவ.. இருந்தாலும் காட்டிக் கொள்ளாமல்... திக்கிய வார்த்தைகளைக் கொண்டு கவனமாக கட்டமைத்துக் கொண்டு..."யா.....ர்...... மாமா ....அது மின்மினி தாரகை..."என்று கேட்டாள் துப்பறியும் பார்வையோடு ...

அவளின் கண்கள் அவனிடம் இருந்தாலும்.. கவனம்... கனவு காண்பவன் மீது வைக்க........" எஸ்...... கேளு..... விடாத...... கேளு........ கேளு.... இதுதான் சான்ஸ்.....கேளு.. கேட்டு அவன் கூட சண்டை போட்டு வாசலுக்கு வா..."-யுத்தன்.... மொத்த சத்தத்தையும்..... உணர்வாக்கி... உயிராக்கி அவள் மீது திணித்துக் கொண்டிருந்தான்.

"எல்லாம் தெரிந்து விட்டதா.....!?" என்பது போல.. கையை நன்றாக காட்டி... "பாரு..... மின்மினி தாரகை.... உன் பேருதான்..... உனக்கு தெரியலயா.. உனக்கு ஞாபகம் வரலியா..... காடு மலை... ஜமீன்னு சுத்தி சுத்தி காதலிச்சது நினைவுக்கு வரலயா..... மின்மினி தாரகை...."-.முன் ஜென்மம்..உணர்வுப்பூர்வமாக...கண்கள் சிமிட்டாமல்... அதிகாரத் தோரணையில்....ஆழ் மனக் காதலின் பாரத்தில் பேசினான்.

அவள் கண்கள் விரிய திக்கித்து நின்றாள்.

இப்போதான் நீ வெண்பனி.. அப்போ நீ மின்மினி தாரகை..... என் காதலி... நீ இருக்க வேண்டியது இந்த சிம்மாசனத்தில்தான்... வா..."- என்று செந்தமிழில் முன்ஜென்மம் கர்ஜிக்க.....

"எஸ்... பார்த்தியா....?.... அவனே ஒத்துகிட்டான்,... அவன் என் பாட்டன்தான்... நீ அவனை தாக்கிட்டு வெளிய வா.... வெளிய நான் நிக்கறேன்.. வா.... சண்டை போடு......யோசிக்க நேரமில்லை...... சண்டை போடு வெண்பனி.. உன் ஆத்திரத்தை எல்லாம் ஒன்று திரட்டு.. அவன் உன்ன ஏமாத்தறான்.. உன் வாழ்க்கை.... உன் உயிர்..... உனக்கு வேணும்னா சண்டை ..போடு......எப்டியாவது.....

அந்த ட்ரேப் விட்டு வெளிய வா....'' யுத்தன் தொடர்ந்து எச்சரித்துக் கொண்டும்... கத்திக் கொண்டும் இருக்க....கனவுக்குள் என்ன செய்வதென்று தெரியாமல் தடுமாறி.. பயந்து நின்ற வெண்பனியை.. தொடர்ந்து இயக்கத் தொடங்கினான்.... யுத்தன்.

''அடி.. பலம் கொண்டு அவனை வீழ்த்து..''- திரும்ப திரும்ப காதுக்குள் இரையும் இறையின் வாளென வார்த்தைகள்.... வந்து வந்து மோத .. வெண்பனியும்...அவனை அடிக்கத் துவங்கினாள்..... வீழ்த்தத் துவங்கினாள்... பெண்ணின் பலம் மரணத்தின் சூதை முறியடிக்கும் வல்லமை பெற்றவை என்பதை மீண்டும் மீண்டும்... அவள் மூலம் பெண்மை நிலை நாட்டியது..

ஒரு கட்டம் அது அவளின் கட்டம்....என.....அவனை வீழ்த்திய......மணித் துளியில்......அவனைத் தாண்டி வெளியே ஓடி வந்த..... வெண்பனி...கதவைத் திறந்தபடியே ஓடினாள்...அது ராட்சசத்தனமான ஓட்டம்...

மூச்சு திணற எழுந்த யுத்தன்.....'மச்சான்..... அவ வெளிய வந்துட்டாடா....''- என்று கத்திக் கொண்டே வாசல் பக்கம் ஓட.. பின்னால்.. தொடர்ந்து ஓடினான்.. ருத்ரன்.

நேரம் ஓட ஓட.... மௌனித்துக் கிடந்த கதவின் வழியாக நிஷப்தம் மட்டுமே வெளி வர... இருவரும் ஒருவரை ஒருவர் பார்த்துக் கொண்டார்கள்.... அர்த்தத்தின் தேடலை அர்த்தப்படுத்த வேண்டுமென..... வேகமாய் உள்ளே நுழைந்தவன்.. பட்டெனப் படுத்து கனவு காணத் துவங்கினான்..... கை பிசைந்து உடல் நெளிய அவனையே வெறிக்கப் பார்த்துக் கொண்டிருந்தான்....ருத்ரன்.

சற்று நேரத்தில் மூச்சு பிடித்து எழுந்தமர்ந்த யுத்தன்.. பேயை கண்டவன் போல வியந்து வியர்த்து.. தடுமாறி......உடல் தூக்கிப் போட.....ருத்ரனின் தோளில் சாய்ந்து அழத் தொடங்கினான்.

மிரட்சியின் பிடியில் நின்று கொண்டிருக்கும் ருத்ரன்.....'' என்ன மச்சான்... என்னாச்சுடா.... ..சொல்லுடா..... என்னதான்.. ஆச்சு...???'' உலுக்கிக் கேட்டான் ருத்ரன்...அது பயத்தின் நுழைவாயிலில் நிற்கும்.. சிறுவனைப் போல ஒரு தோற்றத்தை கொடுத்தது.

அவனையே உற்றுப் பார்த்தவன் கண்களில் யுத்தன் கண்ட கனவு மீண்டும் ஓடத் தொடங்கியது.

அவள் கதவு தாண்டி ஓட அது இன்னொரு கதவுக்குள் அவளை இழுத்துக் கொண்டு சென்று... பட்டென கதவைச் சாத்தியது...... அங்கே யுத்தனின் உருவத்தில்... நீண்ட சடை முடியோடு... பாட்டனின் பாட்டன் நின்று பேசத் தொடங்கியிருந்தார்.

"வா....சாந்தகுமாரி.... உனக்காகத்தான்.... காத்துக் கொண்டிருக்கிறேன்...."

எவனோ ஒருவன் வாசிக்கிறான்

இந்தக் கதையில் நான் யாரென்று தெரியவில்லை. அதை இப்போது யோசிக்க போவதும் இல்லை.

ஊரே பற்றி எரிந்து கொண்டிருக்கையில் பிடில் வாசித்துக்கொண்டிருந்தானாம் நீரோ மன்னன். அப்படித்தான் இருந்தது அந்த இரவு. இரவுகளின் பிடியில் நடுங்கிக் கொண்டு தவழும், எதுவோ விரட்டும் எதுவுமற்றவனாகி இருந்தான் அவன்.

அவன் குடித்துக் கொண்டிருந்தான்.

பக்கத்து இருக்கையில் குடித்து விட்டு வழக்கம் போல செய்த ரகளையில் பார் சப்பளையருக்கும் குடித்து தலை தொங்கிய அந்த நால்வருக்கும் வாய் சண்டை மற்றவர் அம்மாவின் அந்தரங்கத்தை புட்டு புட்டு வைக்க, அந்தந்த மகன்களின் ரத்தம் கொதித்து தலைக்கேறிய கோபத்தில் ஆளுக்கொரு போத்தலை மாற்றி மாற்றி மண்டையில் அடித்து கொண்டார்கள். பார் சப்ளையர்கள் ஆறு பேர் சேர்ந்து கொண்டு கிட்டத்தட்ட மட்டையாகி விட்ட அந்த நான்கு நல்ல குடும்பத்து பசங்களை புரட்டி எடுத்தார்கள். அந்த அறையில் ஆங்காங்கே வட்டமாய் சதுரமாய் முக்கோணமாய் ஒற்றையாய் இரட்டையாய்....அமர்ந்து, நின்று, படுத்தபடி குடித்துக் கொண்டிருந்த நண்பர்கள் அனைவரும் மிரண்டு பயந்து ஓடி அறையில் ஒரு மூலைக்கு செல்ல அல்லது மெல்ல, வேகமாக வெளியேற... அவன் மட்டும் அத்தனை களேபரத்திலும் கவனம் சிதையாமல் குடித்துக் கொண்டிருந்தான்.

மண்டைக்கு குறி வைத்த போத்தல் நூலிழையில் தவறி சுவற்றில் பட்டு தெறித்து சிதறியது. சிதறிய அத்தனை முகங்களிலும் குருதி வழிந்தது. வழிந்த துளி ஒன்றோ இரண்டோ அவன் மீது தெறிக்காமலில்லை. தெறித்தாலும் அறை எங்கும் செத்துப் போன சொல் பூண்ட உவமையென அவன் தன்னை

தகவமைத்துக் கொண்ட இருத்தலில்......போதை மிளிரத் துவங்கியிருந்தது.

அவன் தன்னை அசை போடும் நெடுந்துயர் சுவற்றில் அடித்து உடைந்த சில்லிலெல்லாம் பிரபஞ்சம் தாண்டி நிறைந்திருந்தது அவனின் ஏக்கம்.

"என்ன நடக்கிறது ஏன் நடக்கிறது ஏன் சுழலுகிறது எதற்கு இந்த பிரபஞ்சம்.. ஏன் பிறப்பு.. எங்கே வாழ்வு..."-மனம் தேடும் தனிமைக்குள் ஆற்றாமையின் சூடு அவனை அப்பியிருந்தது. பகல் முழுக்க அவன் செய்யும் பணி அவனை தீரா துயருக்குள் மூழ்கடித்துக் கொண்டிருந்தது.

எவன் விதைத்த கனவோ...பி இ படிப்பு...அவனுள் முளைத்திருந்தது. கல்லூரி முடித்த கையோடு தேடு தேடு தேடு என்று அவன் திசையெல்லாம் தேடல்களே. கிடைத்தது எட்டாயிரம் ரூபாய் சம்பளத்தில் ஒரு வேலை. பகல் முழுக்க அந்த ஷோ ரூமில் அவன் மட்டும் அமர்ந்திருக்கும் வேலை. ஒரு கணிப்பொறி கூட இல்லாத ஒரே ஒரு சுழலும் மின்விசிறி கொண்ட ஆஸ்பேஸ்ட்டாஸ் சீட்டால் வேயப்பட்ட அந்த குறுகிய அறைக்குள் பல நாள்பட்ட எலியின் வாசத்தோடு அவனை கடக்க ஆரம்பித்திருந்தது அவன் கண்ட பெருங்கனவு.

வேறு வேலைக்கு முயற்சி செய்து கொண்டே இருக்கிறான். எதுவுமே நடக்கவில்லை. கிடைக்கும் இந்த 8000 சம்பளத்தில் 5000 வீட்டுக்கு.. மீதி 3000த்தில் ரூம் வாடகை... சாப்பாடு...தினசரி செலவுகள். போதவில்லை. பணமும் போதவில்லை. மனமும் போதவில்லை. எங்கோ நின்றுவிட்ட கழிவிரக்கத்தில் அவன் யாரிடமும் பேசுவதில்லை. இப்போதெல்லாம் பேச்சுக்கள் தீர்ந்து விட்டன என்பது போலத்தான் அவனின் உடல்மொழி இருக்கிறது. எப்போதாவது வரும் வாடிக்கையாளரை திசை திருப்பி குடோனுக்கு அனுப்பி வைப்பது மட்டுமே அவன் வேலை. அதற்கு சில சொற்கள் போதுமானதாக இருக்கிறது. நேரம் மறக்கத் தொடங்கினான். காலம் அவனுக்கு ஒரு பொருட்டில்லாமல் போனது. ஒரு மிருகத்தின் வாழ்வுதனை தன் மேல் ஏற்றிக் கொண்டு கூண்டுக்குள் அடைபட்ட குரங்கின் மனதோடு எதுவோ வெடித்துக் கிளம்பும் தருணத்தில் பின் மதியக் காடு ஒன்று அவனுக்குள் முளைக்கும் போது மேசைக்கு கீழே சுய இன்பம் செய்து கொண்டிருக்கும் அவனின் 24 வயது விசை.

அவன் பார்வை எதிரே சாலையில்.... நகர சாபமென போய்க் கொண்டும் வந்து கொண்டிருக்கும் தொடர் வாகனத்தின் பேரிரைச்சலில் லயித்திருக்கும். உச்சம் தொடும்போது மேசையின் மீது வயிற்றை எக்கி யாருக்கும் தெரியா உடல் மொழியோடு அடங்கி சுருளும் போது ஏனோ அழுகத் தோன்றும். தன் மீதே வெறுப்புமிழ... ஏதாவது ஒரு புத்தகத்தை எடுத்து கடைசி பக்கத்திலிருந்து வெறித்தனமாக படிப்பான்.

கண்ணாடிக் கூண்டில் ஒரு வதை செய்யும் ஒப்புக் கொடுத்தலின் விதியோடு அவன் வாழ்ந்து செத்துக் கொண்டிருந்தான். இன்று குடிக்க வேண்டும் போல தோன்றியது. அந்த தோன்றலின் அழுத்தம் ஆதி முகத்தை கிழித்து அம்மணம் பூசிக்க கொள்ளும் சாபத்தை விலக்குவதாக நம்பினான். மாலை, வேலை முடிந்ததும்...காலே சுமையாகி காலமே இமையாகி நடந்து வந்து சேர்ந்திருந்த இடம் கவுண்டம்பாளைய மது கூடம்.

இருப்பதிலேயே மட்டமான சரக்கை வாங்கி வந்து அமர்ந்தான். நேரம் கொடுக்க தேகமற்று வேக வேகமாய் முதல் வட்டத்தை முடித்தான். உடல் எரிய உள்ளம் புரிய மெல்ல நேரத்தை நகர்த்தினான்.

அடி வாங்கி ரத்தம் சிந்திய அந்த நால்வர்... நொண்டிக் கொண்டும்... தலையை பிடித்துக் கொண்டும்.. பிய்ந்து தொங்கிய கன்னத்தை அள்ளிக் கொண்டும்... வெறி கொண்ட கண்களில்... "வேற ஊர்லருந்து எங்கூருக்கு வந்து பார்ல வேலை செய்யற உங்களுக்கே இவ்ளோ இருந்தா, இதே ஊருக்கார்ங்கடா நாங்க... இருங்க.. யாருனு காட்றோம்.. இந்தா இப்போ வர்றோம்" என்று முணங்கிக் கொண்டே நகர்ந்தார்கள். ஒருவன் நாயைப் போல கிடந்து நாலு காலில் நடந்தான். முதுகில் ரத்தம் சொட்டிக் கொண்டிருந்தது. இத்தனை நேரம் மறைந்து நின்று கொண்டும்... பம்மிக் கொண்டும்....வேடிக்கை பார்த்தபடியே குடித்துக் கொண்டிருந்த கூட்டம் மெல்ல மெல்ல போத்தல் சில்லுகள் சிதறி ரத்தம் சொட்டிக் கிடந்த அறைக்குள் வந்து வந்து தாறுமாறாக தடம் புரண்டு கிடந்த அவரவர் இருக்கைகளை எடுத்து சரியாக கிடத்தி அமர்ந்தார்கள்.

அடித்து கலைத்திருந்தவர்கள்.. அவர்களின் மறு விஜயத்துக்காக கம்பிகளையும் கட்டைகளையும் எடுத்து தயாராகிக் கொண்டிருந்தார்கள்.

எதற்கும் அசையாமல் பிணம் போல குடித்துக் கொண்டிருந்தான் அவன். அவன் சட்டையில் கூட சொட்டிக் கொண்டிருந்தது எவனோ ஒருவன் வாசித்த கோபம்.

யுத்தத்தின் இடைவெளி அங்கே பெரும் மௌனத்தை கிளறிக் கொண்டிருந்தது.

ஒரு மூத்த திருநங்கை பாதி முலை காட்டிக் கொண்டு உள்ளே வந்தாள்.

கழுத்து வெட்டிய திரும்பல்களுடன்... எப்போதும் வரும் அதே ஆழ்மன புலம்பல்களோடு... தீட்டிய கண் மை இன்னும் பளபளவென மின்ன... அதீத பார்வையை மங்கிய வெளிச்சம் கொண்ட அந்த அறையெங்கும் படர விட்டு......"பாவி பசங்க.. குடிச்சா மூடிட்டு இருக்கவே மாட்டானுங்க... இதே வேலையா போச்சு... .... பசங்க..." என்று கரகரத்த குரலில் முணுமுணுத்துக் கொண்டே பார்த்து பார்த்து பூனை நடை நடந்தபடியே உள்ளே வந்து ஒரு வட்டமடித்து நின்றாள்.

ஆங்காங்கே நீட்டிய கைக்கு *10, 20* என்று காசு வாங்கிக் கொண்டு சில பேரிடம் கண்கள் மட்டுமே வாங்கிக் கொண்டு....." இந்தா..... முடிஞ்சா குடு.. இல்லனா விடு.. அத விட்டு வேண்டாத பேச்செல்லாம் பேசாத...... சொல்லிட்டேன்......." என்றபடியே பக்கத்து டேபிளில் முறைத்துக் கொண்டு வந்தவள்.. படக்கென்று சிலை போல் அமர்ந்திருந்த அவனிடம் சிலை போல நின்றாள்.

இடுப்பில் கை வைத்தபடி கழுத்தை சற்று முன்னால் காற்றில் அசைய விட்டு இடது பக்கமாக உள்ளிழுத்து, அப்படி இழுக்கையில்.. இடது புருவம் சற்று மேல் எழும்பி ஒரு சிறு வட்டமடித்து திரும்பி இருக்க...மொத்த முகமும் மலர்ந்து அவனைப் பார்த்தபடியே......."என்ன....... லவ் பெய்லியரா... இவ்ளோ சோகம் கூடாதும்மா...... ஜாலியா இருக்க வேண்டிய வயசு.. இப்டி இருளடைஞ்சா கிடக்கறது....?" - என்று கூறினாள். தலையை சற்று கீழே இறக்கி அவனின் முகத்தை அத்தனை கிட்டத்தில் பார்த்தாள்.

குடியிலிருந்தும்...மனக் கடுமையிலிருந்தும் மனதை சற்று திருப்பி அவளைக் கண்டவன் திரும்பவும் கீழே குனிந்து கொண்டு குடிப்பதில் கவனத்தைக் குவித்தான்.

ஆழம் பார்த்து விட்டவள் பேச்சை நயமாக்கினாள். பேரத்தை ஞாயமாக்கினாள்.

"ஹெலோ... காசு குடு" என்று கைகளை நீட்டி படக்கென்று அவன் கன்னத்தை கிள்ளினாள். உள்ளுக்குள் ஏதோ பற்றிக் கொள்வது போல இருந்தது. பாதி கண்களை அவள் முலை வாங்கிக் கொள்ள... தடுமாற்றம் திசை திருப்பும் முனைகளில் மீதி கண்களைக் காட்டி "போ...." என்பது போல பார்த்தான்.

"வாழ்க்கை அப்டித்தான் பிரெண்ட்... எல்லாத்துக்கும் மருந்து இருக்கு... 500 ரூபாய் இருந்தா................."

அவன் தலை குனிந்தே அமர்ந்திருந்தான்.

"300 ரூபாய் இருந்தா................."

அவன் தலை குனிந்தே இருந்தது.

முகத்தில் கெட்ட வார்த்தையை சுமந்து கொண்டே........"150 இருந்தா...."

அவன் தலை நிமிர்ந்து பார்த்தான்.

அவ்ளோதான் இருக்கா........? நினைச்சேன்...! ...."சரி...... குடு..." என்று மார்பை நீட்டினாள். முந்திக் கொண்டு கை வாங்கியது.

சுற்றும் முற்றும் பார்த்தபடியே... பணத்தை எடுத்துக் கொடுத்தான். அவன் கைகள் நடுங்கின.

"என்ன டுபுக்கு.......இன்னைக்கு தேத்திட்ட போல" என்று சப்தம் வந்த திசையை வலது கையால் "பேசாம இரு" என்று காக்காயை விரட்டுவது போல செய்து விட்டு அவனிடம் பேச்சைத் தொடர்ந்தாள்.

மனம் சுற்றி சுற்றி பார்க்க...முகத்தை வேறு எங்கோ திருப்பிக் கொண்டே... டம்ளரில் மிச்சம் இருந்த சரக்கை படக்கென்று ஒரே மிடறில் விழுங்கினான். போத்தலில் மீதம் இருந்த கால்வாசி சரக்கை எடுத்து பாக்கெட்டில் வைத்துக் கொண்டு எழுந்தான். உடல் சற்று தள்ளாடி பின் நின்றது.

“இந்த பாருக்கு பின்னால போ....ஒரு மூத்திர சந்து வரும்..... அங்க.....நம்மாளு ஒருத்தி நிப்பா......நான் வாட்சப்ல மெசேஜ் போட்டுட்டேன்.....போ... எல்லாம் அவ பார்த்துக்குவா..... சரியா செல்லம்... என்ஜாய்.......” என்று சொல்லி நகர்ந்தாள்.

இருட்டும்.....போதையும் அவனை கிளர்ந்தெழ செய்தது. உள்ளுக்குள் கொப்பளிக்கும் எல்லாவற்றுக்கும் வடிகால் தேடும் ஆதி பழக்கம்தான் என்றாலும்.. மனதுக்குள் பயம் உருண்டோடியது.

“என்ன பண்ணிட்டு இருக்கேன்....ஏன் இப்டி இருக்கேன்.. எனக்கு மட்டுமே ஏன் இப்டி நடக்குது......நான் ஒன்னு நினைக்க மனசு ஒன்னு நினைக்குது” அவன் புலம்பிய எதுவும் அவன் காதில் விழவே இல்லை. மூத்திர சந்து உடலையே பொத்த வைத்தது. அதையும் மீறி சந்தணம் மணக்க இருட்டில் சில் அவுட் ஷாட் போல ஒருத்தி அவனின் கை பற்றி இழுத்தாள். மல்லிகையின் வாசனை மூத்திரத்தை தாண்டியது.

அவன் நடுங்கிக் கொண்டே நின்றான். மூத்திர சந்தின் இருட்டில் இரு நிழல்களாகி போனார்கள். அவளின் முகம் தெரியவில்லை. அவளுக்கும் அவன் முகம் தெரியவில்லை. முகம் தெரிந்தால் என்ன.....தெரியாவிட்டால்........ என்ன...... என்று நிழல் வளைய இருள் விலக்கி கீழே குத்த வைத்து அமர்ந்தாள்.

இருட்டு இன்னும் இன்னும் வேகமாக பரவியது போல இருந்தது. ஆன்மாவின் திரவம் அவனெங்கும் நரம்பின் முடிச்சுகள் தாண்டி எகிறி குதித்தன. காடு சொல்லும் பச்சை திமிரின் உச்சம் தொட இன்னும் இன்னும் தன்னை ஒப்புக்கொடுக்க வேண்டியிருந்தது.

அவள் ரயிலென தொடர்ந்தாள். வேகமாய்.. மின்னலின் கீற்றை பற்சக்கரங்கள் கொண்டிருக்க வேண்டும்.

உணர்ச்சி வயப்பட்ட உடல்மொழியில் நெளிந்தான். பேராசை ஒன்று கிளர்ந்தெழுந்து... எல்லாம் சரியென நினைக்கும் ஆசைக்குள்...நெளிந்து கொண்டே....” உன் பேர் என்ன....?” என்று மூச்சின் வழியாக உள்ளிழுத்து வெளிவிட்டு வார்த்தைகளை வனப்பு மிக்க இருளுக்குள் படர விட்டு கேட்டான்.

"ம்ம்ம்ம்........ம்ம்ம்......." என்று வார்த்தைகளை குதப்பியவள்...... அவன் தொடையில்...நடு விரலால் ஓவியம் தீட்டுபவளைப் போல எழுதிக் காட்டினாள். தொடையில் கிறுக்கும் அவள் விரலில்... பெண்மை வழிந்தோடுவதை உணர்ந்த போது...படக்கென்று அவள் கைகள் பற்றி இறுக்கினான். மிச்சம் இல்லாமல் அன்பை கொடுத்தாள். ஆண்மை பறித்தாள். அடங்கிய தேகத்தோடு சுவற்றில் சாய்ந்து நின்ற போது மூத்திர வாசம் குடலை புரட்டியது. எழுந்து தன்னை சரி செய்து கொண்டவள்.. கன்னத்தை தட்டி "கிளம்பு" என்பது போல ஜாடை காட்டி விட்டு இருளுக்குள் இருளாய் மறைந்து போனாள். அந்த மாயப்பேயின் வாசம் அவனோடு ஒட்டிக் கொண்டதை போல உணர்ந்தான்.

சோர்வுற்ற உடலோடு..... இன்னும் அதிகமாய் ஏறிய பாரத்தோடு மனது வலிக்க மீண்டும் உள்ளே வந்து அதே இருக்கையில் அமர்ந்தான். பாக்கெட்டில் இருந்த போத்தலை எடுத்து இரண்டு மிடறு வேக வேகமாய் குடித்தான். கலக்க எதுவுமில்லை. கலங்கிய உடலில் எல்லாமே எரிந்தது. இன்னும் நடுக்கம் குறையவில்லை.

மீண்டும் சல சலப்பு...

"மட்சான் இவுனுங்க தான்டா... ஒருத்தனையும் விடக்கூடாதுடா.." என்று கத்திக் கொண்டே முதலில் வந்து விழுந்தது பீர் போத்தல் ஒன்று. கூட்டம் சலசலத்து பரபரத்து கலையத் துவங்கியது. ஓடியும் நடந்தும் வெளியேறியது. அவரவர் சரக்கை எடுக்க மறக்காத கூட்டம் ஓர் அற்புதமான சண்டைக் காட்சியை காணும் ஆவலோடு உள்ளுக்குள் கிளுகிளுத்தது.

கூட்டத்தோடு கூட்டமாக சற்று முன் வெளுத்து வாங்கிய சப்பளையர்கள் மூவரும் வெளியே ஓட முயற்சி செய்ய..."எங்கடா ஓடுறீங்க..... மிச்ச பேர் எங்க... திரும்ப வந்துட்டோம்னு சொல்லுங்கடா... மிச்ச பேரையும் வர சொல்லுங்கடா..." என்று உடைந்த மண்டையை பொசுக் பொசுக்கென திருப்பிய ஒருவன் அதிதீவிரமாக கையில் வைத்திருந்த செங்கல் கொண்டு தாக்கினான். முகம் வீங்கி மண்டை உடைந்து ரத்தம் உறைந்து பிசு பிசுத்திருந்தவன் இன்னும் வேகமாக தாக்கத் தொடங்கினான். அவன் கையில் இரும்பு கம்பி துருப்பிடித்து நாக்கு நீண்டு கிடந்தது. சப்பளையர்களை உள்ளே வைத்து சுற்றி வளைத்தபடி இடுப்பிலும் வயிற்றிலும் மாறி மாறி உதைத்துக் கொண்டே......." இப்போ

சொல்லுங்கடா........ பெரிய......க்காரனுங்கனு சொன்னீ ங்கள்ல..... இப்போ சொல்லுங்கடா......''என்று என்று அடித்து துவைத்தார்கள். வசமாய் வாகாய் மாட்டிய ஒருவனின் கால்முட்டியை முன்னாலிருந்து ஓங்கி ஓங்கி அழுத்தி மிதித்தான் ஒருவன். உடைய நேரமெடுத்த முட்டி சற்று நெகிழ்ந்து இடது பக்கமாக நழுவி வழக்கம் போலவே மடிந்து விழா......'அயோ.....' என கத்தி உடையும் குரலில் வலியை தெறிக்க விட்டது... சற்று முன் அதே நேரத்தில் காதை பதம் பார்த்திருந்த இரும்புக் கட்டை ஒன்று.

அடிதடியில்... சலசலப்பில்..... தள்ளு முள்ளில் .... உருண்டு புரண்டு... அந்த அறை மீண்டும் தன் பாவங்களை சிந்தத் தொடங்கியிருந்தது. இம்முறை சற்று ஒதுங்கி நின்று வெளியேற முயற்சி செய்தபடி இருந்தான் அவன். சில திருநங்கைகள் கூட்டம் கூட்டத்தை விலக்கிக் கொண்டு ''என்ன சண்டை... எதுக்கு சண்டை'' என்றபடியே உள்ளே வர.....கூட்டத்தில் இருந்து ஒரு நல்ல உள்ளம்... ''ஏய் உள்ள போய் மாட்டிக்காதிங்கடி...'' என்று கத்த கத்தவே.... திருநங்கை கூட்டம் சற்று உள்ளேயே சென்று விட்டது.

''எப்ப பாரு... இதே வேலை .... காட்டிட்டு பிச்சையெடுக்கறது.. ... . உங்களையெல்லாம்'' என்றபடியே ஓங்கி இடுப்போடு சேர்த்து ஒருத்தியை மிதிக்க, அவள் தெறித்து வந்து வெளியேற தடுமாறிக் கொண்டும்.. சுவற்றோடு ஒட்டிக் கொண்டும் நின்று கொண்டிருந்த அவனின் காலடியில் விழுந்தாள்.

அதே சந்தன வாசம். சற்று முன் இருட்டில் இணைந்திருந்த அதே வாசம். விழுந்தவள்.. இடுப்பை பிடித்துக் கொண்டு வலியில் துடிக்க அவனின் மனதுக்குள் ஏதோ உடைந்தது..

விழுந்தவளை உற்றுப் பார்த்த கணத்தில் எல்லாம் புரிந்து விட்டது. அந்த முகம்.... அந்த உடல்...!

''அயோ.. அயோ... கடவுளே.. ஏன் என்னை இப்டி சோதிக்கற.. இப்டி ஒரு தப்பையா நான் பண்ணனும்.. இது அவனா இருக்காது.... இருக்க கூடாது...'' என்று சுவற்றுப் பக்கம் நின்று தடுமாறியபடியே மெல்ல திரும்பி அவள் தொடையில் எழுதிய பெயர் கொண்டு பயந்து கொண்டே கூப்பிட்டான். மறுகணம், குனிந்து கீழே கிடந்தவள் தன்னை யாரோ கூப்டுகிறார்கள் என்பது போல போல தலை தூக்கி பார்க்க, படக்கென்று முகம் திருப்பிக் கொண்டான்.

அதற்குள் அவளின் தோழிகள் அவளைத் தூக்கிக் கொண்டு வேகமாக வெளியேறினார்கள்.

"அது என் தம்பியாச்சே...." அயோ.... அயோ" என அவன் மனம் வெந்து துடித்தது. தலையை சுவற்றில் வேக வேகமாய் முட்டினான். மூளைக்குள் இதயம் சிதறியது.

"அந்த முகம்.....அந்த திருநங்கை.. தன் தம்பி......தன் தம்பியேதான்" என்று முழுதாக உணர்ந்த நொடியில்...."நான் போறேன்.. என்னால உங்க யாருக்கும் அவமானம் வேண்டாம்.. நான் சாகவெல்லாம் மாட்டேன்.......நான் இப்டி பொறக்க நானா காரணம்... எனக்கு ஒன்னும் வருத்தமில்லை... நான் எப்படியும் பொழைச்சுக்குவேன்..." என்று 2 வருடங்களுக்கு முன் சொல்லி போன தம்பியுடனா சற்று முன் அவன் பிழைக்க மூத்திரப்பையை வாய்க்குள் திணித்தோம்...." - நெஞ்சு நெஞ்சாய் அடித்துக் கொண்டான். சுவற்றில் தன் உடலை வேக வேகமாய் மோதிக் கொண்டவன் கையில் கிடைத்த பீர் போத்தலை சண்டை இட்டுக் கொண்டிருந்த ஒருவன் தலையில் படு வேகத்தோடு அடித்தான்.

ஒரு கணம்... ஸ்தம்பித்த அறைக்குள் சண்டையிட்டுக் கொண்டிருந்த கூட்டம் காலம் நிறுத்தி நின்றது.

"யாரிவன்..?!" என்பது போல பார்க்க பார்க்க......

இந்த போத்தலை எடுத்து அந்த மண்டையில் அடித்தான். அதே நேரம் அந்த போத்தலை எடுத்து இந்த மண்டையில் அடித்து நொறுக்கினான். அதே நேரம் காலால் ஒருவனின் உயிர் தடத்தில் ஓங்கி மிதிக்க....மிதிக்கவே......ஒருவன் கழுத்து கிடைக்க அதை புலியின் பற்றுதலோடு பறித்து சுவரில் மோதி தலையை சிதற விட......ஒருவனின் காது வசமாக வாய்க்குள் மாட்ட கடித்து கொழ கொழவென்று மென்று துப்ப... அதே சமயம் அவன் தலையிலும் அடி விழுந்து கொண்டிருந்தது.

போத்தல்களின் சிதறலில் அந்த அறையே... ரத்தக் காட்டை வழிந்து கொண்டிருந்தது. அடி அடி அடியென இடி இடி இடியென போத்தல்கள் பறக்க....கை உடைந்து கால் உடைந்து... தலை உடைந்து சில ஆணிகள் கண்கள் குத்தி கிழிக்க அங்கே சண்டையிட்ட அத்தனை பேரும் சரிந்து விழுந்தார்கள். கணத்தில் பிடித்த பேய் விட்டு விட.. மனதுக்குள் நிறைந்து வழிந்த தம்பியை

நினைத்துக் கொண்டே நெஞ்சு நெஞ்சாக பரிதவிக்க ... தலை தலையாய் அடித்தபடி பாருக்கு பின்னால் இருந்த காட்டுக்குள் உடல் தெறிக்க ஓடினான்.

“இது என்ன மாதிரி வடிவம்.. இது என்ன மாதிரி வாழ்க்கை.. இது என்ன மாதிரி உறவு......இது என்ன மாதிரி பிண்டம்....இது என்ன மாதிரி ஆன்மா....யார் படைத்தது......ஏன் படைத்தார்கள்....... எதுவுமே சரியில்லை...” அவன் ஒரு முள் காட்டில் தலை குப்புற விழுந்தான். அவன் உடல் எங்கும் முறக்கள் குத்தி கிழித்தன. இருட்டுக்குள் தன்னையே தனக்கு தெரியாத நடுக்கத்தில் எழுந்தான். காலில் குத்திய முள் கம்பியை இன்னும் வேகமாய் அழுத்தி உள்ளுக்குள் ஏற்றினான். உயிர் வலித்ததை உணர்ந்த நொடியில் மறத்து போனது கண்கள். வயிற்றுப பகுதியில் தொங்கிய சதையை அப்படியே தொங்க விட்டுக் கொண்டே ஓடி ஓடி குதித்து ஓடி உருண்டு புரண்டான். தலை ஒரு பாறையில் மோதி... நச்சென்று ரத்தம் தெறித்தது. காது பக்கம் உராய்ந்து கல்லில் பாதி காதை காணவில்லை.

“இரவு தின்று விட்டதோ...இறகென்று மென்று விட்டதோ...”

மீண்டும் எழுந்து ஓடினான். தன் மரணத்தை விரட்டி போகும் வெறித்தனத்தில் உள்ளம் பாவம் கலைய முறப்பட்டது. இருள் மெல்ல மெல்ல அவன் கண்களுக்கு புலப்பட ஆரம்பித்தது. ஓடினான். ஓடினான்... எதிரே நின்றிருந்த ஆயிரம் காலத்து மரத்தில் உடல் அத்தனை வேகத்தில் மோதி நெஞ்செலும்பு நொறுங்கியது. அவனுக்குள் சுகம் ஒன்று மயிலிறகால் வருடியது போல இருந்தது. தன் மரணம் இப்படித்தான் இருக்க வேண்டும். பாவத்தின் சமபளத்தை அவன் இப்படித்தான் பெற வேண்டும் என்று இன்னும் இன்னும் வேகமாக உணர்ந்தது அவனின் உள்ளுணர்வு.

நொண்டிக்கொண்டே.....தள்ளாடியபடியே... ரத்தம் நிழலாய் சொட்ட.......மரண வாடை தலைக்கேறிய முடை நாற்றத்தில்... நடக்க முடியா தூரத்தில்... பாறைகளில்.. முள் தடங்களில்...... கற்களில்... தன்னை இழுத்துக் கொண்டு... உடல் உராய தேய்த்து தேய்த்து தவழ்ந்தும் நடந்துமிருக்க...நரி ஒன்றின் பார்வைகள் இந்த இரவைத்தாண்டி அவன் முன்னே பளபளத்தது. இனித்தது மூளை. உள்ளே சிரித்தது தம்பியின் உதடு. வேகமாய் முன்னேறிச் சென்றவன்... நரியின் வாயில் தன் உடைந்த கையை கொடுத்து விட்டு பரவச நிலை ஒன்றை அடைந்ததாக நினைத்து கத்தி

கூச்சலிட்டான். காடு திரும்ப கத்தியது. இரவு திரும்ப காடானது. கரடி ஒன்று பின்னால் வந்து அவன் பின்னந்தலையை பிராண்டத் துவங்கியது. ரத்தம் குபுக்கென்று கொட்ட.... அது தாகத்தின் நாவை சுருட்டியது. பாம்பொன்று அவன் கால்களில் இரண்டு மூன்று முறை கொத்திப் போனது. முயல் ஒன்று அவன் விரல்களை கொறித்து போனது. முள்ளம்பன்றி ஒன்று அவன் வயிற்றில் முட்டி புரள அவன் உடலெங்கும் பன்றியின் கூரிய முறுக்கள்...... குத்தி குத்தி நிற்க..... வலி தாண்டிய இன்பத்தில்... மெல்ல மெல்ல புரள.. முற்கள் நெஞ்சுக்குள் இறங்கி முதுகில் நகமாய் நீண்டது.

எலி ஒன்று அவன் குறியை கவ்வி எடுக்கும் போது.... பிண்டத்தின் வாழ்வுதனை எதுவும் கொய்யும்.. கொய்வதெல்லாம் குமட்டலின் விதி என்றால் இங்கே பிரபஞ்சத்தின் சூதும் சூனியம்தான். உள்ளுக்குள்... சுழன்ற கருப்பொருள் மையத்தில் மூச்சிரைத்த மூத்திர சந்துக்குள் நிகழ்ந்த, நடந்த அது இல்லாமல் போனதாக நம்பி நம்பி நம்பி நம்பி நம்ப ....அவன் பிரபஞ்சம் இருளத் தொடங்கியது.....

எவனோ ஒருவன் வாசிக்கும் மரண இசையை பால்வெளிக்குள் தூக்கி சுமக்க ஒரு முள்கிரீடத்தோடு வரிசையில் அமர்ந்திருக்கும் அவனை அவன் அதற்கு பின் பார்க்கவேயில்லை.

இப்போது தெரிகிறது நான் யாரென்று. ஆனால் சொல்ல போவதில்லை உங்களுக்கு.

◆➢➣◆

மந்திரப் புன்னகை

"**எ**ன்ன சார்... இன்னைக்கும் லேட்டா...."

இந்த கேள்வி அவனைத் துரத்த ஆரம்பித்து ஒரு மாதம் ஆகி விட்டது. அவனுக்கு புதிர் பிடிக்கும்தான்....ஆனாலும் இது புரியவே முடியாத புதிராக இருப்பதை ஏனோ... அச்சத்தோடு பார்க்க வேண்டி இருந்தது. வளைவுகள் நிமித்தம் வாழ்க்கையின் நிமிடங்களை அவன்... பெருங்கண் கொண்டே காண்கிறான்.... கண்டான். மனதுக்குள் ரீங்காமிடும்... இந்த பூமியின் அநியாயங்களின் கூற்றில் அவன் தினம் தினம் குத்தப்பட்டு கலைக்கப்படுவதை அவன், தன் தனிமையின் பொருட்டு ஒளித்து வைப்பதில்லை. போட்டு உடைக்கும் வானக்காட்டு திறவாகவே அவனது கோபம்... தெறித்து வீழ்கிறது வெளிமீன் சாவுகளாகவும்.

ஆம்.... என்பதை ஆம் இல்லை என்பதாக தலையாட்டிக் கொண்டு நடந்தான் யுத்தன்.

அவன் மனதுக்குள்....ஓடிய எல்லா கேள்விகளையும் மீண்டும் மீண்டும் பதிலாக்கும் நிரந்தரத் தன்மை ஒன்றை அவன் அவனுக்காகவே செய்து கொண்டு நிரம்பி தவித்தான். தவிக்கையில்.... நின்று விளையாடும் தன்வினை எதிர் நின்று தனையே ஆட்டுவிக்கும் என்பதில்... புரிதல்கள் அப்படியே தான்.

"என்ன நடக்கிறது... என்னை சுற்றி......?"
"ஏன் நடக்கறது என்னை சுற்றி......?"

"எதற்கு நடக்க வேண்டும் என்னை சுற்றி......?" என்று, எதுகை மோனை தொடர்பற்ற சிந்தனையாக தொக்கி எக்கி சேர்ந்து கொண்டே இருந்தது. அவன் கன்னிகள் வெடிக்காமல்... உயிர் குத்தும் சோலைக் காடுகளின் தூரத்தை அவனைப் போலவே வரைந்து கொண்டிருந்தது.

எத்தனை தவறான ஆயுதம் இந்த மனிதன் மனம். காதல் என்ற போர்வையில் வளர்ந்து விருட்சமாகி... விஷமாக மாறி, கத்தி கொண்டு அத்தனை பேர் பார்க்க...... ஒரு பெண்ணை வெட்டி சாய்க்க தூண்டி இருக்கிறது. தூண்டில் இட்டிருக்கிறது!

எங்கே ஆரம்பித்தது.... இத்தனை வக்கிரம். இத்தனை வியூகம். இத்தனை மூர்க்கம். இது மானுட பிழையா? அல்லது காலத்தின் வலையா? என்ற கேள்வியினூடாகவே அவனின் அன்றைய விடியல் தொடங்கியது. எட்டு மணிக்கு வீட்டை விட்டு கிளம்பியவனின்... வண்டி ஊர் மேய்ந்து கொண்டு வரும்.. கழுதையைப் போல காரணத்தோடு காரணமே இன்றி உயிர் உருட்டிக் கொண்டு அலுவலகம் நோக்கி நகர்ந்தது வழக்கம் போல. மனதுக்குள் அசைபோடும் கழுதையின் பசிக்குள்...... எங்கு திரும்பினும் கொலை.. கொள்ளை... தனிமனித ஒழுக்கமின்மை... துரோகம்.. ஏமாற்று.. காசுக்கு கொலை.. காதலுக்கு கொலை.... கள்ளத்தனத்துக்கு கொலை... பதவிக்கு கொலை....பாதகத்துக்கு கொலை... பசிக்கு கொலை.. பட்டினிக்கு கொலை. பார்க்கும் இடமெல்லாம் ரத்தம் சொட்டும் வாடையை சகிக்கவே முடியாத கூர் நாசியில்....அவன் சுழித்துக் கொண்டே வரும் போது மணி 10ஐ நெருங்கி விட்டிருக்க, அலுவக மேலாளர் முன் காரணமே புரியாமல் கை கட்டாத குறையா நிற்கும் நிலையில்.. அவனின் மூளை விரிவடைந்து விரிவடைந்து பெருமூச்சை உற்பத்தி செய்து கொண்டிருந்தது அன்றும்.

"யுத்தன்.... கொஞ்சம் சீக்கிரம் கிளம்பி வரலாம்ல..? ஏன் தினமும் இப்டி லேட்டா வந்து திட்டு வாங்கறிங்க..."- உடன் பணிபுரியும்.. மொக்கை மனிதன்... வழக்கம் போல... பேசிக் கொண்டே வடை சாப்பிட...அவனை அர்த்தத்தோடு பார்த்து விட்டு வாய்க்குள்ளேயே முனகினான்.

"மஞ்ச லைட்டு போட்டப்புறமும் வண்டிய நிறுத்தாம போற கழுதையெல்லாம் எனக்கு அட்வைஸ் பண்ணுது" -மனதுக்குள் எடுத்த கல்லால் மொக்கை மனிதனை அடித்தான். ஆசை தீரவேயில்லை. யோசித்துக் கொண்டே திரும்புகையில் அகலிகை பார்த்து சிரித்தாள். மனதுக்குள் குயில் பாடும் தென்றல் கலந்த ஓசை சட்டென அருவியாக கொட்ட அவளை அர்த்தமின்றியும் பார்த்தான்....பேச வேண்டும் என்பது போலவும்.

அன்று மதியத்தில்...கேண்டீனில் இருவரும் எதிர் எதிர் அமர்ந்திருந்தார்கள்.

❖❖

பரந்த மலை

தொட்டு தொடரும் காற்றில் பட்டு படரும் மென்மை. சூரியனின் சொற்கள் கற்களில் விழாத கணத்தை எல்லாம் புல்வெளிகளாக்கி அதீத ஞாபகத்தின் அற்புத ஆதியில் அந்த காடும் மலையும் சுவீகரித்திருக்க, யுத்தன் ஆடு மேய்த்துக் கொண்டிருந்தான். அவனை சுற்றிலும் மேய்ந்து கொண்டிருந்த அத்தனை ஆடுகளும் அவன் வசம். அத்தனை ஆடுகளிலும் அவன் வாசம். கால் முளைத்த பறவைகளாகி அவன் பூமியை நிரப்பி இருக்க....அவன் தாடியும் பின்கழுத்து தாண்டி புரளும் கூந்தலுமாக ஒரு கடவுளை போல, மலை மேல் அமர்ந்திருந்த ஒரு செங்குத்துப் பாறையில் வீற்றிருந்தான். ஒளி வீசும் கண்களில்.... அஹிம்சை தேகத்தில்... அவன் அப்படி இருப்பது.... தெய்வீக ஓவியத்தின் சிதறலைப் போல.. வெளியில்.. வரைந்து கொண்டே இருந்தது.... பார்க்கும் ஒவ்வொரு கண்களும்.

ஏவா... எப்போதும் போல அவனிடம் குறும்பு செய்ய மறைந்திருந்தாள். மொத்த காதலையும்... நித்தம் சிரிப்பாக்கி... அவன் முன்னால் சிரித்து சிரித்து கண்களில் கவிதை நெரித்து காற்றினில் கனவு குழைத்து அவனை சுற்றி படர விடுகிறாள். அன்றும் விட்டாள். அது கான திறவின்... அற்புத ஆப்பிளின் சுவை கூட்டும் வளமை. இப்படியாகத்தான் யுத்தனின் ஆடு மேய்க்கும் நிகழ்வு சரித்திரத்தின் குவிதலை உள் வாங்கும் காலச் சுழலாக சுழன்று கொண்டிருந்தது. மேடைகள் காடாக... காட்சிகள் திரைக்கதைக்குள்.... கதை சொல்லும்.. சூத்திரம் வாய்க்க ப்பட்ட அற்புதங்கள்... அவர்களாக அரங்கேறிக் கொண்டிருந்தது.

ஆடு மேய்த்தலும் சவப்பெட்டி செய்வதும் யுத்தனின் தொழிலாக இருந்தது. அவன் ஆடுகள் மேய்க்கும் போது சந்தோசமாக இருந்தான். சவப்பெட்டிகள் செய்யும் போது சவமாய் இருந்தான். வாழ்வுக்கும் சாவுக்கும் இடையே அவன் ஒரு நதியை போல மிதந்து கொண்டிருந்தான்.... இயற்கையின் கையில்... அவன் தினம் ஒரு கடவுளை செய்து கொண்டிருந்தான். மூர்க்கத்தின் திறவுகோலை ஒரு மரணம் கொள்ளும் நாளில்

மற்றவரின் கண்ணீருக்கு ஆணிகளை அவன் விரல்களில் தரித்து கொண்டிருந்தான். துப்பாக்கிகளும் தோட்டாக்களும் அவன் உலகில் இல்லை. வெறும் உடல் ஒரு போதும் அவனை திருப்தி படுத்துவதேயில்லை. உயிர் தேடி அலையும் அவனின் ஆன்மா மற்றவருக்காக போராடியது. சக உயிரை மதித்து புன்னகைக்கும் நல்ல மனதில்.... அவன்.... ஆயிரம், லட்சம், கோடி கடவுள் துகள்களால் ஆக்கப்பட்டவனோ.... என்று நம்பத் தோன்றும்.. மிகப் பெரிய நம்பிக்கையின் விதையானான். அன்பின் வாசலில் அவன் திறந்து கொண்டே இருந்தது, இன்னும் இன்னும் அழகிய உலகங்கள் மட்டுமே. மறுகன்னத்திலும் முத்தமிட்ட காதலோடுதான் அவன் சவப்பெட்டிகள் கூட செய்தான்.

துக்கத்தின் ஈர்ப்பு விசையை அவனிடமே கொண்டு சேர்த்துக் கொண்டிருந்தது அதுவாகவும் அந்த ஆதிக்காடு. அவன் மற்றவர்களுக்காகவே வாழ்பவன் ஆன பொழுதொன்றில்தான் ஏவா, மனதை கொடுத்து, மறைந்து நின்று அவனை ரசிக்கவும் துவங்கினாள். அவளின் காடு விட்டு இவன் காட்டுக்குள் அவளின் பிரவேசம் புது அக்னி பிரவேசத்தை நினைவூட்டியது. படைத்தவன் மீதே கொள்ளும் அன்பு போல படைப்பாளி யுத்தன் மீது மெல்ல காதலாகி காமமாகி அவன் பொருட்டே உலகை சுற்ற விடும் தலைகீழ் விகிதமென ஏவாவின் கண்கள்... புது சர்ப்பம் படைத்தன.

◆◆

அவனின் வேகம்... காலையில்... பறவையைப் போன்றது. பொருள் தேடும் உயிருக்கே இவ்வுலகம் சொந்தம் என்ற மாய தத்துவத்தில் வேறு வழியின்றி மாய்ந்து மாய்ந்து கணிப்பொறி காண்பவன்தான் அவன். பச்சைக்கு காத்திருக்கும்... மஞ்சள் வனத்தில்... மிகக் கவனமாக மணி பிறழாமல் நின்று வானம் பார்ப்பான். சூரியனின் சுளீர் எறும்புக் கடிகளை முகம்... கைகளில்.... முடிந்தால்.... கொஞ்சம்... கழுத்துக்கும்... வாங்கிக் கொண்டு திரும்புகையில்.... மஞ்சளை சிவப்பென கடந்து...."முட்டாள்" என்று சிக்னல் காவலரிடம் திட்டு வாங்கிக் கொண்டு வேகமாய் அவனைக் கடக்கும் மொக்கை மனிதர்களை அவனும் அவன் பங்குக்கு திட்டுவது உண்டு. அம்பியைப் போல.... எல்லாவற்றுக்கும் சரி பார்க்கும்.. ஒரு நல்லவனின் வாழ்வை சுமந்து கொண்டிருந்தான். தவறுகள் இல்லாத அன்பின் தேசமாக இந்த உலகம் மாற வேண்டும் என்று பேராசை கொண்ட நவீன புத்தன் இந்த யுத்தன்.

கைக்கடிகாரம் 8.30ஐக் காட்டும். மீறினால்....இன்னும் பத்து நிமிடங்களில் அவன் அலுவலகம் சென்று விட முடியும். அவன் கிளம்பி செல்ல தொடங்கினான். ஆனால் அலுவலக வாசலை தொடும் போது.....அவனை எல்லோரும் ஒரு மாதிரி பார்த்து......"என்ன யுத்தன்... பெர்மிஷனா...? அடிக்கடி பெர்மிஷன்....ம்ம்ம்....."என்று கூறி பதிலுக்கு காத்திராத உடன் பணிபுரிபவர்கள் கடந்து போகையில்... கொஞ்சம் வினோதமாக பார்த்தபடியே கடிகாரத்தைப் பார்க்க....தூக்கி வாரிப் போட்டது. மணி 10.30.

பட்டென அலைபேசியை எடுத்து.. மணி பார்த்தால், அதுவும் அதையே காட்ட.... உள்ளே ஓடி சென்று அலுவக சுவர் கடிகாரத்தை பார்க்க அதுவும் அதையே காட்டியது. தலை சுற்றுவது போல இருந்தது. ஒரு முறை சுற்றிய தலைக்கு பின் எல்லாமும் சுற்றுவதாக தோன்றியது.... இன்னும் வேகமாக.

"என்ன நடக்கிறது.. எங்கு சென்றேன்.. என் நினைவுகள் எங்கே.. நான் என்னை விட்டு அவ்வப்போது வெளியேறி விடும்... மறதிக்குள் நியாயமென எனது தூரம்.. என்னை ஏதோ செய்துகிறது..." புலம்பத் தொடங்கினான். தனிமையில் சுழன்று அமரத்தொடங்கினான். அமர்கையில் ஊர் சுற்றும் நினைவுகளை கட்டிப் போட்டு விட துடிக்கும் அதிர்வுகளை அவ்விதம் முடியாமல் மூளைக்குள் மூளை முளைப்பதாக நம்பினான்.

அலுவலகத்தில் எல்லாரும் கேட்டு திட்டும் அளவுக்கு வந்து விட்டது. அவன் தாமதமாக வருவது அதிகமானதே தவிர குறையவில்லை. யாரும் அவனை நம்பாத தயாராக இல்லை. அவனும் நம்பத் தகுந்த எதையும் கூறவில்லை. ஒன்று அவனுக்கு மறதி நோய். அல்லது மன நோய்.

அவன் இரண்டும் இல்லை என்கிறான். ஆனால் குழம்பித் தவித்தான். எத்தனை யோசித்தும் வராத கவிதையைப் போல... தலைகீழ் விதி ஒன்றை நேருக்கு நேர் நின்று பின் பக்கமாக்கினான்.

வாழப் பழக் கதை மாதிரி...அவன் வாழ்வின் கதையும் வெடித்து சிரித்தது.

"எத்தனை மணிக்கு கிளம்பின..."

"எட்டுக்கு...."

"எந்த வழியா வந்த...."

"ஜிபி வழியா...."

"ஆபிஸ் எவ்ளோ தூரம்....?"

"வீட்ல இருந்து பத்து கிலோ மீட்டர்..."

"எதுல வந்த....?"

"பைக்ல...."

"பைக்ல வர எவ்ளோ நேரமாகும்.....?"

"அதிகபட்சம் முக்கால் மணி நேரம்...."

"நீ வர எவ்ளோ நேரம் ஆச்சு..?"

"முந்தா நேத்து பத்து மணி... நேத்து பத்தரை.....இன்னைக்கு... பதினொன்னு."

"ஏதாது எஸ்பிரிமெண்ட் ஏதும் பண்றயாடா...?"

"போங்கடா.....! நான் சரியாத்தான் வந்துட்டு இருக்கேன்.. ஆனா என்னமோ லேட் ஆகிடுது..."

"அடேய்...."ன்னு கத்தி ஓடி ஒளிந்தவர்கள் ஏராளம்.

"என்ன நடக்குது.... யுத்தன்... டாக்டரை பாக்கலாமா...." என்றவர் சிலர்.

"பாக்க போனேன்... ஆனா அவர் குடுத்த அப்பாயிண்ட்மெண்ட் சாயந்தரம் ஏழு மணிக்கு.....நான் போகும் போது மணி 9 ஆகிடுச்சு" என்று சொல்லி கண்கள் உருட்டினான். கலகலவென சிரித்தவர்கள் பலர். கலாய்ப்பதற்காகவே சிரித்தவர்கள் பலர்.

இன்றும் யோசனையோடு அமர்ந்திருக்கிறான். அகலிகை... போன வாரம்தான் வேலைக்கு சேர்ந்திருந்தாள். ஏனோ இவனோடு பேசுவதற்கு.... பழகுவதற்காக வந்தவள் போலவே.. அவனோடு ஒட்டிக் கொண்டாள். தட்ட தட்ட கிடைக்கும்.... தட்டியது போல.. அவளின் பார்வையில் ஊற்றெடுத்து அருவியாகும் அன்பு அவனுக்கு இப்போது மட்டும் அல்ல எப்போதும் வேண்டும் என்று தோன்றியது.

◆◆

ஆம்.... ஏவா யுத்தனையே சுற்றினாள். அப்படித்தான் பூமி சுற்றுவதாக நம்பினாள். தலை விரி கோலமாய் காதலை அள்ளி அள்ளி வீசினாள். யுத்தன்.. யாவும் அறிந்தவன். மென்மைக்குள் மேன்மை சுமப்பவன். அவளின் இலைமறைகாய் காதலை வாய்ப்பு கிடைத்த போதெல்லாம் தள்ளி வைத்தான். தவறு என்றான். படைத்தவன் மீதே கொள்ளும் காதலைப் போல.. இது இயல்புக்கு மீறிய நடத்தை என்றான். அவளின் அவனுக்கு செய்யும் துரோகம் என்றான்.

"என் காதலை முடிவு செய்ய நீ யாராக இருந்தாலும் எனக்கென்ன" என்றாள் ஏவா. உடனுக்குடன் எதிர் வினை ஆற்றும் பெண்ணின் ஆழம்.. காண முடியாதது என்று நிரூபிக்கும் முதல் சந்தர்ப்பத்தை எதிர்கொண்டாள். பெண் திமிரில் ஆதி அழுத்தம் தலை தாண்டிய வானமாய் கவிழ்ந்து பெரும் கூற்றை சுக்குநூறாக லட்சப் பொடியாக உடைத்துக் கொண்டிருந்தது. இரவுகளில் அவன் சவப்பெட்டியை அழுதுகொண்டே செய்யும் தனிமையை ஆக்கிரமிக்கும் அரவணைப்பில் நிழல் என ஒரு மாயத்தைப் போல மறைந்தும் கரைந்து அவனோடு சேர்ந்து காரணமே இல்லாமல் அவளும் அழுதாள். யாவுமே அறிந்த யுத்த மனம் விதியின் கோட்டில்... ஆணி அடித்துக் கொண்டே இருந்தது. பகலை ஆடுகளால் நிரப்பிக் கொண்டே தலை முடி காற்றில் அலையாகி பறக்க.. பொன்னிற தாடி.... கள்ளமில்லா சிரிப்பை.. யுத்தனின் வெளி சிலையைப் போல ஞாபகக் குறியீட்டைப் பதித்துக் கொண்டே நகர்ந்தது. காலம் நகர காதலின் தீரா வியாதியில் கட்டுண்ட ஏவா... அவளின் காடுகளை மறந்து போனாள். யுத்தனை சுமந்த மனது சர்ப்பத்தின் சிறகில்... யுத்தனை சுற்றியே இனம் புரியா யுத்தம் செய்து கொண்டிருந்தது. காலத்தின் கதவுகள் திறந்து கொண்டே இருந்தன. ஜன்னல்கள் அடித்துக் கொண்டன. நகரும் பாதங்களின் சுற்றுவட்டம் மீண்டும் மீண்டும்... வட்டமிட்டு

கழுகைப் போல ஒரு புள்ளியில் குவியத் தொடங்கின. முதலின் முடிவில் முதலே முடிவாக இருப்பதாக முடிவே மீண்டும் முதலாகும் தத்துவத்தை யாரும் உருவாக்கவே இல்லை. ஆதலால் அது அதுவாகும் நியாயத்தை எடுத்துக் கொண்டது.

அப்படியாகப்பட்ட வேளையில்....முப்பதை தொட்ட ஒரு அதிகாலையில் ஆடு மேய்ப்பதை விட்டு விட்டு வேறு வேலை இருப்பதாக சொல்லி ஊர் ஊராக செல்லத்துவங்கினான் யுத்தன்.

காரணம், அது அப்படித்தான் என்றான்.

இதுநாள் வரை தனக்குள் கொண்ட தீரா அன்பை அவன் போதிக்கத் துவங்கினான். அது மட்டுமே இந்த உலகின் போக்கை திசை மாற்றும் என்று நம்பினான். கை மீறிய உலகை சரி செய்ய வேளை வந்து விட்டதாக பேசினான். நிஜத்தை ஊரறியும் செவியில்.... அன்போடு... பேரமைதியோடு தான் உணர்ந்ததை.... உணரப் போவதை....ஊற்றினான்.

"இந்தக் காதலின் ஏக்கத்தை என்னவென்று கூறுவேன்... உன் ஒளி படைத்த கண்களுக்குள் நான் சிறு நதியாகி நீந்துவது உனக்கு தெரியவில்லையா?" என்று புலம்பினாள் ஏவா. தன் படைப்பின் சூத்திரம் அவனாலேதான் அவிழ்க்கப் படும் என்று அவள் உலகம் தட்டிக் கொண்டிருப்பதாக அழுதாள். கேட்டால் தர முடியாத இடத்திலா என் காதல் இருக்கிறது என்று சாடினாள். ஊருக்கே தரும் அன்பை தனக்கு மட்டும் தராமல் போவதை கண்டிப்பதாக சொல்லி மண்டியிட்டு பாதம் தொட்டு முத்தமிட்டு தன் கண்ணீரால் யுத்தனின் பாதங்களை நனைத்தாள். பெண்ணின் காதலில் சற்று கூடுதல் காதல் இருப்பது அப்போதுதான் தோன்றி இருக்க வேண்டும். அவள் தோன்றியதே அவனோடு வாழத்தான் என்பது தனிமையுடைமையாகவே இருந்தாலும் தன் உடைமை என்று வாதிட்டாள். உடமைகளாலே உயிர் இருக்கிறது... என்பது பழையதில் புதியது.

ஏவா அறிவுரைகளால் நிறைந்து வழிந்தாலும்... வழியும் சிறபத்தின் காரணங்கள் யுத்தனாகவே இருந்தன.

உள் வாங்கிய உணர்வுகளால் மெல்ல விழி திறந்த யுத்தன்... எல்லாம் அறிந்து கொண்டதாக தேஜஸ் நிரம்பி வழிய தன் தேகம் ஆணி அடிக்கப்பட்டு மரிக்கப் போவதாகவும் ஆன்மா

தவத்தின் நிலை நோக்கி பயணிக்க இருப்பதாகவும் ஏவாளிடம் முன்கூட்டியே கூறினான். ஏனோ கூறத் தோன்றியது அந்த இரவில். அவன் தனிமையில் அழுதான். கூட இருக்கும் தோழன்... தன்னை யாரென்று தெரியாதென்று கூறி கடந்து போவதுதான் விதி என்றான். கூட இருக்கும் இன்னொரு தோழன்... தன்னை காட்டிக் கொடுப்பது எழுதப்பட்டது என்றான்.

ஏவா.. நிலை குலைந்து நின்றாள். என்ன நடக்கிறது... யாரிவன்..?! நேற்றுவரை ஆடுதானே மேய்த்துக் கொண்டிருந்தான். இன்று இவன் தொட்டால்... நோய் குணமடைகிறது. தீர்க்கத்தின் பிள்ளையைப் போல அத்தனை பரிசுத்தமாக...ஒரு மின்னலைப் போல கண்களைக் கொண்டிருக்கிறான்... இவன் எதற்கு சாக வேண்டும் என்று யோசித்தாள். தன் காதலுக்காக மட்டும் அல்ல. இந்த மூன்று வருடங்களில் எத்தனை எத்தனை உயிர்களை பாவத்தில் இருந்தும், மரணத்தில் இருந்தும் ஓர் அன்னையைப் போல காத்து மீட்டெடுத்திருக்கிறான். இவன் எதற்கு சாக வேண்டும்? கூடாது. சாகவே கூடாது. இவனின் சேவை இந்த பூமிக்கு தேவை. இவன் இன்னும் நூறாண்டுகள் வாழ வேண்டும்.. இந்த பூமி புண்ணியம் பெற... பாவம் நீங்க.. அதிகார வர்க்கத்திடமிருந்து ஏழைகளும்... உழைப்பாளிகளும் சுதந்திரம் பெற....நல்லவைகள் மீண்டெழ...தீயவை அழிய இவன் வாழ வேண்டும். இவன் சாகப் பிறந்தவன் அல்ல.. இவன் இந்த பூமியை சுத்திகரிக்க வந்தவன். ஆக இவன் சாக கூடாது... என புலம்பியபடியே அவள் அழுது கொண்டே மறைந்து நின்று யுத்தனையே பார்த்துக் கொண்டிருந்தாள்.

அந்த பின்னிரவு வெளியிலும் அவனின் கண்ணீர் ஒரு காட்டின் அருவியைப் போல.. தானாக தனிமையின் திறத்தலோடு.... வீழ்தலின் இயலாமையை சேர்க்கும் பொருட்டு தன்னை ஒப்புக் கொடுத்துக் கொண்டிருப்பதாகக் கண்டாள். விடிந்தால்...... கதை மாறும் என்று முடிவெடுத்தவள் காற்றோடு யுத்தனை அணைத்துக் கொண்டிருந்தாள். அது அவனுக்கு தேவை என்று மானசீகமாக நம்பினாள்.

◆◆

நாட்கள் நகர நகர... நேரம் அவனுக்கு தாமதமாகிக் கொண்டிருந்தது.

கவிஜி **ஊதா நிறக் கொண்டை ஊசி கதைகள்** | 173

காலை... மதியம் ஆனது. மதியம் மாலை ஆனது. இரவு காலை ஆனது. நாள் வாரமானது. வாரம் மாதமானது. மாதம் வருடமானது. 2000மாவது வருடம் என்று கையொப்பம் இடும் அளவுக்கு அவன் பின்னோக்கிப் போய்க் கொண்டிருந்தான். அவனை சுற்றி இருந்தவர்கள் பித்து பிடித்தது போல அவனைப் பார்த்தார்கள். சிரிப்பு மெல்ல அடங்கி சீரிய சிந்தனைக்குள் நுழைந்தது அவனின் செயல். அவள் மட்டும்தான் அவனை காதலோடு கண்டாள். அவனின் ஞாபக குறியீடுகள் எனவும்..... மறதியின் திரும்பல்கள் எனவும் வேறு வேறு விதங்களில் அவனிடம் புரிய வைத்துக் கொண்டிருந்தாள். நிஜத்தின் வேர்தன்னை நிழலாகி தெளிய வைத்துக் கொண்டிருந்தாள். எல்லாக் காரியங்களும்... காரணத்தின் விளிம்பில் நிறமற்றுதான் நிர்வாணம் சுமக்கும் என்று அவன் பிதற்றினான். சாத்தானை கொல்லப் போகும் ஆதிக் காட்டின் எல்லா கதவுகளையும்.... திறந்து வைத்துக் கொண்டு... கையில்... கோடாரியுடன் வெறித்துக் கொண்டிருப்பதாக அவனின் நாட்கள் பின்னோக்கி நகர்ந்தன. பின்னால் நகர்ந்து கொண்டே இருந்தவனின் உலகம் அவன் போக்கில் உருண்டு கொண்டிருப்பதாக நம்பினான். அவள் மட்டும்... அவனோடு ஓடி ஓடி களைத்து... மறந்து நதியாகி அவன் வியர்வைத் துளைகளாகி அவனுள் ஒளிந்து கொண்டாள். தன் தீரா காதலால் நிரப்பி அவனை.. துரத்திக் கொண்டே இருந்தாள்.

“போ.. போ..போ...போ.....போ......போ....... நீ போகும் தூரமே உனது வாழிவின் பொருள். அவனை... விரட்டும்.. காலத்தின் முகப்பின் பின்பக்கத்தை...காண முற்பட்டுக் கொண்டே கடந்து விட்ட பொருளோடு.. கடக்க இருக்கும் நினைவுகளை மீண்டும் மீண்டும் காதலாகவே மாற்றிக் கொண்டிருந்தாள். அது காலத்தின் சுவரை உடைத்துக் கொண்டு... சீறிப் பாயும் அன்பின் கூர் என..... மிக வேகமாய் போகத் துவங்கியது.

◆◆

முதலில் யுத்தனை தெரியாது என்று கூற இருக்கும் நண்பனின் குடுமியைப் பிடித்து... சுவற்றிலேயே அறைந்தாள் ஏவா. ஒவ்வொரு முறை மறுதலிக்கும் போதும்... உன் வீட்டில் ஒரு கொலை நடக்கும்.... என்று மிரட்டிய பொழுதை ஆணித்தரமாக அவனின் நெஞ்சில் பதிய வைத்தாள். அடுத்த நொடிகளில்....

அவனிடம் "யுத்தனை தெரியுமா?" என்று அதிகார வர்க்கம் கேட்கையில்...."தெரியும்... ஆனால் காட்டிக் கொடுக்க மாட்டேன்" என்று மறுதலிக்க இருந்தவன் கூறினான்... அதிகார வர்க்கம்.. ஆடிப் போனது.... உனக்கே இத்தனை திமிர் என்றால் அவனுக்கு எத்தனை இருக்கும் என்று கர்ஜித்தது.... ஏவா சிரித்தாள். சற்று தள்ளி நெருப்புக்குள் நிற்பவள் போல துடித்தாலும் அவன் கூறிய பதில்.... சற்று ஆசுவாசம் அடைய வைத்தது. யுத்தன் பிழைத்துக் கொள்ள வேண்டும் என்று யுத்தனிடமே மனதுக்குள் வேண்டினாள். கோபங்கள் பட்டாம் பூச்சிகளாக அவளிடம் இருந்து பறந்து கொண்டிருந்தன.

"நண்பர்களே.... இது திமிர் அல்ல... விதி.." என்று கூறியபடியே அடி தாங்காமல்.. சுருண்டு விழுந்தான் மறுதலிக்க மறுத்தவன்.

அடுத்து.... முன்னூறு டாலருக்கு காட்டிக் கொடுக்க இருந்தவன் காலில் விழுந்த ஏவா கெஞ்சினாள்.

"யுத்தன் என்னும் மாமனிதன் இந்த பூமிக்கு தேவை நண்பரே.... தயவு செய்து காட்டிக் கொடுக்காதீர்கள்..."

"நானா...?....என்னையா யார் என்று கேட்கிறீர்கள்.... நான் யுத்தனை யுகம் யுகமாய் சுமப்பவள். யுத்தனாலேயே படைக்கப் பட்டவள் என்று நம்புகிறேன்.... எனது விதியை மாற்றி எழுதும் வீணையின் ஸ்வரம் அவன். அவனிலாத உலகத்தில்.. புல் பூண்டுகள் இல்லை..என் போன்ற பெண் பெண்டுகளும் இல்லை.... நண்பரே... தயவு செய்து காட்டிக் கொடுக்காதீர்கள்..." அவள் கெஞ்சினாள்...கதறினாள்.

அவன் பேசிய பாஷை... வயிறு சம்பந்தப் பட்டது... தன்முனைப்பு தொடர்புடையது. பொருளாதாரம் தொடப்பட்டது.

"முடியாது" என்றான்.

கூட்டிக் கழித்துப் பார்த்தால் பத்தே நிமிடங்களில்.....அவனை தன் விரல்களாலும்... நகங்களாலும்.... பற்களாலும்.... பலம் வாய்ந்த கால்களாலும்...கனத்துக்கிடந்த மார்புகளாலும் பிளந்து கடித்து குதறி முட்டி... உடைத்து....ஒரு மிருகத்தைப் போல அவனைக் கிழித்து குருதி குடித்து...கொன்று குவித்து.... தலை ஆட்டி எழுந்து நின்றாள்.

ஊதா நிறக் கொண்டை ஊசி கதைகள்

புலியாகிய பெண்ணை கண்ட காடு அதிர்ந்தது.

அது ஆதிக் காட்டின் நிறத்தை வேக வேகமாய் மாற்றியது.. தத்துவத்தை மாற்றும் போக்கில் மகத்துவம் நீங்கி மானுடம் செய்யும் புதுக் காட்டின் தீர்க்கத்தை தானாகவே மாற்றி விட்டதாக சிரித்தாள்... வாய் ஒழுகிய பச்சை ரத்தத்தின் சுவீகாரத்தோடு.

பரிசுத்த அலங்காரத்துடன் ஒரு கொலை நடந்ததாக நம்பினாள். அடுத்து 3000 டாலருக்கு ஒருவன் காட்டிக் கொடுக்க முன் வந்து இருந்ததை கேள்விப்பட்டு அவனையும்... உடைத்து குதறி....கடித்து கொன்று போட்டாள் ஏவா. மீண்டும் ஒருவன் வந்தான்.. கொன்றாள். மீண்டும் ஒருவன் வந்தான். கொன்றாள். மீண்டும் ஒருவன் வந்தான். சோர்ந்து போனாள். அழுதாள். தன் உயிர் போனால் பரவாயில்லை என்பதாக அழுதாள். கதறினாள். புலியாக தொடர்ந்து நிறக்க முடியவில்லை. கொலைகள் முடிவுக்கு ஏற்றது அல்ல சடுதியில் புரிந்தது. ஆயுதங்கள் ஒருபோதும் நிம்மதியை தருவதில்லை என்று யுத்தன் அவளின் காதில் கிசு கிசுப்பதாக நம்பினாள். அதே நேரம் ஒரு நல்லவனை ஒரு பரிசுத்தமானவனைக் கொல்ல துடிக்கும் இந்த மானுடத்தின் துர் மனதை சபித்தாள். ஒரு பைத்தியத்தைப் போல.. அங்கலாய்த்தாள். காதல் கொண்டு... காதல் கொண்டு... கண்கள் துவண்டு.. காலம் துவண்டு... மிஞ்சி விட்ட மரணத்தை தனக்கு தா யுத்தா....என்று வேண்டி நின்றாள்.

◆◆

‘போ யுத்தன். உன் கடன் மரணித்துக் கிடப்பதே. தியாகத்தின் சூடா விளக்கை நீ ஏற்றப் போகிறாய். போ.... இதுதான் சரி. தவறுகளை உன் சரியால் சரி செய்..’’ என்று அவனின் ஆழ்மனதில் அகலிகை விதைத்துக் கொண்டேயிருந்த வருடங்களை.... காலங்களை...கடந்து கடந்து...அவன் விழுந்த இடம்.... பரந்த மலை.

நாளை தான் மரிக்கப் போவதாக கூறியபடி... தனிமையில்.... மனம் உருகி வேண்டிக் கொண்டு அழுதபடி இருந்த யுத்தனை காணும்படியான... இடம்.

கண நேரத்தில் எல்லாம் புரிந்து போனது.

ஒரு பக்கத்தில் குருதி சொட்ட கொலைகளை செய்து

நிரம்பிக் கொண்டிருக்கும் ஏவாளின் உருவம்... அகலிகையை ஒத்திருக்க.... இன்னொரு பக்கம் மனமுருகி அழுது கண்கள் மூடி தியானித்திருக்கும் அந்த தாடிக்காரன் முகம் தன் முகத்தை ஒத்திருப்பதை அதிர்ச்சியோடு... அர்த்தத்தோடு கண்டான்.

ஏவாவின் ரத்தக் கண்களில்... யுத்தன் ஒளி வீசி நின்றான். அவளுக்கும் புரிந்து போனது. காலத்தின் விளையாட்டின் அதி அற்புதம்... நிகழப் போகும் மாற்று எதிர்காலத்தை புரிந்து கொண்டாள். அவள்...அழுதுகொண்டே சிரித்தாள். வழியும் குருதியைக் துடைக்க மறந்தவளாய் கை எடுத்துக் கும்பிட்டாள்.

எல்லாம் புரிந்த யுத்தன்.... தன் செய்ய வந்த வேலையை மனதுக்குள் ஒரு முறை காட்சியாக்கிப் பார்த்து விட்டு...நிமிடத்தில் பரந்தமலை யுத்தனை வாய் பொத்தி... கை கட்டி... கால் கட்டி... பக்கத்தில் இருந்த ஒரு குகைக்குள்.. பிணத்தைப் போல படுக்க வைத்து குகையை கல் கொண்டு மூடி மறைத்து வைத்தான். அப்படியாக செய்வதுதான் ஆன்ம தேடலின் வெளி செய்யும் வெப்பமெனவும் தேகம் அடைதலின் உள் செய்யும் நுட்பம் எனவும் நம்பினான். காட்சிகளைக் கண்ட ஏவா.... மனதுக்குள் நிம்மதி பெருமூச்சு விட்டாள்.

விடியல் வந்தது..... விடிந்தே வந்தது.

காட்டிக் கொடுக்க மீண்டும் ஒருவன் வந்தான். கை விலங்கிடப்பட்டு யுத்தனாய் காலம் பின்னோக்கி வந்த யுத்தன்... மரண தண்டனை மேடையை நோக்கி வீறு நடை கொண்டான். எத்தனை முறைதான் அந்த ஒருவனையே பலி கொடுப்பது...? அவனுக்காக பலியாக இதோ இன்னொருவனும் வந்திருக்கிறான் என்று கண்களாலே வார்த்தை உதிர்த்து சந்தோசமாக மேடையில் மரித்துப் போனான்.

பூமி இருளடைந்தது. சூரியன், தன் நிறத்தை கொஞ்சம் மாற்றிக் கொஞ்சம் கொஞ்சமாய் மாற்றிக் கொண்ட ஒரு மணியில் இருண்மையின் வெளிப்பாடு..... அந்தகாரத்தின் சுவடுகளாய்..... மெல்ல திறக்கத் துவங்கின. அவை செய்யும் உண்மையில்... துலாவித் திரியும் ஏக்கக்காற்றின் வேகங்கள்... நியாயம் செய்வதாகவே பட்டது. பட்டவை எல்லாம்.. அப்படியா.....? படாமலும்... தொடும்... நுட்பங்களை யாது செய்யும் பிரபஞ்சம். கேள்விகளுக்கா பஞ்சம்.!

எது தொடருமோ அது தொடரும்.... என்பதை போல...காலம் தாண்டி நிகழ்காலத்துக்குள் வந்து விழுந்து விட்டிருந்தான் யுத்தன். அகலிகை.... அர்த்தம் மறந்து வியந்து பார்த்தாள். ஆட்டம் முடிந்து விட்டதை உணர்ந்த நிகழ்வின் சக மனுஷியாய்.

பரந்தமலையில்.......ஏவா.... மூச்சடக்கி கத்திக் கொண்டிருந்தாள். அது பிறழ்வுகளாக... உடல் முழுக்க தானாக பிய்ந்து தொங்கும்... கால மரணத்தை காதல் கொண்டு அவள் தாங்கி கொண்டிருப்பதாக, ஒரு குழந்தையைப் போல மண்ணில் புரண்டு அழுதாள். அழுவதில் தீருமா மரணம். யார் சொல்வது அவளிடம். காதுகளற்ற அலறலில்... காதல் மட்டுமே மிஞ்சிக் கிடக்கும் ஸ்தம்பித்தலின் ஸ்வரம் தானாக மீட்டுவது போல யாராவது சொல்லத்தான் வேண்டும்.

தூக்கில் தொங்கிக் கொண்டிருந்த யுத்தன்.....அர்த்தத்தோடு புன்னகைத்துக் கொண்டிருந்தான்...ஏதோ மந்திரம் முணங்குவதை போல.

பரந்த மலை யுத்தனை மறைத்து வைக்கப் பட்டிருந்த குகை திறந்து கிடந்தது.

◆➢➣◆

அவள் ஒரு நவரச நாடகம்

இரவு பூத்து நின்று கொண்டிருந்தது.

சாலையோரம் தலை விரித்து, கண் விழித்து நிற்கும் மரங்களினடியில்..... மரத்துக்கு ஒருத்தி என்றும் சில மரத்துக்கு இருவர் என்றும் நின்றிருந்தார்கள். சாலையில் சற்று தள்ளி போவோருக்கு வேடிக்கை. சற்று அருகில் வருவோருக்கு...அது வாடிக்கை.

வந்து போகும் வாகனத்தின் வெளிச்சம் மின்மினி பூச்சிகளின் முகத்தில் வழியும் ரோஸ் நிற இதழ்களை சிதற விட்டு கொண்டிருந்தது.

இரவு பூத்துதான் விட்டது போல....!

காண கிடைத்த காட்சிகள் யாவும்... இரவு பட்சிகளின் வாழ்க்கை என்பதில் ஐயமில்லை. ஆனாலும்..... ருசி அறியா பசி வந்து நிறுத்தி ஏற்றிக் கொண்டு போய் விடுகிறது. அதீத ருசிக்கும் அதுவே பசி. இடைப்பட்ட பசிக்கு, வந்து பார்த்து....."அட... அலிங்க" என்று முகம் சுழித்துக் கொண்டு போக மட்டுமே தெரிகிறது. அது வெறும் பசி.

தொடர்ந்து ஒரு மாத காலமாக ஒரு கறுப்பு நிற உயர்தர கார் ஒன்று வருவதும் நிற்பதும்.... எதிரே இருக்கும் மரங்களின் அடியில் நிற்கும் பெண் பூ ஒன்றை அள்ளுவதும்.... விரைவதுமாகவே இருக்கிறது.

அன்றும் வந்து நின்றது. ஜன்னல் கண்ணாடிகள் கீழிறக்கப்படாமலே......பார்த்துக் கொண்டே இருந்தது. சற்று நேரம் உற்றுப் பார்த்து விட்டு காரை நோக்கி இந்தப் பக்கம் நிற்கும் இரவு பட்சி ஒன்று முன்னேற முயற்சிக்க.... "ஏய்...விஷா..... இந்த

மாதிரி பணக்காரனுங்க எல்லாம் நம்மள மாறி ரெண்டுக்கெட்டான கூப்பிட மாட்டானுங்க... அவன் ஒரு வாரமாவே பொட்டச்சிகளாத்தான் இழுத்துகிட்டு போறான்.. இந்தப்பக்கம் வா.. போய் அசிங்கப் படாத....." என்று கரகரப்பான குரலில் பவுடர் பூசிய மனதோடு கூற....விஷா எடுத்த காலை கொலுசுக்கு குலுங்க விட்டு மெல்ல திருப்பிக் கொண்டாள்.

கனத்த மௌனத்தை அந்தக்காரின் குரைப்பு மட்டுமே உள் வாங்கிக் கொண்டு நின்றது. மணி இரவு 11ஐ நெருங்கிக் கொண்டிருக்க கடைசியாக நின்றிருந்த இரவுப்பட்சிகள் "ஏன் கார் அசையாமல் இப்படி பார்த்துக் கொண்டே இருக்கிறது" என்று ஒருவரையொருவர் பார்த்துக் கொண்டு எட்டி எதிர் திசையில் பார்த்தனர்.

மூன்று பெண் சிட்டுகள் மட்டுமே நின்றிருந்தாலும் அதுகளின் பார்வையும் இந்தக் கார் மீதே இருந்தன.... கார் உறுமிக் கொண்டே இருந்தது.

"இவனுக்கு என்னதான் வேணுமா.... இரு பாக்கறேன்" என்ற விசாகா வேகமாக அந்த காரின் அருகே செல்ல...கார் கதவு மெல்ல திறந்தது.

"ஆயிரம்......மலர்களே........மலருங்கள்... அமுத கீ.........தம் பா.........டுங்கள்...." காருக்குள் ஊற்றெடுத்துக் கொண்டிருந்தது... இளையராஜாவின் இளமை கீதங்கள். தலையை மட்டும் உள்ளே விட்டு கண நேரத்தில் வெளியே எடுத்தவள்...படக்கென திரும்பி தோழியர்களுக்கு டாட்டா காட்டினாள்.

அவர்கள் அர்த்தத்தோடு புன்னகைக்க, விஷா உள்ளே பண் இசைத்தாள். கார் பறந்தது.

கார் அந்த பங்களாவுக்குள் ஒரு திருட்டுப் பூனையைப் போல சென்றது.

இரவின் மிச்சங்கள் அந்த பங்களாவை ஒரு கரடித் தோலை போல அப்பிக் கொண்டிருந்தது.

விஷாவை ஒரு மணப்பெண்ணைப் போல கை பிடித்து அழைத்து சென்றான். தோள்கள் இருவருக்கும் ஒரே உயரத்தில் உரச.....விழிகள் கணம் கணம் உரசிப் பற்றிக் கொள்ளுதலின் பர பரப்போடு... சிமிட்டின.

“இவ்ளோ பெரிய வீட்ல தனியாவா இருக்க...” என்றாள் ஆச்சரியமாக விஷா.

குரலில் இனிமை கூடி விட்டதாக நம்ப வைத்தது சூழல்.

“தனிமையில் இனிமை காண்பவன் நான்” என்றான்.

அவள் பொதுவாக சிரித்துக் கொண்டாள்.

சற்று இடைவெளி விட்டு “தௌசண்ட் ரூபிஸ்... சரியா....? என்றாள் எங்கோ பார்ப்பது போல.

பாக்கட்டில் இருந்து ஒரு கட்டு ஆயிரம் ரூபாய் நோட்டுகளை எடுத்து அவள் கையில் திணித்தான்.

கேட் தானாக மூடிக் கொள்ளும் சப்தம் ஒரு கணம் அவளை சுற்றும் முற்றும் பார்க்க வைத்தது.

அறைக்குள் ஒரு குட்டி வானம் மிதப்பதாக நம்ப வைத்திருந்தது அலங்காரம்.

“ஏன் முகத்துல துணி கட்டி மறைச்சிருக்க...? முகம் காட்டு.....! என்றான்.

“முகமா முக்கியம்....?” என்றபடியே முகத்திரையை அவிழ்த்துக் கொண்டே கூறினாள்.

“பகல்ல ஊருக்குள்ள நடக்கும் போது என்னதான் பொண்ணு மாதிரி நடந்துகிட்டாலும்.....முகத்தில தாடி மீசை அச்சு காட்டி குடுத்திடுது...அதான்... இப்படி ஒரு டெக்கினிக். முகத்துல தூசு படாமலும் இருக்கும்... முகம் கறுத்து போகாமலும் இருக்கும். இந்த மனுஷங்க சொல்ற “அது வருது”ங்கற வார்த்த கேக்காமலும் இருக்கும். அதுக்கு தான்” என்றபடியே முகத்தை நன்றாக காட்டி..... “இந்தா பாத்துக்கோ.....இந்த கிளியோபாட்ரா மூஞ்சிய “ என்றபடியே அவனைப் பார்த்து சிரித்தாள். அவனும் மெல்ல புன்னகைத்தான். ஒருவரையொருவர் தீர்க்கமாக பார்க்க தூண்டியது இருவரின் சிரிப்பும் புன்னகையும்.

“நீ நினைச்சா நிஜ பொண்ணுங்களையே கூட்டிட்டு வரலாம்.. என்னை போய் கூட்டிட்டு வந்திருக்க.....அதும் இவ்ளோ காசு குடுக்கிற... ஏதும்... பிரச்சினைல மாட்டி விட்றாதப்பா.....

நமக்கு உடம்புதான் மூலதனம்......" என்று சொல்லியபடியே அந்த அறையில் மாட்டியிருந்த பெண்களுக்கான விதவிதமான துணிகளை ஆழமாக..... ஏக்கமாக பார்த்தாள்.

முன்னால் இருந்த துணியைக் காட்டி "இதை போட்டுட்டு வா" என்றான்.

அவள் கண்களில் நிமிட நட்சத்திரம் மின்ன.....படக்கென அதைப் பற்றி எடுத்துக்கொண்டு அங்கேயே துணி மாற்ற எத்தனிக்க.....அருகில் இருந்த ட்ரெஸ்ஸிங் ரூமை கண்களாலே காட்டினான்.

"என்ன இவன்..?!!!" என்பது போல பார்த்துக் கொண்டே உள்ளே சென்று நிமிடத்தில் உடை மாற்றி வெளியே வந்தாள். இன்னும் அழகு கூடியிருந்தது.

கால் மேல் கால் போட்டு ஒரு கதா நாயகனைப் போல அந்த உயர் தர சோபாவில் அமர்ந்திருந்த அவன்......அவளை வைத்த கண் வாங்காமல் பார்த்தான். பார்வைக்கும் அவளுக்கும் இடையில்.... காந்தக் கதிர்கள் விளையத் துவங்கின.

அவள் ஒய்யாரமாக நடந்து வந்தாள். பேஷன் ஷோவில் நடப்பது போல நடக்க சொன்னான்...

அவள் வெட்கப்பட்டுக் கொண்டே நடந்தாள்.

மிடியில்.. வேறு மாதிரி இருந்தாள். சுடியில் வேறு மாதிரி இருந்தாள். புடவையில் வேறு மாதிரி இருந்தாள். நைட்டியில் வேறு மாதிரி இருந்தாள். ஜீன்ஸில் வேறு மாதிரி இருந்தாள். ட்ரவுசரில் வேறு மாதிரி இருந்தாள். அவன் பார்த்துக் கொண்டே இருந்தான். இளையராஜாவின் இசை.... "நின்னுக்கோரி வர்ணம்......." பாடல் மெல்ல கசிந்து கொண்டிருக்க..... அவள் அவளையும் அறியாமல்...காலை அமலாவைப் போலவே தூக்கி தூக்கி வைத்து ஆடத் துவங்கினாள்.

"டட டட டட டடட... டட டட டட டடடா .....அழகிய ரகுவரனே......" என இசை அரசன் வெளுத்துக் கொண்டிருக்க.... வேகம் ஒன்று விரைந்து வந்து அறை நிரப்ப......அவள் ஓடி வந்து கட்டிக் கொண்டாள்.

அவன் ‘ஏன்....?’ என்பது போல பார்த்தான்.

“இல்ல... முதல் தடவையா ஒரு ஆம்பளையா கட்டிக்க தோணுச்சு.....”என்று சொல்லி...கண்கள் சுருக்கி மெல்ல தலையாட்டி கெஞ்சுவது போல “நான் சமைக்கவா...?” என்று கேட்டாள். குரலில் நிஜமாகவே தேன் கொஞ்சம் சொட்டத்தான்... செய்தது.

அவன் மெல்ல இதழ் திறந்து சிரித்தபடியே “சரி.......” என்றான்.

கையில் உயர்தர ஸ்காட்ச் மினு மினுங்க...அவளை பார்த்தே...... அவள் நடையை சிணுங்க வைத்தான்.

“என்னப்பா இப்டி பாக்கற.... உள்ளுக்குள்ள என்னமோ பண்ணுது” என்றாள் கிச்சனுக்குள் நுழைந்தபடியே.

“நீ ஆளே ஒரு டைப்பா இருக்கறப்பா ... இந்த மாதிரி எவனும் இருக்க மாட்டான்...கூப்ட்டு போனா.....முதல்ல துணிய அவுத்துட்டுதான்.. மத்ததெல்லாம்....”என்று சொல்லிக் கொண்டே சிரித்துக் கொண்டாள். பூனை ஒன்று அடுத்த அறையில் இருந்து “மி யா...............................வ்” என்று கத்திக் கொண்டு ஓடுவதை ஒரு கணம் உணர்ந்து திடுக்கிட்டாள்.

“நத்திங்” என்றான் கண்கள் பார்த்து.

மியா..............................வ் சப்தம் ஒரு கிழவியின் பெருமூச்சை போல அந்த பங்களாவை ஓர் அசரீரியைப் போல சுற்றி வந்தது.

“ஆமா என்ன தொழில் பண்ற..?.......வீட்ல ஒருத்தரும் இல்லையா....!......தனிக்கட்டையா....? “ என்று அடுத்தடுத்துக் கேட்டுக் கொண்டே.... சமைக்கத் தொடங்கினாள். கிச்சனில் பெண் வாசம் நிரம்பத் துவங்கியது.

“உன்னைப் பார்த்தா கொஞ்சம் பயமா கூட இருக்கு... இந்த வீடே பேய் பங்களா மாதிரிதான் இருக்கு” என்று சொல்லி..... மெல்லத் திரும்ப திரும்ப..... வெப்பத்தாக்குதல் போல உஷ்ணக் காற்றோடு படக்கென பின்னாலிருந்து அவளை மொத்தமாக அணைத்துக் கொண்டு நின்றான். பின் பக்கம் முழுக்க கச்சிதமாக அவனுள் அடங்கி அழுந்த... மெல்ல திரும்பினாள். அவள் விழிகள் பள பளக்கும் கறுப்புப் பூனையின் கண்களை ஒத்திருந்ததை

உணர்ந்த இன்னொரு நொடியில் தன் கண்களையும் ஒத்தே இருந்ததையும் உணர்ந்தான். அவளும் கூட அதை உணர்ந்திருக்க வேண்டும். நான்கு கண்களில் ஒரே பார்வை. மனதுக்குள் மியாவ் சப்தம்.. பிராண்டியது. இடுப்புக்குள் நுழைந்த கையில் அவள் முக்கால்வாசி திரும்பி மெள்ள கழுத்தை சரித்து அத்தனை அருகினில் ஒரு தீரா பசி கொண்ட மிருகத்தின் முகத்தைக் கண்டாள். அவனின் பெருமூச்சில் அடித்த அனலில்.. அவளின் பெருவிரல்கள் சற்று மடங்கி இடுப்புப் பகுதி சற்று எக்கி முட்டியது.

இதழோடு இதழை திறந்து இறை தேடும் ருசியைப் போல மெல்ல மெல்ல கவ்வினான். சரியாக மாட்டிக் கொண்ட கொக்கிகளைப் போல நான்கு இதழ்களும் கச்சிதமாக கவ்விக் கொண்டன. எச்சிலின் வலுவலுப்பில் இதழ்கள் மாறி மாறி நனையத் துவங்கின. நாக்கின் துழாவல்கள்.....இடம் மாறி பற்கள் எண்ணின. ஒவ்வொரு பற்களிலும்... நிறைந்து வழிந்தன சத்தங்கள். நாக்கின் பெருஞ்சுவையோடு ஒரு நீண்ட முத்தத்தை அப்போதைக்கு முடித்து விட்டு நகர்ந்தான்.

இப்போதுதான் உயிர் வந்ததைப் போல......" யப்பா.... நீ பிசாசுடா... இரு வந்தர்றேன்...." என்று மீண்டும் சமையலில் நனைந்தாள். நாக்கு கடித்து மெல்ல தானாக சிரித்தும் கொண்டாள். வேக வேகமாய் சமைத்த அவளின் உடல் சற்று கூடுதலாக மினுங்கியது. உள்ளுக்குள் ஏதோ பூத்து விட தயாராக இருப்பதை போல உடல் சிலிர்க்க......அத்தனைக்கும் படும் ஆசை அவளை வேகப்படுத்தியது.

இரவு இன்னும் மிச்சமாய் கிடந்தது......

◆◆

அது வழக்கமான விடியல் இல்லை...வானம் பூமி இடம் மாறி விட்டதை போல நம்பினாள். அவளுக்குள் அவள் இல்லாதது போல ஓர் உணர்வு. அவளின் உடல் கனமானதைப் போல உணர்ந்தாள். தன் வீட்டுக்கு செல்லும் பாதை கூட மறந்து விட்டதை போல இருந்தது. என்ன செய்தான்... ஒரு பிசாசின் வேலைப்பாடுகள் அவனிடம் இருந்ததை உள்ளூர ஒரு கணம் ரசிக்கவும் முடிந்தது. அத்தனை மதி மயக்கத்திலும் சிறு புன்னகை வரத்தான் செய்தது. இதுதான் என்றில்லாத எதுவோ ஒன்றாய் தன் வீட்டுக்குள் சென்றாள். விழி மறந்த பார்வையால்

வீட்டின் முகப்பறையை அலச.. டிவி பார்த்துக் கொண்டிருந்த தோழியர்......"என்னடி.... புல் நைட் வேட்டை போல..... செம காசா....?.... ஒழுங்கா ட்ரீட் வை..."... என்று ஒருவரையொருவர் பார்த்து ஒரு வெட்டு வெட்டிக் கொண்ட முகத்தோடு சிரித்தார்கள்.

சிலையாகி நின்றாள்.

"பெட்லயாவது முகமூடியை கலட்டினியா.....இல்ல அப்டியே தானா.....?!" என்று சொல்லி மீண்டும் சிரித்தார்கள். அவர்களின் சிரிப்பில் ஒரு வித புதுமையை இப்போது உணர முடிந்தது அவளுக்கு..

"என்னடி பேசிட்டே இருக்கோம்.....பேய் அறைஞ்ச மாதிரி நிக்கற.....போ......போய் குளிச்சிட்டு வா...... ஊத்தப்பம் போட்டு தரேன்.. சாப்ட்டு ரெஸ்ட் எடுப்பியாம்..... பாவம்...புள்ள நைட் முழுக்க கண்ணு முழிச்சு வேலை பாத்துருக்குல்ல..." என்று சொல்லி மீண்டும் சிரித்தார்கள்.

கனவுக்குள் இருந்து வெளியே வந்தது போல இருந்தது அவளுக்கு. எது நிஜம்....? எல்லாமே ஒருவகை மாயத்தோற்றத்தின் விளிம்பில் நின்று அவளை கண்காணிப்பது போல இருந்தது. பொதுவாக ஓர் அறைக்குள் செல்ல முயல......."ஹலோ விஷாகா மேடம்... தூக்க கலக்கமா.....இல்ல கஞ்சா கிஞ்சா போட்டியா......உன் ரூம் இந்தப் பக்கம்....." என்று தோழியரில் ஒருத்தி டிவி பார்த்துக் கொண்டே சொல்ல, சட்டென நினைவு வந்தவளாய் தோழி காட்டிய அறைக்குள் நிதானமான ஒரு வகை படபடப்போடு சென்றாள். உள் சென்ற அடுத்த நொடியில் தாழிட்டாள்.

குளித்து முடித்து அறைக்குள் வந்தாள். ஈரம் சொட்ட சொட்ட பொங்கி நிறைந்து வழிந்து கொண்டிருந்த தன் நிர்வாணத்தில் அவனின் உடலே இன்னும் இரவைப் போர்த்தி விட்டது போல இருந்ததைக் கண்டு கொஞ்சம் நடுங்கவும் செய்தாள். முகத்தில் தன் முகத்தைக் காணவில்லை. அவனின் முகமே அப்பி இருந்தது. தேய்த்துப் பார்த்தாள். முகம் கலையவில்லை. அவளுக்கு அழுகையாக வந்தது. கத்தி கதறி அழத் தோன்றியது. வாய் பொத்தி அழுதாள். நடந்து பார்த்தாள். தன் நடையைக் காணவில்லை. அவனின் நடை கொஞ்சம் ஒட்டிக் கொண்டிருந்தது. நேற்று வரை பொருந்திய தன் உள்ளாடைகள் இன்று பற்றாமல் இறுக்கமாக இருப்பதாய் நம்பினாள்.

கவிஜி   ஊதா நிறக் கொண்டை ஊசி கதைகள்

உடல் முழுக்க வியாபித்திருக்கும் அவனின் தோற்றம் ஒரு ரத்தக்காட்டேரியைப் போல அவள் மீது படர்ந்து கொண்டேயிருந்தது. கஷ்டப்பட்டு இஷ்டப்பட்டு பெரிதாக்கிய மார்புகள் சட்டென தன்னை உள்வாங்கிக் கொண்டதாக அவளாகவே நம்பி பின் தலையை ஆட்டி மறுதலித்தும் கொண்டாள்.

"இது ஒரு வகை வியாதியாக இருக்குமோ.....? முழுக்க முழுக்க அவன் தன்னை உயிரோடே ஆக்கிரமித்துக் கொண்டானோ..?" அவள் குழம்பி நின்றாள். குழப்பத்தின் நேர் நின்று குறுக்காக தன்னை பார்க்கையில் தன் மீது தனக்கே காதல் வருவதை உணர முடிந்தது. அவனின் சமர்ப்பணம் நேற்றைய இரவாகி அது இன்னும் இனித்துக் கொண்டே இருக்கையில்... காதலின் வாசல் தன் எல்லா திசைகளையும் திறந்து கொண்டிருந்தன என்று மனம் விரிந்தாள்.

"என்னடி யாரோ மாதிரி நடக்கற...?" என்று தோழி கூறுகையில் சட்டென தன் பழைய நடையை நினைவூட்டி மீண்டும் மீண்டும் மெல்ல மெல்ல தன்னைப் போலவே நடந்தாள். ஒரு கட்டத்தில் நடை பழகி விட்டது. வீட்டின் முகவரி மறந்த போது பர்சில் எப்போதும் வைத்திருக்கும் சிறு குறிப்பு நோட்டில் எழுதி இருந்ததைக் கொண்டு, வந்து சேர்ந்ததை நினைத்துக் கொண்டாள். தனக்கு பைத்தியம் பிடித்து விட்டதா என்று கூட தன்னைத்தானே கேள்வி கேட்டுக் கொண்டாள்.

"உன் மேல உன் வாசம் அடிக்கல விஷா... அந்த ஆள் வாசம்தான் அடிக்குது...போல..." என்று கூறிய தோழியை படக்கென பார்த்தாள். முறைத்தாளா ... கவனித்தாளா.....என்று நம்ப முடியாத அளவுக்கு அவளின் பார்வை முகமூடியைத் தாண்டி கூர்மையாக வந்து விழுந்தது. ஓடிச் சென்று அவளின் அறையில் இருந்த சந்தன வாசத்தை தன் மேல் அப்பிக் கொண்டாள். அக்குளில் வளர்ந்திருந்த கற்றை முடிகளை வேக வேகமாய் மழித்தெறிந்தாள்.

"நான் நானாக மாற வேண்டும்.. அவனாகவே இன்னும் இருப்பது சரி அல்ல.....அவனாக எதற்கு இருக்க வேண்டும்... நான் நானாக மாற வேண்டும்" என்று அவள் தடுமாறிக் கொண்டிருக்கும் நிலையில், வாடிக்கையாளர் ஒருவன் வந்து அழைத்து சென்றான். வழக்கம் போல கதவு சாத்தியதும்.. ஆடைக்கு விடுதலை. அள்ளி

எடுத்தான். கிள்ளி வைத்தான். பல்லி போல ஒட்டிக் கொண்டான். படுதலின் தொடுதலில்..... முதல் முறையாக தன்னை ஓர் ஆணாகவே உணர்ந்தாள் விஷா. திருநங்கை ஆவதற்கு முன்பிருந்த உடலோடு, தான் இப்போது இன்னொரு ஆணோடு உறவு கொண்டிருக்கிறோம் என்ற பிரஜை அவள் முழுக்க வழிந்து கொண்டிருந்தது. தவறென்றால் அதை எப்படி வாழ்க்கைக்குள் விட்டான் கடவுள்? அவள்......கண்களும் கால்களும் சுழல.... மூளைக்குள் மனம் வேறு வேறு வண்ணங்களில் சுழன்று கொண்டிருந்தது.

முதல் முறையாக நாணத்தோடு தலை கவிழ்ந்து அமர்ந்திருந்தாள். விழுந்தவன் எழுந்து போயிருந்தான். கையில் 300 ரூபாய் நிறைந்திருந்தது. பசித்தது. நான்கு பரோட்டாக்கள் வேக வேகமாய் வயிறு நிரப்பியது. வீடு வந்தபோது... நிஜமாகவே சோர்ந்திருந்தாள். முதல் முறை இயங்காமல் இயங்க விட்டு பார்த்த கலவியின் சூட்சுமம் உணர முடிந்தது. வேக வேகமாய் முகமூடியை அவிழ்த்து விட்டு கண்ணாடி முன் நின்று தன்னை தானே பார்த்தாள். கூர்ந்து கவனித்தாள். தன் பழைய முகம் தனக்கு வந்து கொண்டிருப்பதாக தோன்றியது. அந்தக் கண்ணாடியின் பிம்பத்தில் அந்த இரவின் கதை மீண்டும் ஒரு முறை கண்களில் விரிந்தது .

◆◆

அந்த இரவு.....

ஆம்..அது ஆன்மாவின் எலும்புகள் நொறுக்கும்.... குளிர் இரவு. அவன் சட்டென காணாமல் போயிருந்தான். பூனையின் சப்தம்.... அந்த அறை முழுக்க ஓர் எலியின் குறு குறுப்போடு அனுமானித்துக் கிடந்தது. வெளிச்சம் காணாமல் போன நொடி முதல்.....ஒரு சூன்யத்தின் திறவாய் அந்த அறை குறுகுறுப்பதாக அவளின் கற்பனை குதிரையை கட்டவிழ்த்தது.

விஷாவின் குரலில் நடுக்கம் வந்து விட்டது. அவள் அழைத்தாள்.

"எங்க இருக்க......? பயமா இருக்கு..." அவள் கத்திக் கொண்டே சமையலறை தாண்டி அடுத்த அறைக்குள் வந்து விட.. எதிரே சுவருக்குள் இருந்து முளைத்துக் கொண்டு பறக்கள் நீள முகமற்ற ஓர் உடல் அவளை நோக்கி வந்து கொண்டிருந்தது. சாளரம் தாண்டி வந்த இரவு...கண்களுக்கு பழக தொடங்கிய நொடியில்.....

ஒரு பிசாசு.. அவளை தன் கோர கைகளினால்......."வா......வா......."
என்றழைத்துக் கொண்டே அவளை ஆக்கிரமிக்கத் துவங்கியது.

வீர் வீர்.......என்று பங்களாவே அதிரும்படி கத்திய விஷா.. சுவற்றில் மோதி.. சோபாவில் விழுந்து தரையில் புரண்டு விழுந்தாள். அதற்குள்......."ஹே..... .. நான்தான்...... நான்தான்ப்பா.........சும்மா...... விளையாட்டுக்கு" என்று வேக வேகமாய் தான் அணிந்திருந்த முகமூடியைக் கழற்றிக் கொண்டே படக்கென லைட்டை போட்டு சிரிக்க... அசையாது படுத்திருந்தாள் விஷா. "இவ்ளோ பயந்தாகொள்ளியாவா இருப்ப ...கெட் அப் பேபி..." என்று சொல்லிக் கொண்டே அவள் அருகே அமர்ந்து பார்க்க......உயிர் விட்டிருந்தாள் விஷா.

உயிர் விட்டிருந்தாள் விஷா.

அறை முழுக்க அங்கும் இருக்கும் நடந்தான். அவன் உடல் நடுங்கியது.

"அய்யோ.. விளையாட்டுக்கு தான பண்ணேன்... இப்படியா சாகறது.. லூசு... பைத்தியகாரி..." அவளை அள்ளி எடுத்து மடியில் போட்டுக் கொண்டு செய்வதறியாது விழித்தான்.

"கறுப்பு கார் அவளைக் கூட்டி வந்தது....அவள் தோழியர் அறிவார்கள். எப்படியும் மாட்டிக் கொள்வோம்..." யோசித்தான்..
யோசித்தான்...யோசித்தான்...யோசித்தான்.....யோசித்தான்....
யோசித்தான்......யோசித்தான்.....யோசித்தான்.....யோசித்தான்....
யோசித்தான்.....யோசித்தான்....யோசித்தான்....யோசித்தான்.....
யோசித்தான்.....யோசித்தான்....யோசித்தான்....யோசித்தான்....
யோசித்தான்......யோசி......

தோல் உரசிய ஒரே உயரம்... இருவரும் என்பது நினைவுக்கு வந்து போனது. கண்கள் கூட ஒரே மாதிரி. கொஞ்சம் கொஞ்சமாக வந்து சேர்ந்த யோசனை ஒரு பெரும் நாடகத்தை அரங்கேற்ற தயாரானது. எழுந்து அவளை போலவே நடந்து பார்த்தான். கொஞ்சம் சிரமம்தான். சமாளித்துக் கொள்ளலாம். வேறு வழியே இல்லை. அவளின ஆடைகளை எடுத்து அணிந்தான். கொஞ்சம் இறுக்கமாக இருந்தது. சமாளித்தான்.

முடிவுக்கு வந்தவனாக அவளைத் தூக்கி சென்று தன் தோட்டத்தில்... இருட்டின் கண்களை மறைத்துக் கொண்டே

புதைத்தான். அவள் புதை பட புதை பட அவனின் உடலில் அவள் வெளி வரத் தொடங்கினாள்.

"இனி நான் தானே விஷா.. நானே..அவள்..."

"முகமூடியைப் போலவேதான் என் வாழ்க்கையும். நான் முகத்தை என் பிரெண்ட்ஸ்க்கு கூட காட்றது இல்ல. ரெம்ப நாள் ஆச்சு காட்டி..." அவளின் சற்று முன் வார்த்தைகள் புது தெம்பு அளித்தது. துணியால் தன் முகத்தைக் கட்டிப் பார்த்தான். விழிகள் மட்டுமே வெளியே தெரிய, இன்னும் நம்பிக்கை அதிகமானது. அவளின் பர்சில் இருந்த முகவரி... போதுமானதாக இருந்தது. சற்று முன் அவள் கொட்டிய தனக்கு பிடிக்கும் பிடிக்காது.. இஷ்டம் இஷ்டமில்லாதவை.....சொந்த வீடு.....சொந்த பேரு.......வயது...... ஆசை......எதிர்காலம்......கனவு..... என்று அவள் கூறிய அனைத்துமே மீண்டும் ஒரு முறை தானாக அவள் சொல்வது போல சொல்லிப் பார்த்தான். அவள் குரலை அடித்தொண்டையில் இருந்து கொஞ்சம் கொஞ்சம் எடுத்தான். கொஞ்சம் அவனுடையதும் சேர்ந்திருந்தது. மௌனமே பிரதானம் கொஞ்ச நாட்களுக்கு என்று முடிவெடுத்தான். மனதுக்குள் புது மனம் வீசிய அவளின் கூந்தலைப் போலவே விக் வாங்கி மாட்டிக் கொண்டான். பின் மெல்ல மெல்ல கூந்தல் வளர்ந்து மிளிரும் என்று பெருங்காற்று தலை விரி கோல ஆசையாய் நம்பினான்.

முதலில் தன்னை அவள் என்று, தான் நம்ப வேண்டும்.. என்று நம்பினான். பிறகுதான் ஊர் நம்பும் என்று தனக்கு தானே ஆழமாக பதித்தான். நான் இனி விஷாகா. ஒரு திருநங்கை. இந்த சமூகம் எனக்கு தந்த பரிசு பாலியல் தொழில். என் உலகம் வேறு. நான் கடந்த காலத்தில் ஒரு போதும் இருப்பதில்லை.

நம்பினான். நம்பிக்கையின் விரல் பிடித்தே விடியலில் வீட்டை நோக்கி நடந்தான்......நடந்தான்...... நடந்தாள்...... நடந்தாள்.

✦✦

அவளுக்கு இப்போது அவன் அந்நியமாக பட்டான். தன் உடம்பில் அவன் அப்பி கொண்டிருப்பது போல இருந்தது. பின் மெல்ல மெல்ல அவனை அவள் தொலைக்கத் துவங்கியிருந்தாள். அதன் பிறகு ஒரு போதும் அவள் அவனாகவில்லை.

ஒரு நாள் பயந்து கொண்டே .... நடுங்கிக் கொண்டே முகமூடி கழற்றி தன்முகம் பார்த்துக் கொண்டிருந்தாள்.

‘உன் முகத்தைப் பார்த்து எத்தனை நாள் ஆச்சுடி..... ப்பா..... ஜம்முனு தான் இருக்க “ என்றபடியே சட்டென அறைக்குள் வந்து விட்ட தோழி கண்டும் காணாமல் கடந்து போக.. முகம் பேசும் வார்த்தைகளின் சுழற்சியில்.....மெல்ல தன் நிஜ முகத்தை மறக்கத் துவங்கியிருந்தான் அவன்.

◆➢➣◆

ரோஸி

நிரஞ்சன் கண்கள் சிவக்க.... வெறித்துக் கொண்டிருந்தான்.

"என்ன நடந்துச்சுன்னு சொன்னாதான் ஒரு வேளை நீங்க எந்த குற்றமும் செய்யாம இருந்தா உங்கள காப்பாத்த முடியும்.... கோ ஆப்ரேட் பண்ணுங்க நிரஞ்சன்... நான் எப்பவும் இப்டியே பேசிட்டு இருக்க மாட்டேன்..." - மீசையை திருகிக் கொண்டே இன்ஸ்பெக்டர் கருப்பன் கண்களை, நிரஞ்சன் மீது தீர்க்கமாக பரவ விட்டார்....

அந்த அறை முழுக்க நிதானம் இழந்து கொண்டிருப்பது போல தோன்றியது. இரவின் வாசல்கள்... தங்களை இறுக மூடிக் கொண்டு காட்டைத் தேடுவதை போல நகர்ந்து கொண்டிருந்ததாக உணர்ந்த நிரஞ்சன் முகம் முழுக்க பயத்தின் சுவடுகளோடு பேசத் தொடங்கினான்.

"சார் அந்தக் காட்டுக்குள்ள நான், அதிவீரன், சரித்ரன், சாணக்கியன்.......நாலு பேரும் சும்மா விளையாடிட்டுதான் இருந்தோம்..."

"என்ன விளையாட்டு...?"

மெல்ல தயங்கியபடியே கூறினான்..." ஒளிஞ்சு விளையாட்டு..."

கணம் ஒன்றில் கவனத்தை இன்னும் கூராக்கி அவன் மீது செலுத்தி விட்டு..."அடிங்.... என்ன பார்த்தா சினிமா போலீஸ் மாதிரி இருக்கா.... உண்மைய சொல்லல... பொய் கேஸ் போட்டு உள்ள தள்ளிடுவேன்... சொல்லுடா....." கத்தினார் யுத்தன்.

வெறுக்கென நகர்ந்து ஓர் அடி பின்னால் அதிர்ந்த நிரஞ்சன்... முகம் நடுங்க..... கண் கலங்கினான்.

இருவரும் ஒரு கணம் ஒருவரையொருவர் தீர்க்கமாக பார்த்துக் கொண்டார்கள்.

"நிரஞ்சன்... உங்களுக்கு புரியலையா....! இது சாதாரண கேஸ் இல்ல... கொலை கேஸ்.. ஸ்பாட்ல நீங்க மூணு பேர்தான் இருந்திருக்கீங்க... உங்கள சந்தேகப் படாம விசாரணையை நான் தொடங்கவே முடியாது.... சொல்லுங்க.... எத்தன நாள் திட்டம் இது.? பணம் எவ்ளோ கை மாறுச்சு... மூணு பேரும் கூட்டா..... இல்ல... உங்கள்ல ஒருத்தரா....ரெண்டு பேரா.... இல்ல... வேற யாராவது பண்ணுனாங்களா...?"

இடைமறித்த நிரஞ்சன்......மொழி இல்லாத வார்த்தைகளை அலற விட்டபடி காதுகளை பொத்திக் கொண்டு கத்தினான். அந்த அறையின் வெளிச்சமென அவனின் அலறல் மிதந்து அலையின் சரிவென இறுக மூடியிருந்த ஜன்னலில் மோதி மீண்டும் அவனை நோக்கியே வழிந்தது.

"சார் அவன் என் பிரெண்டு சார்.. அவன எதுக்கு நான் கொல்லனும்... நிஜமாவே அன்னைக்கு நாங்க ஒளிஞ்சுதான் விளையாடினோம்...ப்ளீஸ் நான் சொல்றத பொறுமையா கேளுங்க...ப்ளீஸ்......"

முன்னும் பின்னும் நடந்து கொண்டிருந்த கருப்பன் நிரஞ்சனின் எதிரே இருந்த நிதானமாக வந்து நாற்காலியில் அமர்ந்தார்.

❖❖

"கிட்டத்தட்ட முப்பது வருஷம் இருக்குமா.... ப்பா.... வாழ்க்கை எத்தனை வேகமா ஓடிருச்சில்ல...." அதிவீரன்... பனியை ஆழமாக உள்ளிழுத்துக் கொண்டே கன்னத்தில் கை தேய்த்துக் கொண்டு அவன் முன்னால் பறந்து விரிந்திருந்த காட்டை வெள்ளைப் போர்வையென கண்டான்.

கையில் வைத்திருந்த கோப்பையில் இருந்த மதுவை தொடர்ந்து மூன்று நான்கு மிடறுகள் குடித்து விட்டு... குளிர்ச்சியின் சுவையை ஆழமாக உணர்ந்தபடி..."எஸ்டா...... பத்து பன்னெண்டு வயசுல ஊரை விட்டு போனது.... இப்போ நமக்கு வயது 40 ஆச்சு.. பாரு முடி கூட நரைக்க தொடங்கிருச்சு..." என்று தன்

தலை கோதியபடியே எதிரே பக்கவாட்டில் நின்று கொண்டிருந்த மூவரையும் பார்த்து பொதுவாக கூறினான்...சரித்ரன்.

அவர்களை சுற்றி படர்ந்து கொண்டிருந்த பனி.... ஒரு வலையைப் போல அவர்களை சுற்றி மிதந்து கொண்டிருந்தது... குறியீட்டின் நிறமென அந்த காடும் காடு சார்ந்த இடமும்.. அவர்களை ஒரு மாயத்தின் திறவை திறக்க சொல்லி உந்துவதாக படர்ந்தது. என்றோ விட்ட குறை தொட்ட குறை நடத்தும் நாடகத்தின் மேடை அவர்களால் நிரம்பிக் கொண்டிருந்தது.

◆◆

சாணக்கியன்... தலை கவிழ்ந்து மேசையில்...மூச்சு விடும் சப்தம் அந்த அறையை பலகீனப் படுத்திக் கொண்டிருந்தது.

"எஸ் சார்.... நாங்க அன்னைக்கு நிறைய குடிச்சோம்... பேசினோம்.. உளறினோம்... அழுதோம்... அணைச்சுக்கிட்டோம். முப்பது வருசத்துக்கு அப்புறம் சந்திக்கறோம் சார்.....எப்படி இருக்கும்...? இந்த வாழ்க்கையோட அர்த்தம் புரிஞ்ச மாதிரி இருந்துச்சு. மனசுக்குள்ள அப்டி ஒரு நிறைவு. இடைப்பட்ட காலத்துல நாங்க பேசிக்கவே இல்ல.. காரணம் என்னன்னு நாங்களே எங்களுக்குள்ள கேட்டுக்கிட்டோம்.. ஆனா பதில் கிடைக்கல. ஈகோவா கூட இருக்கலாம். குடி போரடிச்சிருச்சு.... பக்கத்து ஊர் ரீட்டா போரடிச்சிட்டா.... எங்க வேலை போரடிச்சிருச்சு.... எங்க பணம் போரடிச்சிருச்சு.. எங்க மண்ணு மட்டும் எங்களுக்குள்ள பனி வாசனையை எப்பவுமே தூறிகிட்டே இருந்திருக்குன்னு அந்த பனிக்குள்ள மனசலவுல12 வயசு பசங்களா நின்னப்போ புரிஞ்சுது. பணம் பதவி அதிகாரம்னு தேடி ஓடி ஓடி நாங்க களைச்சிட்ட மாதிரிதான் தோணுச்சு. என்ன பண்ணலாம்.. இருக்கற இந்த ரெண்டு நாள என்ன பண்ணலாம்னு யோசிச்சப்பதான்..."

◆◆

சரித்ரன்.... அங்கும் இங்கும் நடுங்கிக் கொண்டே நடந்து கொண்டிருந்தான்...

"இப்படியெல்லாம் ஆகும்னு நினைக்கவே இல்ல சார்... என்ன நடந்துச்சுனு ஒன்னும் புரியல..." என்றவன் சற்று

இடைவெளி விட்டு மீண்டும் தொடர்ந்தான் பனியின் தீவிரமென. எல்லாரும் என்ன பண்ணலான்னு யோசிச்சப்போதான் நாங்க சின்ன வயசுல அடிக்கடி ஆசை பட்டு விளையாடற ஒளிஞ்சு விளையாடற விளையாட்டை விளையாடலான்னு முடிவு பண்ணினோம்...

சாத் பூட் திரி போட்டோம்.

சாத் பூட் திரி நால்வரும் வட்டமாக நின்று ஒருவர் கையை ஒருவர்......பல் சக்கரம் போல விரல்களால் விரல்களை மாட்டிக் கொண்டு மூன்று நான்கு முறை காற்றில் சுற்றி விட்டு வட்டத்துக்கு முன் இருக்கும் காற்று வட்டத்தில் அவரவர் கையை குப்புறவோ..... உள்ளங்கை தெரியவோ படக்கென காட்ட வேண்டும். அதிகம் பேர் ஒரே மாதிரி இருக்க ஒருவன் மட்டும் கையை மாற்றி காட்டியிருந்தால் அவன்தான் வெற்றி பெற்றவன். அவனை விடுத்து மீண்டும் மற்றவர்களோடு அந்த சுற்று தொடரும்.. அதில் இருந்து இன்னொருவன் என்று தொடர்ந்து கடைசியில் இருப்பவன்தான் பலி. அவன்தான் தோற்றவன். அவன்தான் மற்றவர்களை தேடி பிடிக்க வேண்டும்....இதுதான் ஒளிஞ்சு விளையாட்டின் ரூல்ஸ்.

முதல் முறை... சரித்ரன் ஜெயித்து விட... அடுத்த முறை... அதிவீரன் ஜெயித்து விட.. அடுத்த முறை...நிரஞ்சன் ஜெயித்தான். கடைசியாக பனிக்குள் நிறைந்தவன் போல....பளீரென நின்று கொண்டிருந்த சாணக்கியன், அவர்கள் மூவரும் ஒளிந்து கொள்ள வசதியாக திரும்பி நின்று கொண்டான்.

"சரிடா மாப்ள.... நாங்க ரெடி...." என்ற சத்தம் எதிரே பரந்து விரிந்து நிறைந்து கிடந்த காட்டுக்குள் இருந்து வர .... விளையாட்டு தயாரானது. அவர்கள் ஒளிந்து விட்டார்கள். இனி சாணக்கியன் அவர்களைத் தேடி, காட்டுக்குள் நுழைய வேண்டும்.

வெள்ளை நிறத்தை அசைத்துக் கொண்டே மெல்ல உள் நுழைந்த சாணக்கியன் கண்களால் தேடத் துவங்கினான். மனதால் பின்னோக்கி ஓடத் துவங்கினான்.

சிறுவயதில் இந்த விளையாட்டை எத்தனையோ முறை விளையாடி இருக்கிறார்கள்... எத்தனையோ முறை கண்டு பிடித்து ஜெயித்திருக்கிறான்... நிறைய முறை கண்டே பிடிக்க

முடியாமல்......'போங்கடா..... நான் வரல" என்று யாருமே இல்லாத பனி வெளியில் சொல்லி விட்டு வீடு சென்று கம்பளி போர்த்திக் கொண்டு ஜன்னலோரம் அமர்ந்து பெய்யும் பனியை வேடிக்கை பார்த்திருக்கிறான்.

நினைவுகள் தன் சிறகை எப்போதும் அசைத்துக் கொண்டேதான் இருக்கின்றன..." என்று அவனாகவே நினைத்துக் கொண்டு மெல்ல சிரித்தபடியே காட்டின் அடர்த்திக்குள் எடையற்று தேடத் தொடங்கினான்...

பனி மூட்டம் கூட்டம் கூட்டமாக கசிந்து கரைந்து பத்தடிக்கு அடுத்து என்ன இருக்கிறது என்று கூட மறைத்துக் கொண்டிருந்தது.

◆◆

சாணக்கியன் தேனீரை மட மடவென குடித்தான். ஒரு போர் வீரனைப் போல அவன் உடல்... மறத்துப் போனதாக நம்பினான். கருப்பன் 'ம்ம்.. சொல்" என்பது போல... பார்க்க.......தொடர்ந்தான் சாணக்கியன்...

'நாலு பேருமே கோயம்பத்தூர்ல இருந்து புல்லட்லதான் போனோம்..."

"தனி தனி புல்லட் தான்... எங்க நாலு பேருக்குமே இயற்கையோட இருக்கறதுதான் ரெம்ப பிடிக்கும்... அன்னைக்கும் பிடிச்சிருந்துச்சு...."

" சரித்திரனோட மாமா வீடு அங்க இருக்கு.... அங்கதான் நாங்க தங்க போறதா சாணக்கியன் சொல்லிருந்தான்...."

"எஸ்.. அங்கதான் தங்கினோம்..."

ஆழியார் தாண்டியதுமே மழைப் பாதையின் வளைவுகள்.... மீண்டும் மீண்டும் வளைந்து கொண்டே சென்றன ...பனியில் நனைந்து கொண்டே புல்லட்டில் போவது சால சிறந்த பயணமாக உணர்ந்தார்கள். அவர்களின் தூரங்கள் அவர்களால் பூர்த்தி செய்யப்பட்டுக் கொண்டே செல்லப்பட்டன. ரம்மியச் சூழலை.... இடப் பக்கம் வலப் பக்கம் என்று... காடுகளின் நிறம் வெண்மையின் திறப்புகளாக முக்காடிட்டு கிடந்தன... பகலிலும்

முகப்பு விளக்கை எரிய விட்டு வளைவுகளில் வந்து சர்ரென சரிந்து சர்ரென எழுந்து போவது..... பால்யத்தின் நாட்களில் வந்து போகும் ஊர் தெரியா வான ஊர்தியின் ஞாபகத்தை பொழிந்தன. ஞாபகங்கள் தாலாட்ட, நால்வரும்.... நால்வித சிந்தனைத் துளைகளின் வழியே இசையானார்கள். இசைந்து வழிந்து வியந்த வளைவுகளில்.... வினைகளின் எதிர் தேடி சீறிப் பறந்தார்கள். வேகத்தின் மறுமுனைக்குள் இலையாகி மிதந்து கொண்டிருந்தது பால்யம்...

❖❖

கருப்பன் பிடிபடாமல் நடந்தார். மூன்று தனி தனி அறைகளில் இருக்கும் நண்பர்கள் கூறும் ஒரே கதை ஆழத்தை தூண்டுவதாக இருந்தது.

"இதுவரை கூறிய கதையில் எங்குமே யாருக்குள்ளும் எந்த சண்டையோ வாக்கு வாதமோ வந்ததாக தெரியவில்லை... பின் எப்படி...?" என்று மூளைக்குள் பனியின் குருதி கசியத் துவங்குவதாக நம்பினார். மீண்டும் விசாரணை தொடர்ந்தது.

❖❖

சாணக்கியன் தேட தேட காடு தொலைவதாக தோன்றியது. வானமும்... பூமியும் கலந்து கொண்டு வெள்ளை நிற பந்து போல உருண்டு கிடந்ததில் கால்களை உரசிக் கொண்டு காட்டுக்குள் அவன் நுழையும் சப்தங்கள்... ஈரக் கசிவுகளால் சிதரத் துவங்கின. சற்று முன்வரை விளையாட்டின் விதிப்படி கண்களை இறுக மூடிக் கொண்டு காட்டின் எதிர் திசை பக்கம் திரும்பி நின்று, அவர்கள் 'ரெடி' என்று கத்தியதும்.....காடு நோக்கி திரும்பி கண்கள் திறந்து காட்டுக்குள் நுழைகையில் நிஜமாகவே கண்ணைக் கட்டி காட்டில் விட்டது போலதான் இருந்தது. எத்திசை நோக்கிலும் அத்திசையாகவே பட்டது. நடக்க நடக்க மரங்களின் செடிகளின் இலைகளின் அடர்த்தி பட்ட தேகத்தின் உரசல் அவனை கொஞ்சம் கொஞ்சமாக அங்கும் இங்கும் நனைய வைத்துக் கொண்டிருந்தது. பனிகளின் பொழிவு...... நிகழ்த்துக் கலையின் நிறமாக இல்லாமல் இருந்து கொண்டிருந்தது. சட்டென வந்து அப்பிக் கொண்ட குளிர்ச்சி மனதுக்குள் வெதும்பிக் கிடந்த வாழ்க்கையின் தூரத்தை நொடியில் தாலாட்டி விட்டதை போல, கைகள் சேர்த்து உடம்பை இறுக்கி ஆசுவாசப்பட்டுக் கொண்டே முன்னால் போன குறுக்கு

வழியில்...... மெல்ல மெல்ல ஒரு காட்டுப் பூனையைப் போல நடந்தான் சாணக்கியன்.

அவனை ஒரு மரத்தின் பொந்தின் வழியே பார்த்துக் கொண்டிருந்தபடியே மெல்ல அவனை முன்னால் போக விட்டு பின்னால் பதுங்கி ஒரு கல்லை எடுத்து அவனுக்கு சற்று முன்னால் சர சரவென இலை கலைத்து ஓடும்படி உருட்ட....கல்லோடு போட்டியில் வழி மறந்து சட்டென தாவியபடி பின்னால் இருந்த ஒரு மரத்தின் பின்னால் இருட்டாய் கிடந்த சந்துக்குள் ஓடி ஒளிந்தான் சரித்ரன்.

இது விளையாட்டுதான்.

மாற்றி மாற்றி ஏமாற்றும் விளையாட்டுதான்.. ஆனாலும் நொடியில் திக்கென்று கலைந்து பின் நிதானமடைந்த சாணக்கியன்... அதே நேரம்.. சட்டென அவனையும் தாண்டி பின்னால் ஒரு செடி புதரில் இருந்து காணாமல் போன புலியைப் போல உறுமிக் கொண்டே பாய்ந்த அதிவீரன்.. இன்னொரு புதருக்குள் கண் சிமிட்டும் நேரத்துக்குள் மறைந்தான். படக்கென திரும்பி அதே வேகத்தில் சரிந்து கீழே அமர்ந்தபடி விழுந்து பட்டென சுதாரித்துக் கொண்டு பின்னால் தேங்கி கிடந்த வழியில் வேகமென்று ஓடி மறைந்தான் சரித்ரன். அத்திசை திரும்பி அங்கும் ஒருவரும் இல்லை என்பதாக உணர்ந்த சாணக்கியன் திரு திருவென விழித்துக் கொண்டே நரைத்துக் கிடந்த காட்டை நரைக்க இருந்த ஞாபகத்தோடு தேடினான். தேடும் கண்பார்வை எங்கும் வழிந்தது. பனிக்குள் பனியை உணர முடிந்த அற்புத கணத்தோடு அந்த மாலை வேளை சற்று கனமாகி போனதாக தோன்றியது.

பத்தடிக்கு முன்னால் என்ன இருக்கிறது என்று தெரியவில்லை. காடு தன் குரலை ஆ வென்று திறந்தே கிடந்தது. வெள்ளிப் பிசாசென அந்த பனிக்காடு தலை விரித்துக் கிடந்தது. அந்த நேரத்தில் அந்தக் காட்சி சற்று பயத்தை பனியோடு சேர்த்துக் கொண்டு மெல்ல சொட்டியது.

நிரஞ்சன் வேகமாக ஓர் இறக்கத்தில் திடு திடுவென ஓடி வந்து சாணக்கியன் திருப்ப திரும்ப, படக்கென்று கீழே அமர்ந்து பாம்பை போல நெளிந்து மறைந்து "உஸ்..... உஸ்.... உஸ்" என்று சப்தமிட்டுக் கொண்டே பின்னால் நீண்டு சுருண்டு கீழே கிடந்த

வயதான மரத்தின் வயிற்றுக்குப் பின்னால் ஒளிந்து கொண்டான். நொடிகளில் ஏதோ புரிந்து கொண்ட சாணக்கியன் மரத்துக்கு பின்னால் யாரோ இருப்பதை உறுதி செய்து கொண்டே ஒரு சிறுத்தையைப் போல மெல்ல மெல்ல நகர்ந்து பின்னேற....பட படவென அவன் பின்னால் இருந்த காட்டின் சொட்டையில்... ஒரு மயில், தோகை விரித்து ஆடத்துவங்கியிருந்தது. கண நேரத்தில் தூக்கி வாரிப் போட்ட சாணக்யனுக்கு அடுத்த கணமே நிம்மதியோடு புன்னகையும் வந்தது.

மூவரும் மாறி மாறி விளையாட ஒருவனையும் கண்டு பிடிக்க முடியாமல் தடுமாறிய சாணக்கியன் சடுதியில் யோசித்து, பழைய வியூகங்களைக் கொண்டு அவனும் ஒரு மரத்தின் பின்னால் காற்றைப் போல கரைந்து மறைந்தான். காட்டின் நிசப்தத்தை கலைத்துக் கொண்டு சற்று தோராயமான தூரத்தில் ஊளையிட்டுக் கவனம் ஈர்த்தது நரி ஒன்று. திக்கென்று உடல் ஓர் அடி முன்னால் நகர்ந்து சுற்றும் முற்றும் அனிச்சை செயல் போல பார்த்து நின்றது. அவனிருக்கும் இடத்திற்கு வெகு அருகில் கேட்ட நரியின் குரலை திரும்ப திரும்ப காதுகளில் ஒலிக்க விட்டான். உடல் மெல்ல நடுங்கத் தொடங்கியது. சிறுவயதில் இதே காட்டுக்குள் இதே இடத்தில் புலி பதுங்கியதை.... சிறுத்தை விலகியதை... யானை திரும்பியதை....நரியின் சூட்சுமத்தை.... மயிலின் பேரிரைச்சலை... கரடியின் கண்களை....கண்டும் பார்த்தும் உணர்ந்தும் இருக்கிறான். நினைவுகளில்... பனியின் டிகிரி இன்னும் இன்னும் மைனஸில் போய்க் கொண்டிருந்தது.

மனதுக்குள் இதயம் துடிப்பதை மூளை உள்ளிருந்து கவனிக்கத் துவங்கி இருந்தது...அதிவீரனுக்கு. வேகமாய் ஓடி பனிக்குள் தன்னை கரைத்துக் கொண்டிருந்தது நேரம். இருக்கும் தானற்ற சூரியனும் கொஞ்சம் நிழலும் வெள்ளை நிறத்தில் வீதிக்குள் வராமல் ஊர் சுற்றியே போவதாக உணர்ந்த வேளை பின் மாலைப் பொழுதாக இருந்தது. நரியின் ஊளை.... இன்னும் அருகே கேட்டது.

“மட்சான்.. போதுன்டா.... டைம் ஆச்சு.. கண்டு பிடிக்க முடியல.. வெளிய வந்துடுங்க... நரி சத்தம் வேற வருது.. புலி வந்தாலும் வரும்.. வந்திருங்க.. ப்ளீஸ்.... விளையாட்டு பயங்கரமா இருக்குடா....”என்று கத்தி கூறியபடி “டைம் அவுட்” என்று சிறு வயதில் காட்டியபடி விளையாட்டை நிறுத்தி விட்டு காட்டை விட்டு மேலேறி வந்தான் சாணக்கியன். அவன் கால்கள் ஏனோ

நடுங்கின. பனி இன்னும் வேகமாய் அவனை நனைத்தது. மேட்டுக்கு வந்துவிட்ட அவனுக்கு மூச்சிறைத்தது. திரும்பி வெள்ளிப் பூக்களென சிதறிக்கிடந்த காட்டைப் பார்த்தான். காடு, முளைத்த துளையின் கர்ப்பத்தில் இருப்பதை போல வெண்ணிற ஆடைக்குள் தன்னை சிறகாக்கி சிலிர்த்துக் கொண்டிருந்தது. சுற்றும் முற்றும் பார்க்கத் தோன்றியது. பார்த்தான். யாருமே இல்லை. கைக்கடிகாரம் பார்த்தான். நீர் கொப்பளித்திருந்த கண்ணாடி வட்டத்தில் ஆள்காட்டி விரலால் அரை வட்டம் ஒன்றை அடித்தபின் மணி 6.6 என்று தெளிவாகக் காட்டியது. மாலை முடிந்து இருட்டும் வேளையில் பனிக்காடு பயங்கரமாக மாறுவதாய் பட்டது.

"டேய் விளையாடாதீங்கடா.....டைம் ஆச்சு....."சாணக்கியன் குரலில்.. சத்தம் குறைந்திருந்தது. கண்கள் விரிந்திருந்தது...

வலப்பக்கம் மூலையில் இருந்து படக்கென்று எழுந்து..."போடா பயந்தாங்கொள்ளி" என்றபடியே காட்டை விட்டு வெளியேறி வந்தான் சரித்ரன். இருவரும் ஒரு சேர மீண்டும் காட்டை பார்க்க.... புகைப்படம் போல அசைவின்றி நின்றிருந்தது காடு. இருவரும் ஒருவரையொருவர் அர்த்தத்தோடு பார்த்துக் கொண்டே மீண்டும் காட்டைப் பார்க்க.... நரியின் ஊளை மீண்டும் அதிகமாக கேட்டது.

படக்கென்று எழுந்து "என்ன..... பயந்துட்டிங்களா" என்று கத்திக் கொண்டே முன்னேறி வரத் தொடங்கினான் நிரஞ்சன்.

மூச்சு சீரானது போல இருந்தது சாணக்கியனுக்கு. சரித்ரன் பொதுவாக மெல்ல புன்னகைத்தான்.

சிறுத்தையின் அசைவைப் போல காடு ஒரு பக்கத்தில் அதிர... மூவரும்...."அதி.... வெளிய வா..சம்திங் ராங்..." என்று கத்தினார்கள்.

சற்று மௌனம் கலைத்துக் கொண்டே அதோ அந்த புள்ளியில் இருந்து அதிவீரன் எழுந்து வர போகிறான் என்பது போல...... இருந்த நம்பிக்கை ஏனோ கணத்தில் காணாமல் போனது. நரியின் ஊளை அதிகமாகிக் கொண்டிருந்தது. கரடி ஒன்றின் சப்தம் மிக அருகில் கேட்க... மூவரின் மனதுக்குள்ளும் பனியின் தாக்கம் அதிகமாகி, இதயத்தை வேகமாய் துடிக்க வைத்தது. கண்களாலே உணர்ந்தார்கள். காற்றாலேயே உறைந்தார்கள். நொடிகளின்

இடைவெளியில் "அதி........" என்று மூவருமே கத்த ...."அதீ........" என்று பனி எதிரொலித்தது. மூவரின் கண்களும்.... காட்டுக்குள் தொலைந்து போனது போல அங்கும் இங்கும் அசைய.... வெள்ளிப் பனி இருட்டை அழித்துக் கொண்டு இருட்டே வெள்ளையென ஆவது போல ஆக......நேரம் 7ஐ தொட்டிருக்க.... மூவரும்.... காட்டை விட்டு மெல்ல மெல்ல பின்னால் நகர்ந்தார்கள்.

இருள் சூழும் இரவை ஆளும் மணி கொண்டு சேர்க்க, மூவரும் என்ன செய்வதென்று தெறியாமல்... காட்டுக்குள்ளும் இறங்க முடியாமல் பனிக்குள் முகம் தெரியாத தூரத்தில் நடுங்கிக் கொண்டே 'அதி.....அதி" என்று கத்திக் கொண்டே... முணங்கிக் கொண்டே இருந்தார்கள்.

அதிவீரன் வரவேயில்லை...

அதிகாலை வரைக்கும் குடித்து விழித்துக் கிடந்து விட்டு மறுநாள் தேடினார்கள். அவன் உடல் கூட அகப்படவில்லை. புலி அடித்து இழுத்துக் கொண்டு போயிருக்கலாம். காட்டின் ஓரத்தில் தொடங்கும் பள்ளத்தாக்கில் விழுந்திருக்கலாம். காட்டுக்குள் மேற்கே இருக்கும் புதை குழிக்குள் மாட்டி மூழ்கி இருக்கலாம். யாராவது கொலை செய்திருக்கலாம். அல்லது அவன் எப்போதும் போல விளையாட்டுக்கு வெளியே வந்து மறைந்து கொண்டு நம்மிடம் விளையாடலாம். உடனே போலீசுக்கு போக வேண்டாம் என்ற முடிவு செய்து குடித்துக் கொண்டே தேடினார்கள். நாள் ரெண்டாகி நான்காகி ஒரு வாரம் தாண்டிய பிறகு வேறு வழி இல்லாமல் போலீசுக்கு போனார்கள். ஊரே நடுங்கிப் பார்த்துக் கொண்டிருந்தது.

அதற்கு மேல் மூவருமே கதை அறியா சிறுபிள்ளைகள் போல காடு மறந்து விழித்து நின்றார்கள்.

"அதிவீரன் எங்கே....அப்போ அதிவீரனுக்கு என்னதான் ஆச்சு...????" - கருப்பன் நெற்றி தடவி... யோசித்துக் கொண்டே அங்கும் இங்கும் நடந்தார். மூவரிடம் நடந்த விசாரணையும் இந்த இடத்தில் நின்று விட...

திக் திக் திக் பனிக் காட்டில் விசாரணை ஆரம்பம்.

மூவரும் அந்த நாளை அப்படியே செய்து காட்டினார்கள்.. யார் யார் எங்கு ஒளிந்தார்கள்... அவன் எதுவரை தேடி வந்தான்.....

அதிவீரன் எந்தப் பக்கம் சென்று ஒளிந்தான் என்று எல்லா இடங்களும் ஆராயப் பட்டன. மூவரும் மிரண்ட அகங்களில்..... அதே பனியின் குரூரத்தை சகிக்க முடியாமல் திகைத்து நின்று கொண்டிருந்தார்கள்.

◆◆

சார் பசங்க இதே ஊர்தான்.... சின்ன வயசுல ஒரு பத்து பன்னெண்டு வயசு வரைக்கும் இங்க இருந்தானுங்க... அப்புறம் படிக்க கோயமுத்தூருக்கு போய்ட்டாங்க... என்ன ஆச்சுன்னே தெரியல....இடையில இந்தப்பக்கம் வரவே இல்ல. அப்புறம் ஒரு டைம்ல அவனுங்க அப்பா அம்மா....குடும்பமே கோயமுத்தூருக்கே போய் செட்டிலாகிட்டாங்க. அவளோதான் தெரியும்...ஆனா இத்தன வருசத்துக்கு அப்புறம் இங்க வந்து அதுல ஒருத்தன் காணாம போயிருக்கறது குழப்பமா இருக்கு...

◆◆

காட்டுக்குள்ள எதுக்குங்க இறங்கணும்... சிறுத்தை, யானை சுத்திட்டு இருக்கும்னு தெரியாதா.... எல்லாம் குடி... பணம் சேர்ந்த திமிர்....

◆◆

அய்யயே நாலு பேரும் அவ்ளோ ஒற்றுமைங்க... அவுங்களுக்குள்ள எத்தனை பிரச்சைனையும் வர வாய்ப்பே இல்ல...

◆◆

“அப்போ இல்ல... இப்போ வந்திருக்கலாம்ல...”- கருப்பு தேநீர் அருந்தியபடி மப்ளரை இன்னும் இறுக்கிக் கொண்டு ஒருத்தர் பேச.... எதிர் நின்ற இன்னொரு தாத்தா... பனியை ஊதிக் கொண்டு ....”ம்ம்ம்.........” இருக்கலாம் என்பது போல தலையை ஆட்டினார்.

கருப்பன், தேநீரோடு பரோட்டாவை சுருட்டி பிடித்து கடித்து தின்னும் பக்கவாட்டில் நின்றிருந்த இன்னொருவரை வினோதமாக பார்த்துக் கொண்டே தேநீரை அருந்தினார்.

“ஒன்னும் விளங்க மாட்டேங்குதே”- கருப்பனின் மனதுக்குள் இன்னும் ஏகமாய் பனிப் பொழிவு சொட்டிக் கொண்டிருந்தது.

◆◆

ஊருக்குள் ஆங்கங்கே விசாரித்துக் கொண்டே நகர்ந்த கருப்பன், ஊருக்கே அடையாளம் போல தலை விரிந்து நின்ற அந்த மரத்துக்கு அடியில்... நரைத்த தலையில்... குட்டியாய் ஒரு மூன்றடியில்... தலை விரிகோலமாய்... ஒரு பிம்பத்தின் நிழலைப் போல நின்று கொண்டிருந்த ரோஸியை தாண்ட முயற்சித்து அடுத்த ஆளுக்கு சென்று விட்டு மீண்டும் அனிச்சையாய் அவளிடமே வந்து நின்றார்.

அவர் அவளைக் கடக்க... கடக்க, அவளின் கண்கள் ஒரு ஜோடி மீன்களை போல காற்றினில் மெல்ல நீந்தி அவரிடம் சென்று நின்றன. தின்றன. அது தீரவே முடியாத தர்க்கத்தின் பிறழ்வுகளை மெல்ல திறப்பதாக இருந்தது. 50 வயதை நெருங்கிய மௌனத்தின் கழிவுகளில் அடர்ந்த அழகின் சுடர் மட்டும் இன்னும் இன்னும் தேங்கிக் கிடைப்பதை ஊர் அறியும். ஆனாலும் ஒற்றை உலகத்தில் உச்ச தூரத்தில் மௌனம் பூட்டியே கிடக்கும் அவளை ஈக்களும் மொய்க்கின்றன.

“ஆமாங்க...ரோஸிக்கு யாரும் இல்ல.. ஒரு பாட்டி இருந்தா. அவளும் கொஞ்ச நாள் முன்னால செத்து போய்ட்டா.....”

“மூனடிக்கு மேல வளரவே இல்ல. இந்த.....சித்திரக்குள்ளி இருப்பாங்கள்ல.... அந்த மாதிரி. இவ பேர் கூட அதுதான்...... அப்டி கூப்டா அவளுக்கு கோபம் வரும்..... ஆனாலும் எல்லாரும் அப்டித்தான் கூப்டுவாங்க... நல்லாத்தான் பேசிட்டு இருந்தா.... அப்புறம்.... வைதேகி காத்திருந்தா வெள்ளைச்சாமி மாதிரி சட்டுனு பேசறதை நிறுத்திகிட்டா. அவ உலகத்துல அவ மட்டும்தான்னு நினைப்பு. அவளை பத்தி பேசுறக்கோ தெரிஞ்சுக்றக்கோ ஒண்ணுமே இல்ல சார்...” என்ற கூறிய கிழவி.. ஆடுகளை விரட்டிக் கொண்டு மேட்டாங்காடு நோக்கி சென்று கொண்டிருந்தாள். பனியின் விலகல் அவ்வப்போது வருவதும் போவதுமாக இருந்தது ஒரு மாதிரி மந்தகாசமாகவே தெரிந்தது. அது அந்த ஊரை பாதுகாப்பதாக நினைத்துக் கொண்டதோ என்னவோ.... ஓர் ஆடு வினோதமாக கத்திக் கொண்டு போனது.....

ரோஸியின் கண்களில் அலைபாய்வதை நிறுத்திய இடத்தில் காலத்தின் பின்னோக்கிய கதவுகளை நாம் உடைத்துக் கொண்டு நகரத்தான் வேண்டும்.. அது சூனியத்தின் உள்ளே இருக்கும் பேச்சுக்களின் கொண்டிகளை திறக்கும் யுக்தி.

ரோஸி 20 வயதில் அத்தனை அழகான பொம்மையைப் போல ஊருக்குள் ஓடுவதும் நடப்பதும்....காற்றைப் போல திரிவதும்... அவளோடு அற்புதமான சித்திரத்தை பாதியிலேயே கைவிடப்பட்டது போல இருந்தது. சித்திரக்குள்ளியாக இருந்தாலும் சித்திரத்துக்குள் இருந்தாள். ஒரு தேவதையின் சிறகில் அவள் படைக்கப் பட்டிருக்க வேண்டும். ரோஸ் நிறத்தில் ஒரு குழந்தையைப் போல மிருதுவான தோல் கொண்ட புன்னகை அவள். பார்க்க பார்க்க பார்த்துக் கொண்டேயிருக்கும் சின்ன அழகி. சிணுங்கும் அழகி. கிழவிகளோடு சேர்ந்து தாயம் விளையாடுவது... யாருக்கும் கிணற்றில் நீர் இறைத்து தருவது. கொஞ்சம் சோற்றுக்கும், பஞ்சு மிட்டாய் வாங்க காசுக்கும் மற்றவர்களுக்கு துணி துவைத்துக் கொடுப்பது. யாருமற்ற நதியோரம் ஓர் அரசியாய் நடை பயிற்சி கொள்வது... என அவள் எல்லாருக்கும் சாந்தமானவளாக இருந்தாள். பொருட்டே இல்லாத பொருள் என அவள் படைப்பு அந்த ஊர் முழுக்க சிதறிக் கொண்டிருந்தது. எல்லாவற்றுக்கும் சிரிப்பாள்... சிலிர்ப்பாள். மூன்று அடியில்....ஓர் உருவம்... ஊருக்குள் திரிவது ஓடுவது... அதி நுட்பமான இரவுகளில் பயத்தை அள்ளி வீசி விடும் சில அந்தகார நேரத்தில் சில போது திட்டப்படுவதும் உண்டு...தீட்டப்படுவது நிறுத்தப்பட்ட சித்திரம் போல.

“ஏன் குள்ளச்சி......இப்டி இந்த நேரத்துல வந்து பயமுறுத்தற...”- என்று பயந்தோர் பதறும் வேளையில்...பப் வைத்த சட்டையில் இல்லாத காலரை.... தூக்கி விட்டுக் கொண்டு இருட்டுகளின் இறுமாப்புக்குள் சென்று சென்று மறைவாள். அவள் தன்னை ஒரு சூனியக்காரியைப் போல நினைத்துக் கொண்டாள். அது அவள் பாட்டி கூறிய அதி நுட்பமான ஆதிக் கதை. அதில் தன்னை பொருத்திக் கொள்வதில் அத்தனை பிரியம் அவளுக்கு. அவளோடு வாள் போல எப்போதும் இருந்தது ஒரு நாய்.

ரோஸி என்று அழைக்கையில் அவளோடு சேர்ந்து நாயும் திரும்பி பார்க்க ‘ரோஸி’’ இருவருக்குமான பெயரானது. சில போது அவளோடு உண்டது. அவளோடு சாப்பிட்டு விட்டு வீடு வந்து தூங்கையில்.... “ரோஸி வயிற்றை நிரப்பி அனுப்பி இருக்கிறாள்” என்று புரிந்து கொள்ளப்படும்.

அவளுக்கும் நாய்க்கும் இடையே நீந்திக் கொண்டே இருந்தது ஊர்க்கொடியில் நீந்த மறந்து சுழன்ற நதி.

அதிவீரன் 12 வயது சிறுவனாக ஊருக்குள் அலப்பரை செய்யத் துவங்கும் பருவத்தின் ஆரம்ப கட்டத்தில் ஒரு முரடனைப் போல திரிந்து கொண்டிருந்தான். மரத்தில் உடன் ஏறுவோரை எதிர் பாராத தருணத்தில் தள்ளி விடுவான். கிணற்றில் பிணம் விழுந்தால் முதல் ஆளாக இறங்கி செத்து விட்டதை சந்தோசமாக கத்திக் கூறுவான். நதி ஓரத்தில்......துணி துவைக்கும் ரோஸிக்கு முன் பெரும் கல்லை எடுத்துக் போட்டு நீரை கொப்பளிக்க வைத்து மிரட்டுவான். அவன் அப்படித்தான் என்பது ஊரறிந்த செய்தி. அவன் அப்படித்தான் இருக்க வேண்டும் என்பது விதியின் போக்கு. சமீப காலமாக அவனுக்கு ஊர் இளைஞர்களின் மத்தியில் பயங்கர கிராக்கி ஆகி இருப்பது அரசல் புரசலான பேச்சுக்களால் நிரம்பி வழிந்து தெரிந்து கொண்டுதான் இருந்தது.

“அதி.......இந்தா....... ஒவ்வொரு ரூவாயா சேர்த்து சேர்த்து கொண்டு வந்திருக்கேன்டா..... 8 ரூவா இருக்கு......நாளைக்கு..... ப்ளீஸ் “- என்று கண்களாலே ஒரு 18 வயது இளைஞன் கெஞ்ச...”சரி, சரியா காலைல 6 மணிக்கு வந்தரனும்.. லேட் ஆனா நான் பொறுப்பில்ல..... காச திரும்ப தர மாட்டேன்..”- என்று கண்டிஷன் போட்டு அனுப்பினான்..அதி.

அது தொடர்ந்தது.. 8 ரூபாய் ..... 15, 20 வரை சேர்ந்தது. தினமும் சேர்ந்தது. அந்த மாதத்தில் அவன் பெரும் பணக்காரனாக மாறி இருந்தான். தினமும் பரோட்டா தின்பது.....குச்சி ஐஸ் வாங்கி தின்பது.....எல்லாருக்கும் வாங்கித் தருவது......பக்கத்தூர்க்கு வாடகை சைக்கிள் எடுத்துக் கொண்டு நாள் முழுக்க போவது.... வருவது....படம் பார்ப்பது.... காதில் கம்மல் வாங்கிப் போட்டுக் கொள்வது என்று அவனின் நாகரிக வளர்ச்சி படபடவென வளர்ந்தது. புது செருப்பு கூட வாங்கி விட்டான்.

நண்பர்கள் மூவருக்கும் ஒன்றும் விளங்கவில்லை.....” காசு எப்படி”- என்று கேட்டார்கள்...

“அதெல்லாம் உங்களுக்கு எதுக்கு....? வாங்க.. வாங்கித்தறேன்.....தின்னுங்க...... கேள்வி கேக்காதீங்க...”-என்று கறாராக கூறி விட்டான். பரோட்டா முன்னால்... மற்றவைகள் ஒன்றுமே இல்லை என்றாகி போனது. டவுனுக்கு சென்று...

டீச்சர் மகன் போடும் ஜட்டியைப் போல தனக்கும் வாங்கிக் கொண்டு... நண்பர்களுக்கும் வாங்கித் தந்தான். காசு சேர்ந்து கொண்டேயிருந்தது. ஊர் இளைஞர்கள்.... ஏன்... முதுமைக்குள் நுழைத்திருந்தவர்கள்... ஏன்..சில பல்லிருக்கும் கிழவர்கள் கூட.... அதிவீரனின் தயவில் வந்து போய்க் கொண்டிருந்தார்கள். காசு குவிக்கும் பாக்கெட்டை பெருமையோடு தடவிப் பார்த்துக் கொண்டான் அதிவீரபுத்திரன்.

அதே வாரத்தில் ஒரு நாள் ரோஸியை விரட்டிக் கொண்டு விளையாடியபடி வந்த சித்திரக் குள்ளி, அதிவீரனின் தோட்டத்து வீட்டுக்குள் ரோஸி நுழைந்து விட்டதை அடுத்து அவளும் நுழைந்து விட ரோஸி போய் நின்ற இடம்......மரண வேகத்தில் சுழன்று அவளை நொடிகளில்......துகிலுறுத்தி போட்டது. அவள் ஒரு வழியாக சமாளித்துக் கொண்டு கண்களை பிடுங்கி எறிந்து விடுபவளைப் போல பார்த்தாள். அவளின் இதயம் உடலெல்லாம் துடித்தது. நம்ப முடியா துயரத்தோடு கண்டாள். அந்த அறைக்குள் இருந்த ஜன்னல் வழியே அப்பட்டமாக தெரிந்த அவள் வீட்டு குளியல் அறை முழுக்க அவளின் நிர்வாணம் சொட்டிக் கொண்டிருந்ததை அவள் மூளை நடுங்க கண்டாள். அவளுக்கு அப்போதுதான் எல்லாம் புரியத் துவங்கியது. புதிர் விலகிய புள்ளியில்.... புத்தி பேதலித்தது போல நின்றாள். அதிவீரனின் சமீப கால காசுத்தனம் சிதறியது. ஊர் இளைஞர்கள் மத்தியில் இருந்த அவனுக்கான ரகசியம் உடை பட்டது. இந்த வீட்டுக்கு அதிகாலையில் ரகசியமாக ... வந்து போகும் இளைஞர்கள் பற்றிய ரகசிய அரசல் புரசல் என்று எல்லாம் ஒரு திரைக்கதையைப் போல அவளுக்கு, அவள் கண்களுக்குள் ஓடின.

இடி விழுந்தவள் போல அமர்ந்தாள். இடியைப் போலவே விழுந்தாள்

நாயிடம்... புலம்பினாள். நாயாகவே... புலம்பினாள்.

"என்னை பாரு ரோஸி... நான் எல்லாம் ஒரு பொம்பளன்னு... என்னை போய் இப்டி தினமும் அம்மணமா பார்த்திருக்கானுங்க...... என்ன பண்ண..?!...எனக்கு அசிங்கமா இருக்கு ரோஸி.. வாந்தி வாந்தியா வருது. அம்மணமா என்னை பார்த்தவனுங்கள்ல ஒருத்தனுக்கு கூடவா இது தப்புன்னு தோணல. ஏன் இந்த மனுஷங்க எல்லாம் இப்டி இருக்காங்க....." ரோஸியைக் கட்டிக் கொண்டு அழுதாள் ரோஸி.

ரோஸி அன்றிரவு சாப்பிடாமலே படுத்துக் கொண்டது.

"ஏன் ரோஸி சாப்பிட மாட்டேங்கற'- என்று வீட்டுக்குள் இருந்த வந்த சத்தத்துக்கு பதில் ஏதும் இல்லை.

"ஓ ரோஸி வீட்ல சாப்டியா"-என்றதுக்கும் பதில் ஏதும் இல்லை. ரோஸி...யின் அழுகைகளால் இரவில் வெறித்தனமாக இருந்தது குரைத்தலும்... துறத்தலும்......

அடுத்த விடியலில் இருந்தது அவள் குளிப்பதை நிறுத்திக் கொண்டாள்.

ரோஸி கிறுக்கியானாள்...

"அட கிறுக்குபுள்ள.....ஏன் குளிக்கறது இல்ல....நாத்தம் அடிக்குது..... போய் குளி... இல்லனா...கிட்ட வராத'- என்று ஊர்க்காரர்கள் கூறும் நிலைக்கு வந்திருந்தாள். சட்டென ஒரு கட்டத்தில் பேசுவதை நிறுத்திக் கொண்டாள். சிக்குப் பிடித்த தலையோடு....திக்கு பிடித்த உடலோடு...பறிகொடுக்கப்பட்ட முகத்தோடு அவள் காடு மலை என்று சுற்றத் தொடங்கினாள். மனிதர்களை விட்டு வெகு தூரம் போய்க் கொண்டிருந்தாள். அவளோடு கொஞ்ச காலம் ரோஸியும் சுற்றிக் கொண்டிருந்தது, எல்லாம் அறிந்த கேள்விகளோடு.

எல்லாம் அறிந்த பதில்களோடு....காத்திருந்தது காலம்.

❖❖

இரவில் தூக்கமின்றி தவிக்கத் துவங்கி இருந்தான் நிரஞ்சன். என்ன ஆகப் போகுதோ....?

என்ன ஆனாலும் சரி....

அவன் மனதுக்குள் ரோஸி....யும் அவனும் வாழ்ந்த அந்த "அக்காமலை" புல்வெளிகள் நாட்களின் ஞாபகம்... மெல்ல மெல்ல அசையும் காற்றின் தலையாட்டல்களோடு... பறக்கத் துவங்கி இருந்தது.

ஒவ்வொரு சனியிலும் நதியில் ரோஸியை குளிப்பாட்டி விடுவதும் நீச்சல் அடிப்பதும்.... என பொன் காலை பொழுதுகளாக

புலர்ந்து கொண்டிருந்த காலம் அது. சற்று தள்ளி அமர்ந்து துணி துவைத்துக் கொண்டிருக்கும் ரோஸியை ஓரகண்ணால் நோக்கினான். அவ்வப்போது பார்த்தும் பார்க்காததுமாக அவளும் பார்ப்பதும் உண்டு.

அவள் துவைத்த துணிகளின் சாதகம் ....அவன் அடித்த நீச்சலின் சப்தம்...... இடையில் வந்து விழும் அதிவீரனின் கல்லின் சத்தம்...சரித்ரனின்... சாணக்யனின்...முங்கு நீச்சல் விளையாட்டு என்று அந்த கட்டம் ஒரு காலத்தின் சதுரத்தில் மாயத்தை விரித்துக் கொண்டேயிருந்தது.

ஊருக்குள் ரோஸியின் மீது அமர்ந்து கொண்டு ஓர் இளவரசனைப் போல வருவான் நிரஞ்சன். ஊரே வியக்கும். ரோஸி மட்டும் ரசிப்பாள்.

“உங்க அண்ணன் என்ன சொன்னான் ?” என்று ரோஸியிடம் ரகசியமாய் ஏதாவது கேட்பாள் ரோஸி. முகத்தில் நக்கி வைக்கும் ரோஸி. அவள் சிரித்துக் கொள்வாள்.

ரோஸியை உயிருக்குள் வைத்திருந்தான் நிரஞ்சன். அந்த ரோஸியும் அப்படியே என்பதால் உயிரால் நிரம்பி இருந்தது ரோஸி. இங்கு ஒரு நேரம்....அங்கு ஒரு நேரம் என்று ரோஸி... ரோஸி வீட்டிலும்... நிரஞ்சன் வீட்டிலும் சாப்பிட்டு அன்பின் பாலமென வால் ஆட்டிக் கொண்டிருந்தது.

திடும்மென நிரஞ்சனின் நினைவுகள்.. தப்பி போனவார பனிக்காட்டுக்குள் வந்து விழுந்திருந்தது.

சரித்ரன் தேடி வர... அவனுக்கு போக்கு காட்டிக் கொண்டே ஓடிய நிரஞ்சன்.. ஒரு மரத்தின் பின்னால் ஒளிய... எதிர் திசையிலிருந்து பதுங்கி பதுங்கி வந்த அதிவீரன்...அரச மரத்துக்கு பக்கத்தில் வந்து ஒளிந்து கொண்டான்...

“டேய்.. மட்சா.. ஒரே இடத்துல இருந்தா ஈஸியா கண்டு புடிச்சிருவான்டா......நீ அந்த பக்கம் போ” என்று மெலிதாக கிசுகிசுத்தான் நிரஞ்சன்.

அவனைத் தாண்டி அதிவீரனின் கவனம்... அந்த மரத்தின்

அடியிலே இருக்க...."டேய் உன்கிட்டதான் பேசிட்டருக்கேன்.. லூசு மாறி விறைச்சு பாத்துக்கிட்டே இருக்க....சரி இருந்து தொலை..... நான் அந்தப்பக்கம் போறேன்" என்று மீண்டும் கிசுகிசுத்து விட்டு கிளம்ப யத்தனித்தான் நிரஞ்சன்.

"டேய் நிரஞ்சா .... நீ ஒரு நாய் வெச்சிருந்தீல்ல" என்று கிசுகிசுப்பான குரலில்...கேட்டான் அதிவீரன். சலனமற்று இருந்தது வாக்கியம்.

நகர எத்தனித்த உடல்மொழியில் பட்டென்று நின்ற நிரஞ்சன் அதிவேகமாக அவன் பக்கம் திரும்பி....."ஆமா..." என்றபடியே தலையாட்டிக்கொண்டே அதிவீரனைப் பார்த்தான். பார்வை கூரானது.

"அதை இங்கதான்டா பொதைச்சேன்" என்றான் அதி....வெகு சுலபமான மொழியில்.

படக்கென்று முட்டி மடங்கி கீழே விழுந்தமர்ந்த நிரஞ்சன்......."என்ன......டா சொ......ல்ற.......?!!!!" என்று அவனை வெரித்த பார்வையில் ரகசியம் பேசுபவன் போல கேட்டான்..

"ஆமான்டா.. அந்த நாய வைச்சுகிட்டு....நீ ஊருக்குள்ள பண்ணின அலப்பறை தாங்கலடா.... அது என்னமோ சிங்கம் மாதிரி..... நீ... என்னமோ ராஜா மாதிரி... எனக்கு பிடிக்கல..... பொறாமையா இருந்துச்சு.......அதுமில்லாம......உங்க வீட்டு பக்கம் வந்தாவே அது திருடனை பாக்கற மாதிரி என்னை பார்த்து குரைச்சிட்டே இருந்துச்சா....அதும் எல்லா புள்ளைங்களும் அந்த நாய்க்காகவே உங்கூட பேசறதும் சைக்கிள் ஓட்ட தர்றதும் எனக்கு பிடிக்கல......அதான்.. ஒரு நாள் சாக்கை போட்டு மூடி தூக்கிட்ட வந்து கழுத்துல மிதிச்சே கொன்னு இங்கதான்.... இந்த மரத்துக்கு அடியிலதான் பொதைச்சேன்... இங்க வரவும் சட்டுனு ஞாபகம் வந்துருச்சு...." என்று மெல்ல சொல்லி மெல்ல சிரித்தான் அதிவீரன்.

சிறுத்தை இழுத்துப் போனதாக நம்பிய தன் ரோஸியை தன் நண்பனான இவன்தான் அடித்தே கொலை செய்திருக்கிறான் என்று மனதுக்குள் தடுமாறிய காலத்தின் வளைவுகள் நிரஞ்சனை சத்தமின்றி அழுக வைத்தது ஒரு சிறுவனைப் போல. அதே பத்து வயது சிறுவனின் உடல் மொழியில் அவன் "எனக்கு ரோஸி

வேணும்....ஏன்டா ரோஸியைக் கொன்ன..... ஏன் கொன்ன.....அது எவ்ளோ நல்ல நாய் தெரியுமா... ரோஸி பாவன்டா.....அத....எதுக்கு கொன்ன.....நாயின்னா குரைக்கதான்டா செய்யும்...ஐயோ என் ரோஸியைக் கொன்னுட்டானே......உன்கூட பேச மாட்டேன் போ... என்கிட்டே வாங்கினதெல்லாம் குடுடா.......குடு........இரு எங்க வீட்டுல சொல்லி தரேன் பாரு...... இரு எங்க அப்பாகிட்ட சொல்லி உன்ன மாட்டி விடறேன் பாரு..." என்று வினோதமாக பேசி அழுத் தொடங்கினான்.

சரித்ரன் வீசிய கல்லின் சத்தம்.. ஒரு சிறுத்தையைப் போல இறக்கத்தில் ஓடி......அங்கும் இங்கும் ஒளிந்துக் கொண்டிருந்த நண்பர்களைத் தேடிக் கொண்டிருந்த சாணக்கியன், அசைவுகளின் தூரத்தில் இலைகளின் ஈரங்களாக படர்ந்தான்.

நிரஞ்சனின் வினோதமான உடல்மொழியையும்.. பேச்சையும் கண்டு திகைத்த அதிவீரன்...."டேய்.. மட்சான்.. நாய்தான்டா..... அதுக்கு போய்..சின்ன பையன் மாறி ஏன்டா பேசற....பயமா இருக்குடா....... என்னாச்சுடா...."என்று மெல்ல சொல்லி அவனையே பார்க்க..... தலையை ஆட்டிக் கொண்டு கண்களை புறங்கையால் தேய்த்துக் கொண்டு அழுதபடி நின்றான் நிரஞ்சன்.

பயத்தைக் காட்டிக் கொள்ளாமல்..."அதும் 30 வருசத்துக்கு முன்னால நடந்த விஷயன்டா.....அத போய் பெருசு பண்ணிட்டு..... சரி.. விடு விடு.. உனக்கு ஆஸ்திரேலியன் நாய் வாங்கித்தறேன்....... சரியா......சரி நீ போய் ஒளிஞ்சுக்கோ.....அவன் கண்டு புடிச்சு தொலைக்க போறான்" என்று சகஜமாக பேசுவது போல பேசி கொண்டிருந்த அதிவீரனின் கன்னத்தோடு சேர்த்து தலையில்... நிரஞ்சன் கையில் கிடைத்த கட்டையைக் கொண்டு மிக மிக பலமாக தாக்கியது, நரியின் ஊளை சத்தத்தின் பின்னால் படு வேகமாக அடங்க....பயங்கரமாக, சத்தம் அடங்கினான் அதிவீரன்.

"ஏன்டா அப்டி பண்ணுன...." என்று மீண்டும் அடித்தான். மயில் ஆடும் சத்தம்...யுத்தம் ஒன்றை மறைத்தது. நதியில் குளித்து முடித்து உடலை படபடவென ஆட்டி குளிரைப் போக்கிக் கொண்டு காற்றோடு ஓடி வரும் ரோஸியின்...அழகிய காட்சி வந்து போனது. பொட்டு வைத்துக் கொண்டு ஒரு பெண் பிள்ளையைப் போல வீட்டுக்கு முன்னால்... தலையை அங்கும் இங்கும் திரும்பிக் கொண்டு காதை படக்கென்று விரித்துக் கொண்டு...தாடையை நீட்டி கீழே வைத்து தரையோடு ஏதோ

யோசித்துக் கொண்டிருக்கும் ரோஸியை ஒரே ஒரு விசில் சத்தம் சிறுத்தையாக்கி ஓடி வர வைக்கும் ஞாபகம்.... ஓடி வந்து தாக்கின. மீண்டும் அடித்தான். பிணமான பின்னும் குணமாகவில்லை ரோஸி கிறுக்கு. ரோஸியோடு நடந்து மேட்டாங்காட்டுக்கு செல்லும் பின் மாலைப் பொழுதின் நிழல் காட்சி என்று அவனுக்கு எல்லாம் வந்து வந்து போய்க் கொண்டிருந்தது. வந்து போகும் ஒவ்வொரு நொடிக்கும் ஒவ்வொரு அடி. பிணத்தின் பிணமாகியும் செத்துக் கொண்டே இருந்தான் அதிவீரன்.

"இனி உன் கூட பேச மாட்டேன்.....போ.." என்று சொல்லி விட்டு படக்கென்று எழுந்து.... பனிக்காட்டுக்கு வெளியே தூரத்திலிருந்து காட்டையே வெறிக்க பார்த்துக் கொண்டிருந்த சாணக்யனையும் சரித்ரனையும் பார்த்து "என்ன பயந்துட்டீங்களா " என்றபடியே காட்டை விட்டு வெளியே வந்தான் நிரஞ்சன்.

மூவரும் அதிவீரனைத் பனிக்காட்டில் தேடத் தொடங்கிய கதை அங்கு ஆரம்பித்தது.

அரச மரத்தின் அடியில்.. ஒரு ஞாபகமென அமர்ந்திருந்த ரோஸியை சுற்றி வீசிய பலத்த காற்றில் அவளின் கூந்தல் அலைந்து பறக்கத் தொடங்கியது. ஒரு யுத்தத்தின் முடிவு நாளில்..... வெற்றியின் சுவையை உண்டபடி அவளின் வாய் அசை போட்டுக் கொண்டிருந்தது. நால்வரின் விளையாட்டை ஆரம்பத்தில் இருந்து பார்த்துக் கொண்டே இருந்த ரோஸி...அதிவீரனை அடித்துக் கொன்று விட்டு காட்டை விட்டு நிரஞ்சன் வெளியேறிய அந்த பனி இரவில்... பிணமான அதிவீரனின் ஒரு காலை பற்றி, முற்கள் கிழிக்க... பனிச் சிதறல்கள் பிணம் நறுக்க.. இலை செடி என்று கிளைகள் எல்லாம் உடல் பற்றி துருவ.... இழுத்துக் கொண்டே சென்றாள்.

இழுத்துக் கொண்டே சென்றாள்.

ஒரு மெல்லிய பிசாசைப் போல புகைப்பட அசைவாய் பதுங்கிய குரூரத்தோடு பிணத்தை இழுத்து சென்றாள். காலம் மெல்ல மெல்ல நகர்ந்தது.வெகு அருகில் ஊளையிட்ட நரியின் குரலில்... அத்தனை ஆத்திரம் வழிந்தோடியது. காடு முழுக்க அவளின் மௌனத்தின் குரூர ஓசை....காலடி சப்தங்களாய் அந்த வெண்ணிற இரவில் கலந்து கொண்டிருந்தது. வெற்றிக் களிப்பின் ஆயத்த கூப்பாடு இறுகிய நகர்தலில் அவள் தர்மம் ஜெயித்துக்

கொண்டே இருந்தது. பிணத்தை இழுத்துக் கொண்டு செல்ல செல்ல அவளின் அம்மணம் மெல்ல மெல்ல இலை தலைகளால் மூடப் பட்டுக் கொண்டே சென்றன. எடுத்து வைக்கும் ஒவ்வொரு அடிக்கும் திக் திக் என அதிரும் காட்டில்..... அவள் காட்டுக்கே பேரரசியாகும் தருணம் அது. திடும்மென அந்த மரத்தின் ஒரு புள்ளியில் இருந்து, எலும்புகளாலும்.... சதைகளாலும் தன்னை சேர்த்துக் கொண்ட ரோஸி அவளோடு பின்னால் ஓடி வந்த சேர்ந்து கொண்டதாக நம்பினாள். ரோஸி, பிணத்தின் கால்கள் பிடித்து பனி விலக்கிக் கொண்டே இழுத்துப் போக, பின்னால் ஆட்டாத வாலுடன் வெள்ளைப் புகையென ரோஸி நடந்து போக அந்தக் காட்சி மாயத்தின் சுழலுக்குள் சென்று கொண்டிருந்தது...

கூத்தாட கூத்தாட போட்டுடைத்துக் கொண்டே போகும் அதிவீரனின் பிணத்தை பிய்த்து பிய்த்து திங்கத் தொடங்கினாள்.

வைத்து வைத்து தினமும் தின்று கொண்டிருந்தாள். இன்னும் கொஞ்சம் மிச்சமிருக்கிறது... பத்திரமாக பதுக்கி வைத்திருக்கிறாள்.. அவள் தின்று கொண்டேயிருக்கிறாள். தீர முடியாத ஞாபகத்தை தின்று தீர்க்கும் பேராசையில்..... யட்சியின் சூர சம்ஹாரமென அவள் தின்று தீர்க்கிறாள். அவளின் வாய் அசை போட்டுக் கொண்டே இருக்கிறது...

என்றாவது இது நடக்கும் என்று அவளுக்கு தெரியும்... அவனை அவளன்றி யார் அறிவார்....

◆➢➣◆

வயலெட் நிற இரவுகள்

தூக்கத்தில்... கேட்பது போலதான் இருந்தது... அவன் புரண்டு படுத்தான்.

தலை முட்டிக் கொண்ட தூரத்தில்....ஏதோ தட்டுப் பட்டது.... தூக்கத்தில் புகை வாசம் வருகிறதோ என்றுதான் மீண்டும் நினைத்தான்... விழித்தவன்.. மெல்ல எழுந்தமர்ந்தான்....ஏதோ சப்தம்... முணுமுணுப்பது போல அவனை சுற்றி பரவியது.... தீயும் புகையும்... புரளும்.. உருவம் போல நிழல் ஒன்று அவன் கன்னத்தினோரம்.... செவ்வரி சமைக்க ... ஒரு மாதிரி தூக்கத்தை மெல்ல கழற்றி விட்டான்... படக்கென கனவுக்குள் புகுந்து விட்ட ஞாபகம் போல.

"அடக் கருமமே... செகண்ட் ஷோ படம் பார்க்க வந்துட்டு, எப்பவும் போல... சீட்டுக்கு அடியில படுத்து தூங்கிட்டேன்..." என்று முணங்கிக் கொண்டே எழ முற்பட... .. "யாரா நீ... எப்டி உள்ள வந்த....?"- ஹிந்தியில் கத்திக் கொண்டே இருவர் அவனை நோக்கி ஓடி வந்து தாக்கத் தொடங்கினார்கள்.

"அட இலவுகளே.... போன்னா போக போறேன்..... எதுக்குடா அடிக்கறீங்க"-என்று அவசர அவசரமாக பேசிக் கொண்டும்... பின்.... அப்படி இப்படி சண்டை போடுபவன் போல கை கால்களை ஆட்டி சமாளித்து கொண்டும், எழுந்து நகர...... நகர......... அப்போதுதான் கவனித்தான்....அந்த திரை அரங்கின் மத்தியில்.... ஒரு பெண்ணை அமர வைத்து...கைகளையும் கால்களையும் இருவர் பிடித்துக் கொண்டிருக்க.. எதிரே...பூசாரி ஒருவன் அமர்ந்து ஏதோ தீயிட்டு யாகம் நடத்திக் கொண்டிருந்தான். கிடைத்த நேரத்தில் கூர்ந்து கவனித்தது அவன் மூளை...

"ஏதோ பெரிய கேஸ் போல....." என்று யூகித்துக் கொண்டே......"அண்ணே..எனக்கு ஒன்னும் தெரியாது....

விட்ருங்க...... நான் போய்யர்றேன்.....' என்று கத்திக் கொண்டே...... பின்னோக்கி நகர நகர..... அவர்கள்....." விடாத.. விஷயம் வெளிய தெரிஞ்சா ஆபத்து.. அவனையும் போட்டுத் தள்ளு..."- என்று ஹிந்தியில் வந்த சத்தம் கத்த, இந்த ஊருக்கு வந்து இந்த 2 வருடங்களில் கத்துக் கொண்ட ஹிந்தி கொஞ்சம் கொஞ்சம் புரிய வைத்தது... வேற வழியே இல்லை... படாரென... இடுப்பில் சொருகி இருந்த கத்தியை எடுத்து ;கரக்.....கரக்...' என்று அவனை பிடிக்க வந்த இருவர் கைகளிலும் வீசினான்...கத்தி வீசுவதில் வல்லவன்.... என்று மீண்டும் நிரூபித்தான்.....

சட்டென காட்சி மாறி.. அவர்கள் பின்னோக்கி நகர....கண நேரத்தில் எகிறி இருவர் மண்டையையும் ஒன்றோடு ஒன்று சேர்த்து ஓங்கி முட்டி விட்டு.. அதே நொடியில் முன்னால் ஓடி சென்று பாய்ந்து... பூசாரி தொப்பையில் ஒரு கோடு போட்டான்... கோடு பொத பொதவென சகதியை கொட்டினாற் போல குருதியைக் கொட்டியது.... சுற்றும் முற்றும் நன்றாக பார்த்துக் கொண்டான்.. ஒரு சண்டைக்காரனின் உடல்மொழியோடு... அவன் கண்கள் எட்டு புறமும் சுழன்றது. அதற்குள் அந்தப் பெண்ணை பிடித்திருந்தவர்களும் அவனை நோக்கி முன்னேற..... "கொம்மா... யாகம் நடத்தி பொம்பளைய பலி குடுக்கவா பாக்கறீங்க... விட்ருந்தான் நான் பாட்டுக்கு போயிருப்பேன்..... என்னையும் போடுவீங்களா...... கொய்யால....வாங்கடா......" என்று அவர்களையும்..... கரக் கரக்.....ஆக்கி விட்டு......காற்றைப் போல.. அந்தப் பெண்ணை கையைப் பிடித்து இழுத்துக் கொண்டு... திரை அரங்கம் தாண்டி... பின்னால் இருந்த இருட்டுக் காட்டுக்குள் ஒரு காட்டுப் பன்றியைப் போல ஓடத் துவங்கினான்......நொடிகளில் முடிந்த சண்டைக்காட்சியை கடந்திருந்தது கதை...

அந்த பெண் மூச்சிரைத்து ஓட...... முடியாமல் ஆங்காகே சுழன்று நின்று அமர..... அவ்வப்போது விழுக......" அட..கருமமே.. ஓடி வா...... புடிச்சாங்கனா.. உன் கூட சேர்த்து என்னையும் பலி குடுத்துருவாங்க..... எல்லா நேரத்திலயும் கதாநாயகன் ஜெயிக்க முடியாது......"- இருட்டுக்குள் வெண்ணிலா.... ஒற்றையடி காட்ட... இரட்டைக் கிளவிகளென இருவரின் பாதங்களும்....' தப் தப்........ தப் தப்........' - என பதிந்து பதிந்து எழுந்தன...எழுந்து எழுந்து பதிந்தன....

காடு நீண்டுதான் கிடக்கும்... அறிந்தவன் போல.. வழி மாற்றி சாலையை அடைந்தான்.... மெல்லிய வெளிச்சத்தில்.. சாலை.... கருமை பூசி மினுங்கிக் கொண்டிருக்க.. மின் மினி பூச்சிகளாய்

கவிஜி **ஊதா நிறக் கொண்டை ஊசி கதைகள்** 213

ஆங்காங்கே.....எப்போதாவது சில வண்டிகள் அவர்களை கடந்து கொண்டிருந்தன... கை காட்டி காட்டி டாட்டா போட்டது போல தோன்றியதுதான் மிச்சம்... ஒரு வண்டியும் நிற்கவில்லை.....

"டைம் என்ன இருக்கும்....?"-என்று பொதுவாக கேட்டவன்... அப்போதுதான் நினைவு வந்தவன் போல.. கொஞ்சம் ஆசுவாசத்தோடு......"ஆமா யார் நீ.. எப்டி அங்க மாட்ன... அவங்க நிஜமாவே பலி குடுக்கத்தான் அப்டி பண்ணாங்களா...."-என்றான்..... ஒரு வித வேகத்தோடு...அவன் கேட்டுக் கொண்டிருக்கும் போதே ஒரு வண்டி வந்து, போன வேகத்தில்..... அந்த பெண்ணை சில நொடிகள்...பார்க்க முடிந்தது..... நீட்ட முகம்... முதிர்ந்த முகம்... பேன்ட் சடையில்... ஒரு கார்ப்பரெட் ஹெச் ஆர் போல இருந்தாள்... இதோ இன்னொரு வண்டி வந்து போக... காதோரம் நரைத்திருந்த முடி.. அவளை ஒரு வயதான பெண் என்று ஊர்ஜிதப் படுத்தியது...

மறந்தவன் நினைவு படுத்திக் கொண்டது போல..."ஏம்மா... உன் பேரு என்ன.... வீடு எங்க...?-சட்டென ப்ரேக் போட்டது போல ஒரு புள்ளிக்கு வந்தவன்....."ஓ.. பாஷை புரியாதோ...... என்னடா இது வம்பா போச்சு.... இப்போ எங்கன்னு போக...?"- தானாகவே பேசிக் கொண்டவன்..." முதல்ல இந்த ஏரியாவ விட்டு போகணும்..இல்லனா எப்டியும் மாட்டிக்குவோம்......."-என்று ஒரு முடிவுக்கு வந்தான்.... அவன் பார்வை.. அனிச்சையாக அந்தப் பெண்ணின் இருப்பை உணர்ந்தது... அவள்... இருட்டுக்குள் ஒடுங்கி நின்றிருந்தாள்.. வெண்ணிலா காட்டிக் கொடுத்த நிழலென...

அதே நேரம்.... ஒரு பெட்ரோல் லாரி வேகமாய் வந்து அவர்களின் முன்னால் நின்றது...சில் காற்று... உடலில்.. சூடாக அப்பியது போல.... முகம் உள் வாங்கினான்... 'என்ன..... யார்...' என்று பார்ப்பதற்குள்...எட்டிப் பார்த்த டிரைவர் பேசித் தொடங்கியிருந்தான்...

"ஹெலோ... வெள்ளைப் பாண்டி... வந்து வண்டில ஏறுங்க.. அவங்களுக்கு இன்னும் பேர் வைக்கலயாம்.... அப்புறம் வைச்சுக்கலாமாமா.......

வயசு மட்டும் 47ன்னு சொல்ல சொன்னாரு... வாங்க..... உங்கள.. புனேல இறக்கி விட்டுட்டு போறேன்... அப்புறம்... அவுங்கள கூட்டிட்டு போய் அவுங்க வீட்ல பத்திரமா விட்டுட்டு போவீங்கலாமா..."-டிரைவர் கத்தி கத்தி பேசினான்...

"என்னது 47 வயசா?" என்று இருட்டென்றும் யோசிக்காமல்...

அவளைப் பார்த்தான்.. வெள்ளைப்பாண்டி..... வெள்ளை சட்டையில்... வேகம் குறையாமல்.. இருந்தது பெண்மை...லாரியின் வெளிச்சம்.... வலை போல சுழன்றது...

"அய்யோ...." என்று அவனாகவே ஒரு ஜெர்க் ஆகி....."ஆமா... நீங்க யாரு... எப்டி என் பேரு தெரியும்....என்னென்னமோ சொல்றீங்க..." என்றபடியே.. பக்கத்தில் நின்றவளிடம்......"நிஜ....... மா.......வே 47 ஆ....!" என்று முணங்கினான்...

பதில் இல்லை...

"ஏன் வெள்ளைப் பாண்டி.. இது கேள்வி கேக்கற நேரமா..... எவ்ளோ பெரிய பிரச்சினைல மாட்டிருக்கீங்க... கம் ஆன்... எல்லாம் சொல்றேன்....."-கிட்டத்தட்ட எச்சரித்தான் டிரைவர்...

வண்டி மித வேகத்தில்... நீந்தத் தொடங்கியது,......

ஜன்னலோரத்தில் அந்தப் பெண்... இரவை வெறித்துக் கொண்டு அமர்ந்திருந்தாள்... இடையில் அமர்ந்தபடி... ஒன்றும் புரியாமல்... பார்த்துக் கொண்டு வந்தான் வெள்ளைப்பாண்டி......

"என்னப்பா ரெண்டு பெரும் இப்டி உம்முன்னு இருக்கீங்க... எனக்கு எப்பவுமே ஜாலியா இருக்கனும்... இந்த வாழ்க்கை கொண்டாட தானே வெள்ளை... அத விட்டு உம்முனு இருக்கவா அழுதுட்டே பொறக்கறோம்..."

சாலையிடம் பேசுவது போலவே பேசிக் கொண்டிருந்த டிரைவரை உற்றுப் பார்த்தான்... வெள்ளை...

"என்னடா... தத்துவமா பேசறேன்னு பாக்கறியா...... அது சும்மா.. இந்த மனுஷங்கள கலாய்க்க தத்துவம் தேவைப் படுது..."- வாக்கிய முடிவுக்கு மெல்ல திரும்பி பார்த்தான்... ஒரு பேயைப் போல...

சிலீர் இசை விழுந்ததைப் போல உணர்ந்த பாண்டி...... "சே ச்சே..... அப்டில்லாம் இருக்காது....." என்று மனதுக்குள் தைரியத்தை வர வழைத்துக் கொண்டு வண்டிக்குள் நோட்டம் விட்டான்...சுற்றிய கண்கள்.....கண்ணாடிப் பக்கத்தில்...குழி போல இருந்த இடத்தில் சரியாக உட்கார்ந்திருந்த பாதியாக குலுங்கிக் கொண்டிருந்த ரம் பாட்டிலில் இன்னும் ஒரு முறை வந்து நின்றது..... இம்முறை.... நிதானத்தோடு கொண்ட நிலையாக...

"ஹெலோ பாண்டி... காம் ஆன்.. எடுத்து அடிங்க... நைட் நேரம்... அதும் நெடுஞ்சாலைப் பயணம்...ஜிவ்வுனு இருக்கும்..."-டிரைவர்...கூறிக் கொண்டே.... சிரித்துக் கொண்டான்...

"யாரு இவன்.. ஒன்னும் புரிபடலயே.. நம்பலாமா.....! வேண்டாமா....?.... ஏதும் பிரச்சனைல சிக்க வெச்சிருவானோ..." வெள்ளைப் பாண்டி மனம்.. பின்னோக்கி.. சரிவுகளில்..... ஆங்கங்கே தலை விரித்து ஓடிக் கொண்டிருந்தது...ஓட ஓடவே பக்கவாட்டில் திரும்பி "பாரு.. கொஞ்சம் கூட பயமில்லாமல் இந்த பொம்பளை, என்னமோ சொந்த லாரியில போற மாதிரி போறத...." என்று மனதுக்குள் முணங்கிக் கொண்டே.. படக்கென்று பாட்டிலை எடுத்து பட படவென குடித்தவன்.."உங்களுக்கு......?" என்று ட்ரைவரைப் பார்த்துக் கேட்டான்...

தலையை ஆட்டிக் கொண்டே...."அது தப்பு.. வண்டி ஓட்டும் போது வண்டிதான் ஓட்டனும்.. சரக்கு போடக் கூடாது..... நாம போட்ட ரூல்ஸ நாம உடைக்கலாம்.. ஆனா அது, உங்க வட்டம், உங்களோட மட்டும் இருக்கும் போது.. . இப்போ.. என்ன நம்பி நீங்க ரெண்டு பேர் இருக்கீங்க.......சோ.. நான்.. கரெக்ட்டா இருக்கணும்...... நீங்க அடிங்க......."என்ற டிரைவர்... லாவகமாக பட்டும் படாமல்...கியரை மாற்றினான்...எதிரே வந்த கார்.. சற்று உள் வந்து பின் வெளியே போய் மறைந்தது....

வெள்ளை டிரைவர் வார்த்தைகளை உள் வாங்க கொஞ்சம் இடைவேளை எடுத்துக் கொண்டான்..

"லைப்...... அதோ அங்க பறக்கற பறவைக்கு ஒரு மாதிரி இருக்கும்.. இதோ இந்த அம்மாவுக்கு வேற மாதிரி இருக்கும்.. எல்லாத்தையும் போட்டு நேர்கோட்டுல குறுக்கு கோட்டுல நிறுத்தி நீட்டி பாக்க கூடாது..... பாண்டி...

"ஆமா என்னை எப்டிங்க தெரியும்.. என் பேரு எப்டி..... நீங்க யாரு....... பிளஸ்.. நாங்க பாதுகாப்பா இருக்கோமா...இல்ல பாதுகாவல்ல இருக்கோமா....."-பாண்டி... கண்கள் கூர்மையாக்கி... மூக்கு விடைத்துக் கேட்டான்...

"என்ன பாண்டி கமல் வசனமெல்லாம் பேசிட்டு....... வாங்க......வாங்க..... அடுத்த நொடி ஒளித்து வைத்திருக்கும் ஆச்சரியங்களே இந்த வாழ்க்கை......"-என்றவன்.... பாண்டி பார்த்த அர்த்த பார்வைக்கு..."சரி சரி விடுங்க.. எல்லாம் இங்க இருந்து

எடுத்தது தான்.... இங்கயே கொடுக்க போறதுதான்..."என்று சொல்லி சிரித்தான்...

வண்டி பஞ்சு போல பறந்து கொண்டிருந்தது.... அவள்.. மனதுக்குள்.. இருந்த இருட்டை... அவள் திறக்கவும் இல்லை... வெளியே இருந்த இருட்டை அவளுக்குள் அவள் திணிக்கவும் இல்லை...

"என்ன பாக்கற பாண்டி... வா.... சரக்கு போட்லாம்..."- என்றபடியே... வண்டியை விட்டு இறங்கிய டிரைவர்... அங்கே இருந்த ரிசார்ட்டுக்குள் நுழைந்தான்..... பின்பனி... நிலவை உதிர்த்துக் கொண்டிருந்தது....

ஏற்கனவே... கொஞ்சம் போதையில் இருந்த பாண்டி......"என்னடா..... இது......." என்று யோசித்துக் கொண்டே.... மீண்டும் யோசித்தான்..... மனம் ஏற்கனவே டிரைவர் பின்னால் போயிருந்தது... மீண்டும் யோசித்தான்..... மூளையும் இப்போது பின்னால் போகத் துவங்கி விட்டது...

"ஹெலோ... நீ இங்கயே இரு.....வந்தர்றேன்......"- என்றபடியே லாரியின் ஜன்னலோரம் ஏதோ குவிதலின் ஓரத்தில் அமர்ந்திருந்த அந்தபெண்ணின் பதிலுக்கு காத்திராமல்... லாரியை விட்டு இறங்கிய உடலோடு ஓடினான்.....

பச்சை பல்புகள் எரிய.... ரிசார்ட்... ஆங்காங்கே... குளிர்ந்தும்..... நெளிந்தும்......சூடாகவும்....... இரவுக் காடாகவும் இருந்தது... முன்னால் சில லாரி டிரைவர்கள்.. பேருந்தில் வந்த மக்கள் சிலர்.... கொஞ்சம் அதிகமாக முகப்பூச்சு பூசிய உதட்டு சாயம் தூக்கலான பெண்கள் சிலர்.. பெண் போல சிலர்.. என்று ஆங்கங்கே.... சிலர் தேநீர் அருந்திக் கொண்டும்...... சிற்றுண்டி அருந்திக் கொண்டும் இருக்க...... டிரைவர்.. உள்ளே சென்று வழக்கமாக அமரும் இருக்கையில் அமர்ந்தான்.... அந்த அறையில்.... இருந்த அனைவருமே.. மது அருந்திக் கொண்டிருந்தார்கள்...அல்லது அவர்களை மது அருந்திக் கொண்டிருந்தது...

"என்ன சந்தோஷ் சார்... இன்னைக்கு என்ன வண்டி"- என்று கேட்டுக் கொண்டே....வந்த வெயிட்டர் ..... ஒரு புல் பாட்டில் சரக்கை கொண்டு வந்து மேஜை மேல் வைத்தான்...வழக்கம் போல... என்பது அவனின் உடல் மொழி கூறியது..

கவிஜி   ஊதா நிறக் கொண்டை ஊசி கதைகள்

“ஓ.... உங்க பேர் சந்தோஷா...?.......இது ரெகுலரா வர்ற இடமா.....!?”- என்று கேட்டு கொண்டே.....சுற்றும் முற்றும் பார்த்தபடியே நெருங்கி வந்து எதிர் இருக்கையில் அமர்ந்த பாண்டி... முழுக் கவனத்தையும் இப்போது பாட்டில் மேல் வைத்திருந்தான்... அது ஒரு நிரப்பப் பட்ட மென் பொருள் மூளை போல.. ஜொலி ஜொலித்தது.........இரண்டு கண்ணாடி குவளைகள் வந்ததும்... மனதுக்குள் பனி சொட்டியது...நிரப்பப் பட்ட மறு நொடி...பாண்டி மட மடவென குடித்தான்....அதை அப்படித்தான் குடிக்க வேண்டும் என்பது போல சிரித்தான் சந்தோஷ்...

“எஸ்.. என் பேரு சந்தோஷ்.....”என்று பாண்டியைப் பார்த்துக் கூறிக் கொண்டே...'என் மதுவை நான் குடிப்பேன்' என்ற உடல்மொழியோடு குடிக்கத் துவங்கியவனைப் பார்த்து..

'சார் இப்போ என்ன எழுதிட்டு இருக்கீங்க” என்று எப்போதும் போல கேட்ட வெயிட்டரை விநோதமாக பார்த்தான் பாண்டி....அந்த அறை ஜிகு ஜிகுவென சுழல்வது போல இருந்தது... சுழன்றது போலத்தான் இருந்தது...

“சரி.. சரி.. உன் குழப்பத்துக்கு எல்லாம் பதில் சொல்றேன்... நான் ஒரு எழுத்தாளன்... இந்த டிரைவர் வேலை அப்பப்போ போர் அடிச்சா... என்னை ரெப்ரெஷ் பண்ணிக்க வர்றது...... அவ்ளோதான்.... இப்போ கூட.. ஒரு கதைக்காகத்தான் அப்டியே சுத்திக்கிட்டு இருக்கேன். கதைங்கறது.....பேய் மாதிரி.... அதுக்கு உருவமே இருக்காது.. ஆனா உயிர் இருக்கும்.. அதை கரெக்டா பிடிச்சு அடைச்சிட்டா...ஒரு சிருஷ்டியா... இந்த பூமிய ஆளும்..........”-பேசிக்கொண்டே சந்தோஷ் இன்னொரு ரவுண்ட் போக.....பாண்டி இன்னொரு ரவுண்ட் போயே ஆக வேண்டும் போல பார்த்தான்...

“அட பாவி......கதை எழுதறவன் டேஞ்சராச்சே...”-என்று யோசித்துக் கொண்டே குடித்த பாண்டி... மெல்ல சிரிப்பது போல முகத்தை வைத்துக் கொண்டான்...

“பழக பழக...சரக்கும் இனிக்கும்...” என்று சொல்லி தானாகவே சிரித்துக் கொண்டான் சந்தோஷ்....

சிரிக்க..... இனிக்க... திளைத்தது... நேரம்......

சட்டென திரும்ப தோன்றிய அன்- னிச்சையில்... பின்னால் ஒரு யானை போல நின்றிருந்தாள் அந்த வயலெட் பெண்... அவளின் சட்டை அந்த அறையின் நிறத்தையே மாற்றி விட்டதோ

என்பது போல கூர்ந்து பார்த்தான் பாண்டி.....ஆனாலும் மனம் கேள்விக்குள் சிக்கிக் கொண்டிருந்தது..."இங்க ஏன் வந்தா...?"

இருவரையும் மாறி மாறி பார்த்துக் கொண்டே நின்றாள்.. சில கேள்விகளைப் போல......

சட்டென புரிந்து கொண்டவனைப் போல் பார்த்த, சந்தோஷ்...”-ஓ.... பசிக்குதா..... இந்தா......சாப்டு.......”- என்று ஆம்லேட்டை அவள் பக்கம் தள்ளி வைத்து.. உட்கார சொன்னான்.....

அதற்குள்... அவள்..பாண்டியின் கையிலிருந்த குவளையை படக்கென வாங்கி மட மடவென குடித்தாள்.....

பாண்டி பதறியபடியே.....'...ஏய்... ஏய்... இது சரக்குப்பா... கூல் ட்ரிங்ஸ் இல்ல.....என்று கத்திக் கொண்டே அவளை வெளிறிய பார்வை பார்க்க.. அவள் சற்று நகர்ந்து சந்தோஷின் மேஜையில் இருந்த அவனின் குவளையையும் எடுத்து அதே மட மடவென அடித்தாள்.....

சந்தோஷும்.. பாண்டியும் ஒருவரையொருவர் பார்த்துக் கொண்டே... அவளையும் பார்க்க....."நீ என் இனமம்மா" என்றான் சந்தோஷ், சிவாஜி உடல்மொழியில்...

வெயிட்டர்......"சரியா போச்சு"- என்றபடியே மீண்டும் ஒரு ஆம்லெட்டைக் கொண்டு வந்து வைத்தான்...

அடுத்த ரவுண்டுக்கு மூன்று குவளைகள் நிறைந்திருந்தன......

ப்ளேயரில் ஏதோ ஹிந்தி பாட்டுகள் ஓடிக் கொண்டிருக்க....... பாக்கெட்டில் இருந்த பென் டிரைவை வெயிட்டரிடம் கொடுத்து....." இத போடு கண்ணா..." என்று சொல்லி... "இப்போ பாரு".... என்று அவர்கள் இருவரையும் பொதுவாக பார்த்துக் கொண்டே கூறிய சந்தோஷ்....எழுந்து நின்றான்....

பாண்டி அடுத்த ரவுண்ட் அடிப்பதில் மும்முரமானான்... ஆனாலும்....பார்வை... 'சந்தோஷ் என்ன செய்ய போகிறான்' என்பது போல அப்படி இப்படி போய் வந்து கொண்டிருந்தது...

பென் டிரைவ்.... பாடத் தொடங்கியது.... படக்கென பாட்டிலை எடுத்து தலையில் வைத்துக் கொண்டு.. ரஜினி போல ஆடத் துவங்கினான்... சந்தோஷ்.....

“நா.....................................ன்ன்ன்ன்ன்..... பொல்லா..... தவன்....டங்க்கு டங்க்கு டங்க்கு.........பொய்ய்ய்ய்ய்ய்ய்........ சொல்ல்ல்லாதவன்.........டங்க்கு டங்க்கு டங்க்கு.....என் நெஞ்சத்தில் வஞ்சங்கள் இல்லாதவன்...வீண் வம்புக்கும் சண்டைக்கும் செல்லாதவன்.... கை கட்டி....... வாய் மூடி........ யார் முன்னும்......... நான் நின்று, ஆ......தாயம் தேடாதவன்.... அந்த..... ஆ.....காயம் போல் வாழ்பவன்...”

பாட்டு ஓட ஓட அவன் ஆட ஆட.. படக்கென எழுந்த அந்த பெண்.. தலையை அவிழ்ந்த கூந்தலோடு சிலுப்பிக் கொண்டு... ஆடத் துவங்கினாள்......பாண்டி படக்கென சிமிட்டினான் உடலை...... உள்ளுக்குள்... ஆச்சரியக் குறி மலர்ந்திருந்தது....

“வரே.. வா.. செம்ம்ம்ம...... காம் ஆன்.... இதுதான் புரட்சி... ஆடு... ஆடு....ஆடு.....ஆடேய்........ தோணுச்சுனா ஆடிடனும்.... கற்பு பற்புன்னு பேசிகிட்டிருக்க கூடாது, சிலை வைச்ச மாதிரி...... பாண்டி நீயும் வா.......” என்று கத்தினான் சந்தோஷ்....

பக்கத்து மேசைகளில் இருந்த சிலரும் சேர்ந்து ஆடத் துவங்க... அந்த இடமே.. ஒரு கலை கட்டிய கச்சேரி போல காணப் பட்டது..

‘நீங்க.... ஆடுங்க...’ என்பது போல ஜாடை காட்டிய பாண்டி..... நாற்காலியில் நன்றாக சாய்ந்து அமர்ந்தான்.... அவனையும் மீறி...அவன் கண்கள் அவளைத் தேடியது....கூட்டம் விலக்கிய மனதுக்குள்... ஒரு வயலெட் நிறம் திடு திடுமென பூத்தது போல..... தெரிந்தாள்

“இத்தன வயசுல... ஒரு மாதிரி வித்தியாசமா இருக்குதே.... ஊரும் தெரியல... பேரும் தெரியல... யாரு ஒன்னும் புரியல..... ஆனா.. குடிச்சிட்டு ஆட்டத்த பாரு.......” என்று யோசித்துக் கொண்டே.... மூளைக்குள்... அடுக்கிக் கொண்ட.... சந்தேகத்தோடு... பார்த்தவனின் விழி முழுக்க அந்த வயலெட் நிற சட்டை நிறைந்து கிடந்தது.... காதோரம் நரைத்த முடி.. அந்த இரவில் அந்த வெளிச்சத்தில் மினுமினுங்கி விண்மீன்களானதோ என்று சரியாய் தப்பியது அவனின் தடுமாற்றத் துளிகள்.......வித்தியாசமான ஒரு விதமான அழகு அவளிடம் இருப்பதாக நம்பினான்... மூக்குத்தி மின்ன.. கனத்த உதடுகளின் வரிகள்... ஆட்டத்துக்கு தகுந்தாற் போல விரிந்து மூடியது.... மூச்சு வாங்கிய மார்புகளின் வடிவம்.. அவனை ஒரு முறை தலையை சிலுப்பிக் கொள்ள செய்தது...ஒரு மாதிரி துரு துருவென இருள் சூழ்ந்து இருந்த அந்தப் பெண்ணின் பார்வை... கண நேரம் இவனிடமும் வராமல் இல்லை.....அது

கவ்விய கனவுக் கூட்டமென நிறமாறிய மேகக் கூடுகளாய் இருந்தன...அவளின் உடல் மொழி..... ஒரு கட்டுடைப்பாக இருந்தது.... அதை உள் வாங்க முடிந்த பாண்டிக்கு... அவள் ஒரு சுதந்திர மனுஷியாக தோன்றினாள்....போதையாக கூட இருக்கலாம்.. அவனின் ஆழ்மனம் எச்சரித்தது...

இத்தனை நாட்கள் உள்ளே அழுந்திக் கொண்டிருந்த அழுத்தம் மடை உடைந்து பீறிடுவது போல இருந்தது, அவளின் ஆட்டம்...... ஆசை தீர ஆடுவது... ஆசைக்கு ஆடுவது... ஆசை ஆசையாய் ஆடுவது... ஆட ஆட ஆடுவது... என்று எல்லாமுமாக ஆடினாள்... சந்தோஷின் உடல் அசைவுக்கு தகுந்தாற் போல அவளும் ஆடியது.. அந்தக் கூட்டத்தில் பயங்கர கரகோசத்தைக் கொடுத்தது....

“நீ என்ன...... நான் என்ன... நிஜம் என்ன...பொய் என்ன...... சந்தர்ப்பம் தெரியாதடி...ஏதேதோ நடக்கட்டும்......... எங்கேயோ கிடக்கட்டும்......... எனக்கென்ன உனக்கென்னடி..........எல்லாமும் இருந்தாலும் நல்லோரை மதிப்போர்கள்......உலகத்தில் கிடையாதடி........இன்பங்கள் துன்பங்கள் சமமாக உருவாக இதுபோல ஆனேனடி........”

கூட்டம் .....”ஹேய்ய்ய்.......” எனக் கத்தியது.....

“நான்..... பொல்லாதவன்....டங்க்கு டங்க்கு டங்க்கு.......... பொய்......... சொல்லாதவன்..........டங்க்கு டங்க்கு டங்க்கு..... என் நெஞ்சத்தில் வஞ்சங்கள் இல்லாதவன்...வீண் வம்புக்கும் சண்டைக்கும் செல்லாதவன்.... கை கட்டி....... வாய் மூடி........ யார் முன்னும்.......... நான் நின்று, ஆதாயம் தேடாதவன்.... அந்த ஆகாயம் போல் வாழ்பவன்...”

வேர்க்க விறுவிறுக்க......... அவள் ஆடிய ஆட்டம்... அவனை நிதானம் இழக்க வைத்தது... அவள் மீது திடும்மென ஒரு வகை அன்பை பூக்க வைத்தது... “யாரிவ... எப்டி அங்க மாட்னா...?... என்ன மொழி பேசுவா......?...... ஒன்னும் தெரியலயே... ஒரு வேளை ஊமையா இருக்குமோ.... எந்த ஊருக்காரி....... “அவன் அவனுக்குள்ளேயே கேட்டுக் கொண்டே, பார்த்துக் கொண்டிருக்க...... அடுத்த பாடலுக்கு தாவியது கூட்டம்... நேரம் ஓட ஓட.... தலை கவிழ்ந்து மூச்சிரைக்க வந்து அமர்ந்தான் சந்தோஷ்..

அவனைப் பார்த்தபடியே புன்னகைக்க....... முயற்சிக்க அதற்குள்...”என்ன பாண்டி...உனக்கு வாழ்க்கைய வாழவும்

தெரியல.....ராத்திரில ஆடவும் தெரியல...... .... நாங்க எப்டி..." என்று பாண்டியப் பார்த்துக் கூறிய சந்தோஷ்.. அதே பேச்சோடு...... பின்னால் திரும்பி.."ஹே....மின்மினி...... வா... போதும்" என்றான்....

"என்ன மின்மினியா......!?"

"அட ஆமாப்பா... நானே பேர் வெச்சிட்டேன்...... நான்...... நான் சொல்லிக்கறேன்...... வாங்க போலாம்......." என்றபடியே... ரிசர்ட்டுக்கு உள்ளே நடந்தான்....சந்தோஷ்...

பின்னால் நடந்த பாண்டி..."யாருகிட்ட சொல்லிக்கறேன்னு சொல்றான்... அய்ய்யோ.... ஒன்னும் விளங்கல"- என்று முனங்கிக் கொண்டே... "ஏன் இங்க தங்க போறோமா...?"என்று கேட்டான்..... லேசாக தள்ளாடிய கால்களுடனே..... பின்னாலேயே மின்மினியும் சென்றாள்....அதே தள்ளாட்டத்துடன்...

"பின்ன.. இவ்ளோ மப்புல வண்டிய ஓட்டுனா.. அதுதான் என்ன ஓட்டும்... ஹ ஹஹா..... வாங்க வாங்க.. காலைல போவோம்.." என்றபடியே மேல் தளத்துக்கு கூட்டி சென்றான்......

அங்கே வரிசயாக நான்கைந்து அறைகள் இருக்க, முன்னால் இருந்த அறையை காட்டி..."உங்களுக்கு இந்த ரூம்... எனக்கு அந்த ரூம்... காலைல பார்ப்போம்... ஒழுங்கா தூங்கனும்...." என்று இருவரையும் ஒரு மாதிரி பார்த்து..... கண் அடித்து விட்டு வலது புறம் இருந்த அறைக்கு சென்றான் சந்தோஷ்....

ஒரு கணம் நின்று யோசித்தபடியே.. உள்ளே சென்றான் பாண்டி... பின்னால் பூனை போல வந்தவள்.. தலை கவிழ்ந்து நின்றாள்......

"வயசாகிடுச்சு.. இப்டி குடிக்கற.......... அவன்தான் சொல்றானா.....நீ குடிப்பியா ......"என்று அவள் கண்களைப் பார்த்துக் கொண்டே மெதுவாக கேட்டான்...

அவள் அவனைப் பார்த்துக் கொண்டே கதவை அடைத்தாள்...

"ஹெலோ மின்மினி,...... உன் பேரு என்ன..?"-என்று கேட்டவன்... சட்டென ஒரு கணம் நிறுத்தினான்...அவள் சிரித்து விடுவது போல பார்த்தாள்...

"சரி சரி... இப்போதைக்கு அதுதான் பேரு..."-என்று அவனையே சமாதானப் படுத்திக் கொண்டு....." சரி நீ எங்க போகணும்... யார் நீ... இப்டி என்கூடயே இருந்தா எப்டி... எங்க

போகணும்னு சொல்லு.. காலைல அனுப்பி விட்டறேன்... பாக்க பாவாம இருக்குனு பார்த்தா..... என்ன ஆட்டம் போடற நீ"- என்றவன்.. சட்டென சுதி மாறி......"ஹே... ஏய்..... ஏய்....என்ன பண்ற......."என்று அவன் கத்த கத்தவே...... அவள்... பட படவென தன் ஆடைகளை கழற்றி விட்டு விட்டு... உள்ளாடைகளுடன் பெட்டில் படுத்துக் கொண்டாள்...

பேய் அறைந்தவன் போல... கண்கள் வெறித்து... உச்சி வியந்து..."அய்யோ......யம்மா... தாயே.... என்ன முடிக்காம விடமாட்ட போல....பெரிய இங்கிலீஷ்காரி..... இப்டித்தான் தூங்குவா போல..." என்று முணங்கியபடியே கட்டிலை விட்டு தெறித்து கீழே விழுந்தான்... களுக்கென்று சப்தம் வர..... மெல்ல எட்டிப் பார்த்தான்... அவள் சிரித்துக் கொண்டே திரும்பிக் கொண்டாள்...

கீழே படுத்தவன் மனதுக்குள் சாத்தான் தட்டிக் கொண்டே நின்றான்.. கண்கள் சுழல... மூளை பிரள.. மெல்ல எழுந்தான்... கால் பக்கத்தில் இருந்த போர்வையை எடுத்து அவள் மீது போர்த்தி விட்டு......."குண்டுஸ்... அழகாதான் இருக்கா..."- என்று முணங்கிக் கொண்டே மறுபடியும் கீழே சரிந்தான்.......

தூக்கம் கண்களை சுட்டது.... நிழலுக்குள்... நிறைந்து வழிந்த வெற்றிட வேர்வையில்... ஒன்றுமில்லாமல் போயிருந்தது உடல்... உறக்க நிலையே உன்னத நிலை என்பது போல... பிணங்கள் இரண்டு அங்கே கிடந்தது என்றே நம்பிய அந்த அறைக்குள்.. திடும்மென சுழன்ற வெப்பச் சுழலுக்குள் சுழன்ற மணித்துளிகளில் காதுக்குள்... கம்பியை வைத்து குத்தியது போல.. அலறிக் கொண்டு எழுந்தான் பாண்டி..... அவன் பக்கத்தில்... அவனைக் கட்டிப் பிடித்தபடி அவள் அலறிக் கொண்டிருந்தாள்.....

"என்ன..... என்ன... என்னாச்சு.........."- என்று கத்திக் கொண்டே பதறியடித்து...பார்த்தான். பக்கத்தில்.. அத்தனை சூட்டோடு அவள்..அவனை உள்ளாடை களோடு கட்டிப் பிடித்துக் கொண்டிருந்ததை அப்போதுதான் உணர்ந்தவனாக.....படக்கென்று அவளை விலக்கியபடியே தானும் விலகிக் கொண்டே "ஏய்.... அயோ... ஹெலோ... என்ன இது... நீ முதல்ல போர்வையை சுத்திட்டு நில்லு... வம்பா போய்டும்...." என்றான்...

ஆனாலும் அவள் அப்படியே நிற்க... அவளை ஒரு கணம் நன்றாக பார்த்து விட்டு......"ம்ஹூம்ம்ம்ம்........" என்று ஒரு பலி ஆடைப் போல தலையை சிலுப்பிக் கொண்டபடியே...."சரி.....

என்னாச்சு.....எதுக்கு கத்துன.....” என்றான்.... சுயநினைவு வந்தவனாக...

அவள் பேனை கை காட்டினாள்...அந்த அறை புழுக்கத்தில் நெளிவதைப் போல இருந்தது அவளுக்கு... அவளின் உடல் வேர்த்து முத்துக்களை கொட்டிக் கொண்டிருந்தது...

அவள் நீட்டிய கையின் நீட்சி விரலாகி முடிய அதன் தொடர்ச்சி நீண்டு அவன் இடைவெளி நிரப்பிய பார்வையை பேனில் கொண்டு நிறுத்தினான்...

“பேனுக்கு என்ன.......?....பேன்ல என்ன........!”-அவனும் பேனை உற்றுப் பார்த்தபடி கேட்டான்...

அவள் பேனையே பார்த்துக் கொண்டேயிருந்தாள்....

பார்வையை அவள் பக்கம் திருப்பியவன்... “ம்க்கும்.... ஸ்ஸ்ஸ்ஸ்ஸ்ஸ்........” என்று தனக்குள் முணங்கிக் கொண்டு...”பேசாம படு.. கனவு கண்டுருப்ப...... ஆட்டம் போட்டல்ல.. அதுதான்....”என்றபடியே அவளைப் பிடித்து கட்டிலில் தள்ளி விட்டான்... பொத்தென்று விழுந்தவள் மெத்தென்று கிடந்தாள்...

விரக்தியாக..... “ம்ம்ம்ம்....” என்று சொல்லிக் கொண்டே.. மீண்டும்.....கீழே சரிந்தான்... போதை வந்து வந்து போய்க் கொண்டிருந்தது....

நகர்ந்த காலத்தில்.... மீண்டும் இருண்மை பூசும் தூக்கம்.. உயிரற்று போக போக....படக்கென விழித்தவள்....மீண்டும் கத்திக் கொண்டே எழுந்தாள்.......

வெறுக்கென துள்ளி எழுந்த பாண்டி... பாவமாய் பார்த்தான்......

“என்னாச்சு குண்டம்மா.... தூக்கம் வரலன்னா உக்காந்திரு...... ப்ளீஸ்ஸ்....... நான் தூங்கறேன்.. தலை கிண்ணுனு இருக்கு....”-என்றான்....கடுப்போடு..

அவள் மீண்டும் பேனைக் காட்டினாள்...

மின்மினியையும் பேனையும் மாறி மாறி பார்த்தவன்... அவளை மட்டும் கொஞ்சம் அதிகமாகவே பார்த்தான்...”நம்பியார் ஆகாம விட மாட்டா போல...” என்று உளறிய தெளிந்த

முனகலுடன் 'சரி'- என்று ஒரு முடிவுக்கு வந்தவனாக அவளுக்கு அருகே சேரைப் இழுத்துப் போட்டு உட்கார்ந்தான்... இப்போது அவள் அவனையும் பேனையும் மாறி மாறி பார்த்தாள்....அவன்.. மெல்ல புன்னகைத்தபடியே....."இப்போ படுத்து தூங்கு என்பதாக ஒரு ஜாடை காட்டினான்... கண்களாலும் கைகளாலும்....

நின்றிருந்த மின்மினி... அவனைப் பார்த்துக் கொண்டே... கட்டிலில் சரிந்தாள்....போர்வையை இழுத்து கழுத்து வரை போர்த்திக் கொண்டு குறுக்கிப் படுத்தவள்... தூங்கிப் போனாள்....

வயசாக வயசாக ஒரு வித அழகு முகத்தில் மிளிர்வதை யாரும் உற்று நோக்குவதில்லை...அவன் நோக்க அனுமதித்த இந்த சூழலை அவன் விரும்பினான்... அவனுக்குள்... ஒரு நிறைவு வந்தது போல உணர்ந்தான்... அவனின் வெறுமை.. ஒரு வீணையின் கையில் மாட்டியது போல இருந்தது.......அவளை பார்த்தான்.... ஆழமாக பார்த்தான்... பார்வையினாலே திறந்தான்... "யாரிவள்...?" கன்னத்தை கிள்ள வேண்டும் போல தோன்றியது..."வாய பாரு... ஆரஞ்சுப் பழம் மாதிரி........."-அவன்.... தானாக புன்னகைத்துக் கொண்டான்.. போதை மூளைக்குள்.. பூந்தோட்டம் விதை போட்டது....."ஏன் பேச மாட்டிங்கறா.....?......இல்ல... ... மாட்டிங்கறாங்க... என்ன விட 17 வயசு பெருசு... மரியாதை இல்லாம அவ இவனு பேசக் கூடாதுல்ல..." அவனாக முணங்கிக் கொண்டவன் எப்படியோ ஒரு புள்ளியில்........தூங்கி வழிந்தான்.... தூக்கம் முழுக்க கனவுகளை அவள் கொட்ட பூந்தோப்பு நட்டுக் கொண்டிருந்தான் பாண்டி.........

விடிந்தது......

எத்தனை எழுப்பியும் சந்தோஷ் எழுந்தபாடில்லை...புரண்டு படுக்கவும் முடியாத அசைவில்.. வாய் மட்டும் அசைந்தது... கை அன்னிச்சையாய் எங்கிருந்தோ பணத்தை எடுத்து...நீட்டிக் கொண்டே....

"இந்தா இந்த காச வெச்சுக்கோ...... கிளம்புங்க......என் வேலை முடிஞ்சது.... பார்த்து போங்க... காலம் அனுமதித்தால்... மீண்டும் சந்திப்போம்..." என்று வாய்க்குள்ளேயே முணங்கினான் சந்தோஷ்..

யோசித்துக் கொண்டே சுற்றும் முற்றும் பொதுவாக பார்த்த பாண்டி, இனி இவனை எழுப்பி பயனில்லை என்று புரிந்து கொண்டு..... "சரி சந்தோஷ் சார்....நாங்க கிளம்பறோம்.... ஆனா என்னை எப்டி தெரியும்னு மட்டும் சொலுங்களேன்... ப்ளீஸ்....

மண்டையே வெடிச்சிடும் போல இருக்கு"- என்று காதுக்குள் ரகசிய அம்பை சத்தமாகவே விட்டான்......

தூக்கத்திலேயே சிரித்துக் கொண்ட சந்தோஷ்....."அது.... பாண்டி.. இந்த கதைய எழுதற 'கவிஜி' நம்ம ப்ரெண்ட்தான்.. அவர்தான் உங்களுக்கு ஆபத்து.. கொஞ்சம் ஹெல்ப் பண்ணி விடுங்கன்னு சொன்னாரு... அதான் வந்தேன்.. இனி கதைய எப்டி கொண்டு போக போறார்னு எனக்கு தெரியாது... நீங்க ரெண்டு பேரும் என்ன விட்டு, இங்கிருந்து கிளம்பனும்னுதான் ஸ்கிரிப்ட்ல இருக்கு...... கிளம்புங்க....பார்ப்போம்..." என்று சொல்லி மீண்டும் அமைதி ஆனான்......

"என்ன இவன்.. உளர்றான்.....என்ன கதை....அது யாரு கவிஜி...."- என்று யோசித்துக் கொண்டே தன் அறை நோக்கி நடந்தான் பாண்டி......

அறைக்கு நுழைந்ததுமே....கண்கள் குளிர.... பளிச்சென நின்றிருந்தாள்......மின்மினி.......

அவனைப் பார்த்து மெல்ல சிரித்தாள்....." சிற்பம் சிரிச்ச மாதிரி"ன்னு அவன் உள் மனம்...பிதற்றத் துவங்கியது..... "இப்பவே இவ்ளோ அழகுன்னா.... சின்ன வயசில எப்டி இருந்திருக்கும்..."- பிதற்றிய மனம்....தன்னையே இணுங்கிக் கொண்டது...

பார்வையில் வேறு சொல்லிருக்க.. வாயினில் வந்த சொல்....."மின்மினி....போலாமா" என்றது...

அவள் தலை ஆட்டினாள்..."பூத்துவிட்ட நரைக்குள்.... வெண்ணிற ரோஜா.. முளைப்பதாக கனா கண்டேனடி.... தோழி...."- மூளைக்குள் வயலின் வாசித்தது... 80களின் இளையராஜா....

சாவியை வரவேற்பரையில் கொடுக்க...அருகினில் நின்ற வெய்ட்டர்......."சார்.. நைட் ரூம்ல ஒன்னும் ப்ராப்ளம் இல்லையே?!" என்றான் தயங்கியபடியே...

'ஏன்' என்பது போல பார்த்தான் பாண்டி... மின்மினி புரிந்தும் புரியாமல் பார்த்தாள்......

"இல்ல சார்... எல்லா ரூமும் புல் ஆகிருச்சு...... அதான் அந்த ரூம்ம உங்களுக்கு தந்தோம்..... அந்த ரூம்ம கொஞ்ச நாளா யாருக்கும் தர்றதில்ல..... ஆறு மாசத்துக்கு முன்னால

ஒருத்தன் பேன்ல தூக்கு போட்டு செத்து போய்ட்டான்... ரெம்ப தொந்த்ரவ்னு கஸ்டமர்ஸ் கம்ப்ளைன்ட்.....ஆனா நேத்து வேற வழில்லாம தந்துட்டோம்.... அதான் ஏதும் பிரச்சனை இருந்துச்சான்னு கேட்டேன்...... அனேகமா இருந்திருக்காது நினைக்கறேன்... இல்லையா... இருந்திருந்தா.. அப்பவே வெளிய வந்து சொல்லிருப்பீங்கல்ல...''- என்று சொல்லி அவனாகவே சிரித்தும் கொண்டான்.....

அடேய்.... அடேய்.... என்பது போல... அவனைப் பார்த்த மின்மினியும்.. பாண்டியும் அவர்களையும் ஒருவருக்கொருவர் மாற்றி மாற்றி பார்த்துக் கொண்டார்கள்.....இருவரின் கண்களும்... வெளியே வந்து விழுந்து விடும் போலிருந்தது...அவளின் மனக் கண்களில்... நேற்றிரவு பேனில் தொங்கிக் கொண்டிருந்த உருவம்... மீண்டும் நிழலாடியது.... அவன் கைகளைக் கெட்டியாகப் பற்றிக் கொண்டாள்........ அவன், தான் சேரில் உட்கார்ந்து கொண்டிருந்த போது.. அவனையே பார்த்துக் கொண்டு அவன் அருகே அந்த உருவம் அமர்ந்திருந்ததாக யோசித்தான்.... ''அய்ய்ய்ய்ய்யோ....''- என்று உடல் சிலிர்த்து...பேயறைந்தவன் போல வெளியே வந்தான்... மிரண்டு அவன் முதுகுக்கு பின்னால் ஒளிவது போலவே அவளும் வந்தாள்...

சாலையில் நடக்கத் துவங்கிய இருவரும் ஒருவரையொருவர் பார்த்துக் கொண்டு..... சிரிக்கத் துவங்கினார்கள்.... கைகள் மெல்ல அவர்களையும் அறியாமல் கோர்த்துக் கொண்டது...

அவளின் பார்வை.... அவனை துளைப்பது போல இருந்தது... அவனும் தோட்டாக்களை பூக்களாக்கும் மெய்ம் மறத்தலின் நிலைக்குள்தான் இருந்தான்...

''சொல்லு இப்பவாது சொல்லு.... யார் நீ......எங்கிருந்து வந்த.. எப்டி அங்க மாட்ன... இப்போ எங்க கொண்டு போய் உன்ன விடனும்.... நான் பேசறது புரியுதா.. ஹிந்திகாரியா..... தமிழா...... தெலுங்கா..... கன்னடமா...... சொன்னாதான உன்ன கொண்டு போய் சேக்க முடியும்......'' என்றவன், ''நீ என்ன ஊமையா...?'' என்றான்... அழுத்தமாக.....

அவள் எங்கோ திரும்பிக் கொண்டு வெற்றிடம் வெறிக்கத் துவங்கினாள்......

அவளை ஒரு கணம் அர்த்தத்தோடு பார்த்த பாண்டி...''லூசு லூசு..... என்று முணங்கிக் கொண்டே அவளின் கைப்பையை

படக்கென பிடுங்கி உள்ளே துழாவினான்...சில கட்ட அசைவுக்குள்ளாகவே கையில் கிடைத்த ஒரு சிறு நோட்பேடை வேகவேகமாய் திருப்பினான்... முதல் பக்கத்திலேயே முகவரி இருந்தது....

"ஓ... கன்னியாகுமரியா.... இத சொல்றதுக்கென்ன...?" என்றவன்... பேர் என்ன... என்ன......நியந்தாவா...?"-பேடில் எழுதி இருக்கும் பேரை ஊன்றிப் பார்த்து விட்டு அவளையும் பார்த்தான்... பின் அவனாகவே தலையை ஆட்டிவிட்டு..." ம்ஹூம்...... மின்மினிதான் நல்லா இருக்கு...... மின்மினின்னே இருக்கட்டும்..." என்று அவளைப் பார்த்து வாய்க்குள்ளேயே கூறியவன்..... பேருந்து நிலையம் நோக்கி நடக்கத் தொடங்கினான்......

பின்னால் நடந்து கொண்டிருந்த மின்மினி...பேருந்து நிலையத்தை தொட்டது போல.. ஒரு மூக்குத்திக் கடை இருக்க.... சட்டென நின்றாள்... நிற்காமல் சுழன்றது பார்வை......

"என்னடா பின்னால் வந்த பிம்பத்தைக் காணோமே..."என்று மூளையில் ஏதோ ஒரு மூலையில் அனிச்சை துளிர்க்க...உணர்ந்து தானாக நின்று அவசரமாய் திரும்பிப் பார்த்தான் பாண்டி. மின்மினி ஒரு குண்டு குழந்தையைப் போல... கண்கள் விரிய மூக்குத்தி குத்துவதை வேடிக்கை பார்த்துக் கொண்டிருந்தாள்...

"என்ன...... இது...ஏய்....... மின் மினி... வா.. போலாம்.. டைமாச்சு..... ஏன் நின்னுட்ட....!?"- என்றபடியே அவளை நோக்கி பின்னால் வந்தவன் கண்களிலும்...... அந்த மூக்குத்திக்காரன் ஒரு பெண்ணுக்கு மூக்குத்தி குத்திக் கொண்டிருந்தது தெரிந்தது... பின் பார்வை அவள் பக்கமும் திருப்ப அவள் தன் கையால் தன் மூக்கை தொட்டுக் கொண்டிருந்தாள்... அது ஒரு சிறு பிள்ளையின் மிட்டாயின் சப்புக் கொட்டுதல் போல இருந்தது.........

அவள் அவன் பக்கம் திரும்பவேயில்லை....

"ஓ... மேட்டர்... இப்படி போகுதா...."என்று யோசித்தவன்..."தம்பி..... இவுங்களுக்கும் குத்தி விடுங்க......." என்று மின்மினியைப் பார்த்து கை காட்டினான்...

படக்கென்று திரும்பினாள் மின்மினி... அவளின் கண்கள்... ஒரு முறை பொங்கி பின் உள்ளேயே கரைந்தது....இருவர் கண்களும் சந்தித்தாலும்... மைக்ரோ நொடியில்.. விலகிக் கொண்டன... மனம் மட்டும் உற்று நோக்கின...

மூக்குத்தி குத்திக் கொண்டிருந்த 'காதலாரா'..... "என்ன ஒரு மணி நேரத்துக்கு முன்னாலயே வருவீங்கன்னு கவிஜி அண்ணே சொன்னாரு... சரி வாங்க....மின்மினி... உட்காருங்க..."என்று முன்னால் இருந்த இருக்கையைக் காட்டினான்.. பின் அவனே தொடந்தான்.....

"உணர்ச்சி வசப்பட்டு, பேசிடாதிங்க.. நீங்க பேசக் கூடாதுங்கறதுதான் கதை... அண்ணே சொன்னாரு... சரி சரி கொஞ்சம் முன்னால வாங்க ..."- என்று பேசிக் கொண்டே லாவகமாக மின்மினியின் கொரியா மூக்கில்... பட்டும் படாமல்...... குத்தி விட்டான்.......சுருக்கென்று நுழைகையில்.. மூக்கின் மென்மை....."ஸ்ஸ்ஸ்ஸ்...." என்று சப்தமிட்டது.... அத்தனை கிட்டத்தில் மின்மினியின் கண்களை பார்த்த காதலாரா...."உலகில் மிகச் சிறந்த நட்சத்திரத்தை மூக்கில் அணிந்து விட்டேன்..... பெண்ணே.... இத்தனை பெரிய கண்களைக் கொண்டு... இன்னும் நீ எத்தனை மீன்களை பிடிக்க போகிறாய்..." என்றான், காதலுக்கான குரலில்......

"அலோ.... மூக்குத்திக் காரரே...குத்திட்டா விடுங்க..... போகணும்...." என்று வெடுக்கென்று பேசினான் பாண்டி....... அவன் காது படக்கென்று கூர்ந்து கவனித்தது...."என்னமோ சொன்னானே... சிவாஜி வசனம் மாதிரி...." காதுகள் இரண்டும் தனி தனியாக புலம்பின.....

"பாண்டி.. கவிஜி அண்ணங்கிட்ட சொல்லிடாதிங்க.... ஸ்க்ரிப்ட்ல இல்ல..... இதெல்லாம் நானா விட்டது... என்ன பண்ண... கவிஞனா இருக்கறது காலக் கொடுமை.... பார்த்து பத்ரமா போங்க......"என்ற காதலரா, "அட..... காசு வேணாம்னே... காசு வாங்குனா..... கவிஜியண்ணே கவிதை சொல்லியே சோலிய முடிச்சிருவாரு....."-என்று சொல்லி சிரித்துக் கொண்டே..... "ஒகே... .. பாய்..." என்று அடுத்த ஆளுக்கு குத்த நட்சத்திரத்தை எடுத்துக் கொண்டிருந்தான்....

"யாரு அந்த கவிஜி... எங்க போனாலும் அவன் பேராவே இருக்கு.... இது என்ன கதை... நான் ஏன் இந்தக் கதைக்குள்ள இருக்கேன்.. இந்த மின்மினி யாரு.. அயோ ராமா......" ஒன்னும் புரியலையே என்று புலம்பிக் கொண்டே அவளைப் பார்க்க அவள்.. மீண்டும் பிறந்த தேவதையைப் போல ஜொலித்துக் கொண்டிருந்தாள்...ஒரு மூக்குத்தி ஒரு முகத்தையே மாற்றி விடுகிறது... அழகை பேரழகாக மாற்றி விடுகிறது... தீராத

மௌனத்தை அந்த முகத்துக்கு தந்து விட ஒற்றை மூக்குத்திக்கு முடிகிறது...ஒரு முறை தொட்டு பார்க்க ஆசை கொண்ட மனம்... மூக்குத்தி தோட்டம் செய்து கொண்டிருந்தது...

"என்ன கம்பீரமா இருக்கா... சாரி. இருக்காங்க...." அவன் மூளை.. அவளை மொய்த்தது........அவளும்... கண்களாலே கேட்டாள்.... "மூக்குத்தி நல்லாருக்கா...?"- கண்கள் ஒரு முறை ஒதுங்கி.. பின் பெரியதாகி...... அவனை "வா....." என்றது போல இருந்தது.... அந்த மாலை வேலை....

பயணங்கள் முடிவதில்லை.... பாதைகள் தீர்வதில்லை. இருக்க இருக்க இருந்து கொண்டேதான் இருக்கிறது. இளையராஜாவின் பாட்டோடு இரவின் பயணம் என்பது.. மின் மினி தேசத்தில்...மலை உச்சி காற்று போல. அவன்..... அவ்வப்போது அவளை பார்ப்பதும்.....அவள்... கண்கள் மூடிக் கொண்டே வண்டியின் ஆட்டத்துக்கு தகுந்தாற் போல.....ஜன்னல் கம்பியில் கன்னம் அழுந்த.. வளைந்த மலரென முகம் அலைய... வந்து போகையில் அவளைக் கண்டு நின்ற காற்றினில்... கரைந்து நெளியும் நிலவும் கூட அவளோடு... இனிதே பயணித்துக் கொண்டிருந்தது......

"தாலாட்டுதே வானம்.....தள்ளாடுதே மேகம்..." பாடலின் தனிமை.. இசையின் பெரும் மௌனம்.. அந்த இரவை நிஜமாகவே தாலாட்டதான் செய்தது.......

"இந்த முகத்தில் ஏன் இத்தனை மௌனம்..... ஏன் இத்தனை அவநம்பிக்கை....... ஏன் இத்தனை துக்கம்...... கூட ஏன் இத்தனை அழகு...!"- அவன் பார்த்துக் கொண்டே யோசித்த வெற்றிடத்துள் அவளின் காதோரம் நரைத்த முடிகளில்..... எதிரே வந்து பக்கவாட்டில் ஒரு புயலைப் போல.. போன வண்டிகளின் வெளிச்சம் பட்டு சிவந்த மஞ்சளை..... தெளித்துப் போனது. கண்டும் காணாமல் பூத்து விட்ட நிகழ்வைப் போல மிக மெல்லிய ரிதமாகிக் கொண்டிருந்தது ஜன்னலோர அவளின் இருத்தல். ஒற்றை மூக்குத்தியில்... இந்த கொரியன் மூக்கழகி....சித்திரமாய் பேசினாள்.... சிவந்து கிடந்த வரிகளின் ஊடாக உதடுகள்.. கனத்துக் கிடந்தன....காணக் காண கண்டு கொண்டேயிருக்கும்..... காட்சிக்குள் எல்லாம் கடக்க கடக்க இவள் முகமே....." என்று சிறகுகளின் சிந்தனையோடு... கண்கள் அசந்து விட்ட ஒரு தருணத்தில்.. வெறுக்கென்று கண் விழித்தான்...

மின்மினி அவன் நெஞ்சுப் பக்கம் ஆட்காட்டி விரலால் சுரண்டிக் கொண்டிருந்தாள்......

"கண்மணியே காதல் என்பது கற்பனையோ...... காவியமோ... கண் வரைந்த ஓவியமோ...." பாடல்... பேருந்தெங்கும் மிதந்து கொண்டிருந்தது.. இரவை கசிய விட்டு... இருளைக் கிழித்துக் கொண்டு.. விரைந்து கொண்டிருந்த பேருந்து..... முடிவெடுத்த மீன் போல நீந்திக் கொண்டிருந்தது.......

"என்ன......?" என்று இருட்டின் பாஷை பேசினான் வெள்ளைப்பாண்டி......

அவள் கண்கள் மட்டும்.. அத்தனை கிட்டத்தில்...இருக்கும் ஒளியையும் கிழித்துக் கொண்டு... கத்தியாய் அவனைப் கீறியது... கீறினாலும்... இனித்த நொடிகளை தூக்கத்தில் பிடித்து போட்டுக் கொண்டே... தலையை ஆட்டியபடியே...." என்ன வேணும் ?" என்றான்.. ஒரு குழந்தையிடம் கேட்பது போல...

அவள்.. சுரண்டிய விரலை இன்னும் அழுத்தமாக்கி மீண்டும் சுரண்டினாள்...

முகத்திலிருந்து பார்வையை மெல்ல கீழே இறக்கியவன்... பேருந்துக்குள் கசிந்து கொண்டிருந்த ஸீரோ வாட்ஸ் வெளிச்சத்தில்...விரலின் தீர்க்கம் புரிந்து......."ஓ ... இதுவா.... சரி...... இரு..."என்றபடியே எழுந்து பேருந்து ஓட்டுனரிடம் சென்று விஷயத்தை கிசுகிசுத்தான்...

புலம்பிக் கொண்டே வண்டியை ஒரு ஆமையைப் போல நிறுத்த....... மின்மினியை பேருந்துக்கு பின்னால் போக சொல்லி விட்டு பேருந்தைப் பார்த்து ஒட்டினாற் போல திரும்பி நின்றான்...

மின்மினி அவன் பின்னாலேயே நின்று அவனையே பார்த்துக் கொண்டிருந்தாள்...

"என்னடா...... இன்னுமா....!" என்று யோசித்தபடியே பட்டும் படாமல் மெல்ல திரும்ப.. இன்னும் அவள் தன் பின்னாலேயே ஒரு இரவைப் போல நிற்பதைக் கண்டு... வெருக்கென்று துள்ளினான்.....

'ஐய்யோ....' என்று முணங்கிக் கொண்டே... தலையில் அடித்தபடி......"இன்னும் நீ போகலயா....." என்று ரகசியமாக ஆனால் சத்தமாக பல்லைக் கடித்துக் கொண்டே கேட்டான்.....பின்

அவனே தொடர்ந்தான்......"அட சீக்கிரம் போயிட்டு வாப்பா.. பஸ் நமக்காக நிக்குதுல்ல.....?"-கையை குறுக்காக கட்டிக் கொண்டான்... ஒரு வகை சில் காற்று அங்கே மிதந்து கொண்டிருந்ததை உணர்ந்தபடி. அவளோ அவனையும் பார்த்து பின்னால் பரவிக் கிடக்கும் இருட்டையும் திரும்பி பார்த்தாள்......

"ஏன் தயங்குறா......"- என்று மனதுக்குள் ஓடிய பட்டாம் பூச்சியை படக்கென்று பிடித்து விட்ட மனநிலையில்....... அவளைத்தாண்டி எட்டிப் பார்த்த பாண்டி.......-இருட்டுக்குள் கண்கள் மொய்க்க.. காட்சியற்ற மய மயவை உணர்ந்து....." ஓ..... இருட்டா...... சரி நானும் வரேன்.. வா....." என்று இருட்டுக்குள் இரண்டடி அவளைத்தாண்டி வைக்க..... அதற்கும் அவள் சம்மதிக்காதவளாக அவனைப் பிடித்து பின்னால் இழுத்தாள்......

"அயோ லூசு.. டைம் வேற ஆச்சு.. சொன்னா புரியாதா.. சரி உள்ள.. வா.. வேற பக்கம் போய் போய்க்கலாம்...... வா....." என்று சொல்லிக் கொண்டிருக்கும் போதே டிரைவர்....கத்த துவங்கினார்...

"சார் கொஞ்சம் சீக்கிரம் வரீங்களா..... டைம்மாச்சு...இவ்ளோ நேரமா...... என்னதான் நடக்குது......?"-சலித்துக் கொண்டார் டிரைவர்

"ஒன்னன்னனும் நடக்கல டிரைவர்...... இருங்க.....ரெண்டு நிமிஷம்.... வந்தர்றோம்..."-பாண்டியும் சலித்துக் கொண்டே கூறினான்.... பார்வை... மின்மினி மேல் இருந்தது...

மின்மினி போயே ஆக வேண்டும் என்பது போல.. நின்று கொண்டிருந்தாள்...

"மின்மினி விளையாடாத.. டைம் ஆச்சு... கொஞ்சம் புரிஞ்சுக்கோ.. ப்ளீஸ்..இப்போ போறியா.. இல்லையா......"- என்று அவளை பிடித்து இருட்டுக்குள் தள்ள..... அவள் அவன் கையை பிடித்து கொண்டு பேருந்தின் பக்க வாட்டு வெளிச்சத்துக்குள் வந்து நிற்க.......அவர்களுக்குள் தள்ளு முள்ளு... மாறி மாறி நடந்தது....

"ம்ம்ம்... செம டெக்னிக்பா... இருட்டு... ரோடு.... காவலுக்கு பஸு.....ம்ம்....... ரசனைக்காரங்க போல..."- முணங்கிவன் திரும்பிப் படுத்தான்... கடைசி ஜன்னலோரம்.

ஒரு முறை ஜன்னலோரத்தைப் பார்த்த பாண்டி "அய்யோ....

மானம் போகுது...'- என்று வாய்க்குள்ளேயே கூறியபடி......"இரு.... இரு.." என்ற ஒரு யோசனையின் கைப் பிடித்தான்...சட்டென தன் சட்டையைக் கழற்றி சட்டையின் ஒரு கையை அவளிடம் கொடுத்து விட்டு மறு கையை பிடித்து நின்றான்...."எப்படி என்பது போல" தெரிந்த அவனின் சில் அவுட் காட்சியைக் கண்டு கொண்டே மெல்ல புன்னகைத்தபடி பின்னால் இருட்டுக்குள் சென்றாள் மின்மினி.... சட்டையின் நீளம் வரை சென்று இருட்டுக்குள் மறைந்தாள் மின்மினி.

"இன்னுமா......!" என்றபடியே சட்டையை ஆட்டிக் கேட்டான்... பதிலுக்கு இருட்டுக்குள் இருந்தும் சட்டை ஆடியது.

"யப்பா.... டேங்க் புல் போல..." என்று முணங்கி சிரித்துக் கொண்டான்... சட்டை வேகமாய் ஆடியது.

சரி சரி என்பது போல.. பதிலுக்கு ஆட்டினான்.......சில நொடிகளில்... சட்டை மெல்ல மெல்ல இருட்டுக்குள் இருந்து வெளியே வர...... புன்னகைத்துக் கொண்டே இருட்டைப் பார்த்து முகத்தை திருப்பிக் கொண்டாள்.. அவனும்....எங்கோ பார்த்து புன்னகைப்பது போல... பேருந்துக்குள் ஏற.... மிக நெருக்கமாக அவன் பின்னால் அவளும் ஏறினாள்.

"என் கண்மணி.... உன் காதலன்..." பாடல்... மீட்டிக் கொண்டிருக்க..... அவன் கண் அசந்தான்..... வண்டி ஒரே சீராக செல்வது....தாலாட்டுவது போலவே இருந்தது.......கொஞ்சம் திறந்திருந்த ஜன்னலை முழுக்க அடைத்தாள்... மனதுக்குள் சூடு நிரம்பி வழிந்தது.... பார்த்துக் கொண்டிருந்த அவள் மெல்ல மெல்ல மெல்ல பூனை போல நெருங்கி அவன் இதழில்... பட்டும் படாமல்.. முத்தமிட்டாள்....அவன் மெல்ல அசைந்து கொடுத்தான்.. கண் திறக்க வில்லை... 'அயோ'- என்று நாக்கு கடித்துக் கொண்ட மின்மினி சப்தம் வராமல் சிரித்துக் கொண்டாள்.... பின் அவன் நெஞ்சில் ஒரு பூவைப் போல சாய்ந்து கொண்டாள்.... பின் தூங்கவே இல்லை....

கன்னியாகுமரியில்- தென்கரையில்----ஒரு வீட்டின் முன்...

"ஆமா இது எங்க அக்கா பேக்குதான்... உங்களுக்கு எப்டி கிடைச்சது... ...எங்க அக்கா ஆறு மாசம் முன்னால காணாம போய்ட்டாங்க.. கொஞ்சம் மன நிலை சரி இல்லாதவங்க... ஆனா இவுங்க எங்க அக்கா இல்ல.....நீங்க எங்க அக்காவ பாத்திங்களா?"

என்று அந்த வீட்டுக் காரர்கள்..கூறிக் கேட்க...... பாண்டி சட்டென திரும்பி......" என்ன மின்மினி... இது உன் வீடு இல்லையா....!?" என்றான்....

மின்மினி எப்போதும் போல... மௌனமாய் நின்றாள்....

பாண்டி ஏதேதோ யோசித்தபடியே, பின் அவனாகவே "அட ஆமா... மின்மினியை காப்பற்றிக் கூட்டி வருகையில் மின்மினியைத்தாண்டி மீண்டும் பின்னால் ஓடி வந்து பேக்கை நாமதானே தூக்கிட்டு வந்தோம்... அப்டினா... இந்த பேக்குக்கு சொந்தாரப் பொண்ண அவுங்க ஏற்கனவே பலி குடுத்ருக்கணும்..."- அவனுக்கு எல்லாம் விளங்கியது.... தான் செய்த தவறு.... மின்மினி அர்த்தத்தோடு அவனைப் பார்த்தாள்... "அப்பவே சொல்லிருக்கலாம்ல.." முணங்கிய பாண்டி அங்கிருந்த திண்ணையில் அமர்ந்தான்....பெருத்த அமைதிக்குள்.... அவன் இல்லாத பொருளை நோக்கி போவதாக யோசித்தான்...."இவள் ஏன் இப்படி இருக்கிறாள்.. இவளுக்கு என்னதான் பிரச்சினை...?" அவன் மனம்.....தவித்தது....... பின், நடந்த கதையைக் கூற.. அந்த வீடே அழுது புலம்பத் துவங்கியது....

இவர்கள் மௌனமாக நடக்கத் துவங்கியிருந்தார்கள்....இனம் புரியாத சுழலுக்குள்... உணர முடியாத அகம் கொண்டு, அவன்... மெல்ல மெல்ல... யோசித்துக் கொண்டே நகர்ந்தான்..... "அடுத்து எங்கு.. யாரிவள்... இத்தனை வயதுக்கு பின் இப்படியொரு தனிமைக்குள் எப்படி இவள்..? வழி தெரியா வேகம் கொண்டு சுழல எது காரணம்.... உறவற்று.. உணர்வற்று.. ஒட்டிக் கொண்ட இவளை என்ன செய்வது....?...ஒரு வேளை ஊமைதான் போல..." அவளின் வாயையே ஒரு கணம் பார்த்தான்...

பாண்டியின் மனதுக்குள் கடல் போல விரிந்து கொண்டே போனது, சிந்தனை... முடிவெடுக்க முடியாத புள்ளிக்குள்... அச்சற்ற நிழலாய் அவன் மனம் தவிக்கத் துவங்கியது..."எந்த தைரியத்தில்.. எந்த ஆதாரத்தில் இவளைக் கூட்டிக் கொண்டு இத்தனை தூரம் வந்திருக்கிறேன்.. இனி எங்கு போவது..."- என்று யோசித்துக் கொண்டே ஒரு வனாந்தரத்தில்..... வானம் தொடுவது போலொரு அபத்தம் அவனுள் மிதந்து கொண்டிருந்தது..... அவளின் புதிர் அவிழாத கிட்டத்தில் அவளும் அவனோடு...அவன் பாதங்களைத் தொடரத் துவங்கி இருந்தாள்.

மனதின் மனது.... சொல்லும் மாய தத்துவத்தின் விளிம்பில் நின்று சட்டென வேண்டும் போல தோன்றிய புள்ளியில்

திரும்பினான்....மின்மினியைக் காணவில்லை.... பதறிய மனதில்.... சிதறிய கவனத்தோடு... இதயம் பட படக்க.. மூளை ததும்பியது.

''மின்......மினி......மின்மினி..........''- கத்திக் கொண்டே வந்த வழியே பின்னால், பக்கவாட்டில் என்று ஓடி நடந்து தேடினான்... அழுகை முட்டிக் கொண்டு வந்தது....... பரிதவிக்கும் முகத்தோடு அவன் ஒரு சிறுபிள்ளையைப் போல கூட்டத்தில் தொலைந்து கொண்டேயிருந்தான்.....''கடவுளே...... எங்க போயிருப்பா....?''-இரு துளி, கண்ணைத்தாண்டி வந்தே விட்டது.

ஏதோ ஒரு கை தோள் தொட, தொடும் உணர்வு மூளைக்கு செல்லும் முன்... என்ன செய்வதென்று தெரியாமல் நின்றிருந்த பாண்டி படக்கென்று திரும்பினான்...எதிரே சலனமற்ற முகத்தில், உடல்மொழியில்... மீன்காரன் கோபி நின்றிருந்தான்......... 'என்ன' என்று கேட்பதற்கு முன் அவனாகவே பேச்சைத் தொடங்கினான்.

''இந்தக் கதையை இந்த இடத்திலயே...இப்டியேதான் முடிச்சாகனும்...... ஏன்னா,.... மலை ஏறும் போது கவிஜி ஸ்க்ரிப்ட்ட தவற விட்டுட்டாராம்.....எவளோ தேடியும்.... கிளைமாக்ஸ் பேப்பர் கிடைக்கவே இல்லையாம்............... '' சொல்லி விட்டு கிளம்ப... யத்தனித்தான் கோபி.

''கவிஜி..... கவிஜி........ கவி........ஜி......... யார்ரா..... அந்த கவிஜி.......... என் வாழ்க்கைய தீர்மானிக்க அவன் யாரு........?''- என்று கத்திக் கொண்டே பாண்டி... கோபியைப் பிடித்து உலுக்க.......

இந்தக் கதையின் ஸ்கிரிப்ட்..... மலையேறிக் கொண்டிருந்த கவிஜியின் பேக்கில் இருந்து தவறி விழுந்து சிறகுகளை போல மிதந்து கொண்டிருந்த காட்சி ஒரு மாடர்ன் ஆர்ட்டை வானத்தில் நிரப்பிக் கொண்டிருந்தது.

◆➤◀◆

	படைப்பு பதிப்பகம் வெளியீடுகள்
2021	1. கனவுப்பிரதிமை - விஜி வெங்கட் 2. பேச்சியம்மாளின் சோளக்காட்டு பொம்மை - கா.சோ.திருமாவளவன் 3. இசைக்கும் வயலினுக்கு குருதியின் நிறம் - வலங்கைமான் நூர்தீன் 4. நிழலின் வெளிச்சம் - கடையநல்லூர் பென்ஸி 5. WATER AND VIRTUAL WATER - G.Leela 6. சிவனாண்டி - ப.தனஞ்ஜெயன் 7. சாம்பல் மேட்டில் அமரும் வண்ணத்துப்பூச்சி - ஆரூர் தமிழ்நாடன் 8. செம்மண் - சிபி சரவணன் 9. ஊதா நிறக் கொண்டை ஊசி கதைகள் - கவிஜி
2020	1. இடரினும் தளரினும் - விக்ரமாதித்யன் 2. கன்னத்துப்பூச்சி - மணி சண்முகம் 3. நிறமி - ஆண்டன் பெனி 4. யமுனா என்றொரு வனம் - ஆண்டன் பெனி 5. காலநதி - ஆரூர் தமிழ்நாடன் 6. என்மனார் புலவர் - கரிகாலன் 7. தேநீரைக் கைதொழுதல் - மணி சண்முகம் 8. பெருஞ்சொல்லின் குடல் - மா.காளிதாஸ் 9. கவிதை அனுபவம் - இந்திரன் | வ.ஐ.ச.ஜெயபாலன் 10. புத்தனின் கடைசி முத்தம் - லக்ஷ்மி 11. நீந்தத் தெரியாத அய்யனார் குதிரை - வீ கதிரவன் 12. நோம் என் நெஞ்சே - கரிகாலன் 13. உதிர் நிழல் - கி.கவியரசன் 14. தனிமை நாட்கள் - பிரபுசங்கர் க 15. சிப்ஸ் உதிர் காலம் - கவிஜி 16. மணிப்பயல் கவிதைகள் - மணி அமரன் 17. கார்முகி - கோபி சேகுவேரா 18. சைகைக் கூத்தன் - முகமது பாட்சா

படைப்பு பதிப்பகம் வெளியீடுகள்

2020

19. பொய்மசியின் மிச்சம் - மதுசூதன்
20. ஆ காட்டு - மு.முபாரக்
21. முழு இரவின் கடைசித் துளி - ப.தனஞ்ஜெயன்
22. புத்தன் மீன் வளர்க்க ஆசைப்படுகிறான் - வழிப்போக்கன்
23. யாயும் ஞாயும் - ஜே.ஜே.அனிட்டா
24. THE LIBERATION SONG OF A WOMENS BODY - Dr.NaliniDevi
25. கெணத்து வெயிலு - காதலாரா
26. காலாதீதத்தின் சுழல் - ரத்னா வெங்கட்
27. பெண் பறவைகளின் மரம் - மதுரா (தேன்மொழி ராஜகோபால்)
28. நட்ட கல்லும் பேசுமோ - பிரேமபிரபா
29. நீ துளையிட்ட எனது புல்லாங்குழல் - ஜின்னா அஸ்மி
30. நான் உன்னுடைய துறவி - தி.கலையரசி
31. பழுத்த இலையின் அடுத்த நொடி - குமார் சேகரன்
32. நீளிடைக் கங்குல் - ராஜி வாஞ்சி
33. மைனாவை பேசச்சொல்லிக் கேட்பவர்கள் - ஜின்னா அஸ்மி (படைப்பு மின்னிதழ்களில் வந்த கவிதைகளின் தொகுப்பு)
34. 64 கட்டங்களில் தனித்திருக்கும் ராணி - ஷெண்பா
35. பச்சையம் என்பது பச்சை ரத்தம் - பிருந்தா சாரதி
36. ஏவாளின் பற்கள் - காயத்ரி ராஜசேகர்
37. உன் கிளையில் என் கூடு - கனகா பாலன்
38. கீரக்காரம்மா - முத்து விஜயன்
39. அக்கை - அழ ரஜினிகாந்தன்
40. அம்மே - சலீம் கான் (சகா)
41. ஹைக்கூ தூண்டிலில் ஜென் - கோ.லீலா
42. வாவ் சிக்னல் - ராம்பிரசாத்
43. புரவிக் காதலன் - 14 எழுத்தாளர்கள்
44. குடையற்றவனின் மழை - கா.அமீர்ஜான்
45. நெடுநல் இரவு - மௌனன் யாத்ரிகா

படைப்பு பதிப்பகம் வெளியீடுகள்

2019

1. நம் காலத்துக் கவிதை - விக்ரமாதித்யன்
2. ஆரிகாமி வனம் - முகமது பாட்சா
3. எறும்பு முட்டுது யானை சாயுது - கவிஜி
4. சொல் எனும் வெண்புறா - மதுரா (தேன்மொழி ராஜகோபால்)
5. யாவுமே உன் சாயல் - காயத்ரி ராஜசேகர்
6. நீர்ப்பறவையின் எதிரலைகள் - குமரேசன் கிருஷ்ணன்
7. பொலம்படை கலிமா - ஜோசப் ஜூலியஸ்
8. நீ பிடித்த திமிர் - அகதா
9. இசைதலின் திறவு - ஜானு இந்து
10. மறை நீர் - கோ. லீலா
11. தேநீர் கடைக்காரரின் திரவ ஓவியம் - பிரபு சங்கர். க
12. எரியும் மூங்கில் இசைக்கும் நெருப்பு - நடன. சந்திரமோகன்
13. வேர்த்திரள் - சலீம் கான் (சகா)
    (பரிசுப்போட்டிக்கு வந்த கவிதைகளின் தொகுப்பு)
14. வான்காவின் சுவர் - ஜின்னா அஸ்மி
    (படைப்பு மின்னிதழ்களில் வந்த கவிதைகளின் தொகுப்பு)
15. இருளும் ஒளியும் - பிருந்தா சாரதி

2018

1. நீர் வீதி - ஜின்னா அஸ்மி
   (படைப்பு மின்னிதழ்களில் வந்த கவிதைகளின் தொகுப்பு)
2. பாதங்களால் நிறையும் வீடு - ஜின்னா அஸ்மி
   (பரிசுப்போட்டிக்கு வந்த கவிதைகளின் தொகுப்பு)
3. உயிர்த்திசை - சலீம் கான் (சகா)
   (பரிசுப்போட்டிக்கு வந்த கவிதைகளின் தொகுப்பு)
4. வெட்கச் சலனம் - அகராதி
5. சிண்ட்ரெல்லாவின் தூரிகை - குறிஞ்சி நாடன்
6. அசோகவனம் செல்லும் கடைசி ரயில் - அகதா
7. என் தெருவில் வெஸ்ட் மினிஸ்டர் பாலம் - கோ. ஸ்ரீதரன்
8. அஞ்சல மவன் - கட்டாரி
9. கடவுள் மறந்த கடவுச்சொல் - ஜின்னா அஸ்மி
10. கை நழுவும் கண்ணாடிக் குடுவை - கவி விஜய்

2017

1. மௌனம் திறக்கும் கதவு - ஜின்னா அஸ்மி
   (படைப்பு மின்னிதழ்களில் வந்த கவிதைகளின் தொகுப்பு)
2. நதிக்கரை ஞாபகங்கள் - ஜின்னா அஸ்மி
   (பரிசுப்போட்டிக்கு வந்த கவிதைகளின் தொகுப்பு)
3. உடையாத நீர்க்குமிழி - ஜின்னா அஸ்மி
   (பரிசுப்போட்டிக்கு வந்த கவிதைகளின் தொகுப்பு)
4. இந்தப் பூமிக்கு வானம் வேறு - ஆண்டன் பெனி
5. நிலவு சிதறாத வெளி - காடன் (சுஜய் ரகு)
6. இலைக்கு உதிரும் நிலம் - முருகன். சுந்தரபாண்டியன்
7. நிசப்தங்களின் நாட்குறிப்பு - குமரேசன் கிருஷ்ணன்
8. நினைவிலிருந்து எரியும் மெழுகு - ஆனந்தி ராமகிருஷ்ணன்